கொட்டு மேளம்

கொட்டு மேளம்

தி. ஜானகிராமன் (1921–1982)

தி. ஜானகிராமன் தஞ்சை மாவட்டம் மன்னார்குடியை அடுத்த தேவங்குடியில் பிறந்தவர். பத்து வருடங்கள் பள்ளியாசிரியராகப் பணியாற்றியவர். பின்பு அகில இந்திய வானொலியில் பணியாற்றி ஓய்வுபெற்றார். கர்நாடக இசை அறிவும் வடமொழிப் புலமையும் பெற்றிருந்தவர்.

1943இல் எழுதத் தொடங்கிய தி. ஜானகிராமன் 'மோக முள்', 'அம்மா வந்தாள்', 'மரப்பசு' உள்ளிட்ட ஒன்பது நாவல்கள், நூற்றுக்கும் மேற்பட்ட சிறுகதைகள், மூன்று நாடகங்கள், பயண நூல்கள் ஆகியவற்றை எழுதினார். சிட்டியுடன் இணைந்து எழுதிய 'நடந்தாய் வாழி காவேரி' பயண இலக்கிய வகையில் முக்கியமான நூலாகக் கருதப்படுகிறது.

'மோக முள்', 'நாலு வேலி நிலம்' திரைப்படமாக்கப் பட்டுள்ளன. 'மோக முள்', 'மரப்பசு', 'அம்மா வந்தாள்' ஆகிய நாவல்களும் பல சிறுகதைகளும் இந்திய, ஐரோப்பிய மொழிகளில் மொழிபெயர்க்கப்பட்டிருக் கின்றன.

1979இல் 'சக்தி வைத்தியம்' சிறுகதைத் தொகுப்பிற்கு சாகித்திய அக்காதெமி விருது வழங்கப்பட்டது.

ஆசிரியரின் பிற நூல்கள்

நாவல்
- அமிர்தம்
- மோகமுள்
- மலர்மஞ்சம்
- அம்மா வந்தாள்
- அன்பே ஆரமுதே
- உயிர்த்தேன்
- செம்பருத்தி
- மரப்பசு
- நளபாகம்

குறுநாவல்
- அடி

சிறுகதை
- சிவப்பு ரிக்ஷா
- சிலிர்ப்பு
- கச்சேரி
- தி. ஜானகிராமன் சிறுகதைகள் (முழுத்தொகுப்பு)
- பாயசம்

பயண நூல்
- உதய சூரியன்
- நடந்தாய் வாழி காவேரி (சிட்டியுடன்)
- கருங்கடலும் கலைக்கடலும்
- அடுத்த வீடு ஐம்பது மைல்

வாழ்வியல் சித்திரம்
- அபூர்வ மனிதர்கள்

கட்டுரைகள்
- தி. ஜானகிராமன் கட்டுரைகள்

'கொட்டு மேளம்' முதல் பதிப்பை கொடுத்துதவிய
'ஞானாலயா' கிருஷ்ணமூர்த்தி அவர்களுக்கு நன்றி.

தி. ஜானகிராமன்

கொட்டு மேளம்

காலச்சுவடு பதிப்பகம்

● அன்பார்ந்த வாசகருக்கு,

வணக்கம்.

காலச்சுவடு நூலை வாங்கியமைக்கு நன்றி.

நூலின் உள்ளடக்கம், உருவாக்கம், அட்டைப்படம் இன்ன பிற அம்சங்கள் பற்றிய உங்கள் கருத்துகளையும் ஆலோசனைகளையும் காலச்சுவடு வரவேற்கிறது. தகவல், எழுத்து, வாக்கியப் பிழைகள் தென்பட்டால் அவசியம் தெரிவித்து உதவுங்கள். நூல் தயாரிப்பில் கடும் குறைபாடு இருப்பின் மாற்றுப் பிரதி உங்களுக்குக் கிடைக்கக் காலச்சுவடு ஏற்பாடு செய்யும்.

மின்னஞ்சல்: **publisher@kalachuvadu.com**

காலச்சுவடு நாகர்கோவில் அலுவலகத்திற்குக் கடிதம் அனுப்பலாம்.

தங்கள்
எஸ்.ஆர். சுந்தரம் (கண்ணன்)
பதிப்பாளர் — நிர்வாக இயக்குநர்

கொட்டு மேளம் ♦ சிறுகதைகள் ♦ ஆசிரியர்: தி. ஜானகிராமன் ♦ © உமா சங்கரி ♦ முதல் பதிப்பு: 1954 ♦ காலச்சுவடு முதல் பதிப்பு: டிசம்பர் 2013, பதினொன்றாம் பதிப்பு: பிப்ரவரி 2025 ♦ வெளியீடு: காலச்சுவடு பப்ளிகேஷன்ஸ் (பி) லிட்., 669 கே.பி. சாலை, நாகர்கோவில் 629001

koTTu meeLam ♦ Short Stories ♦ Author: Thi.Jaanakiraman ♦ © Uma Shankari ♦ Language: Tamil ♦ First Edition: 1954 ♦ Kalachuvadu First Edition: December 2013, Eleventh Edition: February 2025 ♦ Size: Demy 1 x 8 ♦ Paper: 18.6 kg maplitho ♦ Pages: 184

Published by Kalachuvadu Publications Pvt. Ltd., 669, K.P. Road, Nagercoil 629001, India ♦ Phone: 91-4652-278525 ♦ e-mail: publications@kalachuvadu.com ♦ Printed at Adyar Students xerox Pvt. Ltd., No. 275 Habibullah Road, Triplicane high Road, Opp Triplicane Post Office, Triplicane, Chennai 600005

ISBN : 978-93-81969-95-3

02/2025/S.No. 532, kcp 5612, 18.6 (11) 1k

பொருளடக்கம்

கொட்டு மேளம்	9
சண்பகப் பூ	26
ரசிகரும் ரசிகையும்	36
கழுகு	50
பசி ஆறிற்று	63
'வேண்டாம் பூசனி!'	72
இக்கரைப் பச்சை	85
நானும் எம்டனும்	105
அத்துவின் முடிவு	121
பொட்டை	134
தவம்	147
சிலிர்ப்பு	163
பிற்சேர்க்கை: அறிமுகம்	179

கொட்டு மேளம்

டாக்டர் வரும்போது ஒன்பது மணிக்கு மேல் ஆகிவிட்டது. கம்பவுண்டரின் முகத்தைப் பார்த்தார்.

"ஐயாவுக்கு ரொம்பப் பசி போல் இருக்கு. என்ன செய்ய? நாழியாயிட்டுது."

"அதெல்லாம் ஒண்ணும் இல்லீங்க!"

"என்ன ஒண்ணும் இல்லீங்க? உம் மூஞ்சி தான் ஆறு மாசம் பட்டினி கிடந்தவனாட்டம் இருக்கே. என்ன செய்ய? கல்யாணம் பண்ணிக்கப் போறவன் கடைக்குப் போனா, நேரந்தான் ஆவுது. நீ கல்யாணம் பண்ணிக்கப் போறபோது, இப்படித் தானே அலைஞ்சிருப்பே?"

"நீங்க நேரம் களிச்சு வந்தீங்கன்னு நான் இப்பச் சொன்னேனா?"

"நீ சொல்லித்தான் பாரேண்டா. நான் அப்படித் தான் வருவேன். என்ன தபாலா, மேஜைமேலே?"

"ஆமாம் இன்னிக்கு மெயில் நானூறு நிமிஷம் லேட்டாம்."

"நல்ல வேளை. நானூறு வருஷம்னு சொல்லாம இருந்தியே. அட, கர்னல் சுந்தர தாண்டவனா? ஏய் பார்த்தியாடா பத்திரிகையை? கர்னல் சுந்தர தாண்டவன் அனுப்பிச்சிருக்காரு. இவர் யார் தெரியுமா? எங்க அண்ணிக்கு அத்தை மகன் என்னைவிட ஒரு வருஷம் சின்னவரு. மகளுக்குக் கல்யாணம் பண்றாராம். மருமவனும் லேசுப்

பட்டவன் இல்லை. சப் கலெக்டர். நீயும் நானும் இருக்கமே. அம்பது ரூபா சம்பளத்துக்கு நீ எங்கிட்டச் சேவகம் பண்ணறே. நான் ஜெனரல் ஆஸ்பத்திரியும் இருபத்துமூணு டாக்டரும் இருக்கிற இந்த ஊரிலே இருநூறு ரூபாய்க்கு மோளம் அடிக்கிறேன். இவனைப் பார்த்தியா? கர்னல் ஆயிட்டான். நீ ஏண்டா நிக்கறே? என் பேச்சைக் கேட்டுக்கிட்டு நின்னா வயிறு ரொம்பிடுமா? போயிட்டு வா."

புன்சிரிப்புச் சிரித்துக்கொண்டே ஜீவரத்தினம் நகர்ந்தான்.

"போன தடவை தம்பிக்குக் கல்யாணம்னு பத்திரிகை அனுப்பிச்சிருந்தான். அப்ப மேஜராயிருந்தான். இப்பக் கர்னலாப் போயிட்டான். ஜீவரத்தினம், உனக்கு எங்கடா இதெல்லாம் புரியப் போறது? நீ எட்டாம் கிளாசுக்கு அப்பாலே எட்டிப்பார்த்ததில்லெ. என் மாதிரி எம்.பி.பீ.யஸ். எல்லா வருஷமும் முதல் பிரைஸ் அடிச்சுப் பாஸ் பண்ணிவிட்டுக் கடைசியில் சாண் ஏறி முழம் சறுக்கற வித்தையிலே அடி பட்டவனாயிருந்தாத் தெரியும்."

டாக்டர் உட்கார்ந்துவிட்டார். அவருடைய உற்சாகத்தில் பனி படர்ந்துவிட்டது. வரிசை வரிசையாக வந்த தோல்விகளின் ஏக்கம் அவரை அழுத்திற்று. அவரோடு படித்தவர்கள் அவரைப் போலச் சாண் ஏறி முழம் சறுக்காமல் முழம் முழமாக ஏறிவிட்டார்கள். அவரைச் சறுக்கிவிட்டது எது என்று புரியவில்லை. சகபாடிகளின் முகங்களும் மலர்ச்சிகளும் அதிகாரமும் மோட்டார்களும் அவர் கண்முன் ஊர்ந்துகொண்டிருந்தன.

"என்ன டாக்டர் சார், திரும்பியே பாக்கமாட்டீங்க போல் இருக்கே."

"அட பார்வதியா, நீ எப்ப வந்தே?"

"நான் வந்து இரண்டு நிமிஷமாச்சு. நீங்க திரும்பிப் பாக்கற வழியாயில்லே. கூப்பிட்டு விட்டேன்!"

"ஒண்ணுமில்லே. என்னமோ யோசிச்சுக்கிட்டே இருந்தேன்."

டாக்டர் முகம் சுண்டிக் கிடந்தது.

"முன்னுக்கு வரது எப்படீன்னு யோசிச்சுக்கிட்டிருந்தேன்."

"வழி கிடைச்சுதா?"

"இன்னும் கிடைக்கவில்லை."

"ஏன்?"

"ஏனா? ஏன்னா?"

தி. ஜானகிராமன்

கொட்டு மேளச் சத்தம் கேட்டது. வெறும் மேளச் சத்தம் இல்லை. நாயனக்காரன் என்ன வாசிக்கிறான் என்று புரிய வில்லை. டடிம் டகு டகு, டடிம் டகு டகு என்று ஒரே சொல்லைத் திருப்பித் திருப்பி நாலைந்து தவுல்காரர்கள் சேர்ந்து அடித்துப் பிளந்துகொண்டு வந்தார்கள். அந்தச் சத்தம் 'எல்லையில்லாத வஸ்துவான சங்கீதத்தையே விழுங்கிவிட்டேன்!' என்று ஏப்பம் விட்டுக்கொண்டே தெருக்கோடியிலிருந்து டாக்டர் வீட்டு வாசலை நோக்கி நகர்ந்து கொண்டிருந்தது.

டாக்டர் உடனே எழுந்து வாசலுக்கு ஓடிவிடவில்லை. அவர் இந்தச் சத்தத்திற்கெல்லாம் அசைகிறவர் அல்ல.

'டாக்டர் வீடு நல்ல 'ஷுகரில்' இருக்கிறது' என்று ஐம்பது வருஷம் முன்னால் அவர் தந்தை அந்த வீட்டை வாங்கியபோது எல்லோரும் சொல்லுகிற வழக்கம். தெருவின் மேலக்கோடி வீடு அது. வாசற்படி இறங்கி இரண்டடி மேற்கே நடந்தால் ராஜவீதி. தெருவைப் பார்த்துக்கொண்டு வைகுண்டநாதர் கோயில் கொண்டிருந்தார். பெருமாள் கொஞ்சம் பெரிய புள்ளி. முந்நூறு வேலி நிலம், மூன்று நான்கு லட்சத்திற்கு நகைகள், இரண்டு பெரிய பிரகாரங்கள், வெள்ளி வாகனங்கள், தங்கத்தில் கருட வாகனம். இவ்வளவு சம்பிரமங்களும் உண்டு. ஆறு கால பூஜை அவருக்கு நடந்ததில் ஆச்சரியம் இல்லை. நாகஸ்வர வித்தைக்கே பிரமாணமாக விளங்கின கிருஷ்ணன் கோயில் மேளக்காரன் – பரம வைஷ்ணவன் என்று அவனைச் சொல்வது வழக்கம் – ஆறு கால பூஜைக்கும் அவன்தான் சேவகம் செய்வான். நாத வெள்ளமாகப் பொழிவான். பொழுது புலருவதற்கு முன்னால் அவன் வாசிக்கிற பௌளி ராகத்தை யும் மலயமாருதத்தையும் கேட்டுக்கொண்டுதான் டாக்டர் படுக்கையை விட்டு எழுந்திருக்க வேண்டும். மறுபடியும் ஒன்பது மணி பூஜை, உச்சி காலம், மாலை, இரண்டாம் காலம், அர்த்த ஜாமம்; எல்லா வேளைகளிலும் கால நியதியை ஒட்டி ராகங்களில் சஞ்சரித்துக்கொண்டிருப்பான். கல்யாண மண்டபத்தின் எதிரொலியில் அந்தச் சங்கீதம் விம்மி வளர்ந்து ஆகாய வெளியெல்லாம் முழங்கும்.

மாலை வேளையில் கோயில் நகராக்காரன், மான்யத்திற்கு வஞ்சனை பண்ணிவிடாமல் அரை மணிநேரம் கெத்துவைத்து ஊரையே கிடுகிடுக்க அடித்துவிடுவான்.

டாக்டர் இருக்கிற தெரு ராஜ வீதி நான்கிற்கும் மையமானது மேல வீதியையும் கீழ வீதியையும் இணைக்கும் வீதி அது. கல்யாண ஊர்வலங்கள் நாலு வீதியையும் சுற்றக் கூடாது என்று ஒரு கட்டுப்பாடு இருந்தது. நாலு வீதி

கொட்டு மேளம்

ஊர்வலம் வைகுண்டநாதருடைய தனி உரிமை. மனிதன் மனிதன்தான் என்று இடித்துக் காட்டுவதற்காக, கல்யாண ஊர்வலங்கள் நாலு வீதியையும் சுற்றாமல் டாக்டர் இருக்கிற மைய வீதி வழியாகப் போகவேண்டும் என்று வரைசெய்து வைத்திருந்தார்கள். ஆக, நாலு வீதியில் எந்த முடுக்கில் கல்யாணம் நடந்தாலும், அந்த ஊர்வலங்கள் டாக்டர் வீட்டு வாசலை மிதித்துத்தான் ஆகவேண்டும். ஊர் பெரிய ஊர். வருஷத்திற்கு ஐம்பது கல்யாணம் என்பது குறைந்த கணக்கு.

அதைத் தவிர, நாலு வீதியிலும் உள்ள சின்னக் கோயில் கடவுள்கள், வைகுண்டநாதருக்கு அபசாரம் செய்துவிடாமல் இருப்பதற்காக இந்தப் பவனி வருகிற விஷயத்தில் மனிதர்கள் மாதிரியே நடந்துகொண்டார்கள்.

டாக்டருக்குக் கொட்டு மேளம் மூச்சுக் காற்றாக மாறி விட்டது. நாதக் கடலில் அவருடைய உள்ளம் ஆறு காலமும் முழுகிக் கிடந்தது. மற்றவேளைகளில் நாத வெள்ளம் இல்லா விட்டாலும், கொட்டு மேளமாவது அவர் காதை அறைந்து கொண்டிருக்கும். அவர் காது காய்த்துப் போய்விட்டது. குருதியையும் பிணிகளையும் கண்டு காய்த்துப்போன உள்ளம் போலவே, அபஸ்வரங்களுக்கும் சத்தங்களுக்கும் அவர் செவி காய்த்துப் போய்விட்டது. கொட்டு மேளம் இல்லாவிட்டால் அவருக்கு வேலை ஓடுவதுகூடச் சந்தேகந்தான்.

இந்தத் தவுல் சத்தத்துக்கா அவர் அசையப்போகிறார்?

திடீரென்று அந்தத் தவுல் சத்தத்துக்கிடையே 'ஜே! ஜே!' என்று கோஷம் எழுந்தது. டாக்டர் அசைந்து கொடுத்தார்.

"பார்வதி? அது என்ன சத்தம்? வேல் வேலா, ஜே ஜேயா?"

பார்வதி உற்றுக் கேட்டாள். இரண்டு பேரும் மூச்சை அடக்கி மனத்தைச் செலுத்தினார்கள். புரியவில்லை.

"யாருக்கு ஜயகோஷம்? முருகனுக்கா மனுஷனுக்கா?"

"இன்னிக்கிக் கிருத்திகைகூட இல்லையே. கிருத்திகையா யிருந்தாலும், ராத்திரியா காவடி தூக்குவார்கள்?"

"ஸ்வாமி புறப்பாடோ என்னவோ?"

"அதுக்கு இத்தனை தவுல் என்னாத்துக்காம்?"

"அதுவும் சரிதான்!"

தி. ஜானகிராமன்

"இதைக் கண்டுபிடிக்க ஒரே வழிதான் தோணுது."

"நானும் அதான் நெனச்சேன். வா." – இருவரும் எழுந்து வாசலுக்குப் போனார்கள்.

தெருப்பாதியில் காஸ் விளக்குகள் வரிசையும் கும்பலுமாக நகர்ந்து வந்துகொண்டிருந்தன. இருபது கஜத்துக்கு முன்னால், நாலு விளக்கை வைத்துக்கொண்டு பொய்க்கால் குதிரை ஜோடி டம் டிம் டகுடகு என்று கிறுக்கட்டி ஒலித்த ஒற்றைக் கொட்டுக்கு இசைவாக ஆடிக்கொண்டிருந்தது.

"என்னாப்பா சத்தம்?" என்று வாசலில் ஓர் ஆளைப் பார்த்துக் கேட்டார் டாக்டர்.

"எலக்ஸனுங்க! ஆமாம். நம்ப விறகுவாடி மாரியப்ப பிள்ளை ஜெயிச்சுப்பிட்டாரு."

"மாரியப்பபிள்ளை ஜெயிச்சுப்பிட்டாரா?"

"ஆமாங்க."

"போடு சக்கை."

பொய்க்கால்குதிரை போனதும், கொட்டு மேளம் வாசலுக்கு வந்துவிட்டது. நாயனம் நாலு ஜோடி. தவுல்காரர்கள் எட்டுப் பேர். அதே டடிம் டகு டகுவைப் பிளந்துகொண்டே வந்தார்கள். தவுல்காரர்களுக்கு அந்தக் கலையே தேகப்பயிற்சி யாகவும் அமைந்துவிட்டதை நினைத்து வியந்தார் டாக்டர். கல்லுக்கல்லாக மின்னும் முண்டாக்கள், வயிறு மார்பெல்லாம் கண்டு கண்டாகத் தசைகள்; அகன்ற வைரம் பாய்ந்த மார்பு, மெல்லிய கழுத்துச் சங்கிலி, தலையில் ஒரு சொருக்கு, மேலெல்லாம் வேர்வை – தவுல் சொன்னபடி கேட்காமல் என்ன செய்யும்?

வாத்தியக்காரர்களுக்குப் பின்னால், 'மாரியப்பருக்கு ஜே! மாரியப்பருக்கு ஜே!' என்று ஒரு பெரிய கூட்டம் கோஷம் போட்டுக்கொண்டு வந்தது. மாரியப்பபிள்ளை மோட்டாரில் உட்கார்ந்திருந்தார். அவர் முகத்தைப் பூ மாலைக் கிடையே தேடிக் கண்டுபிடிக்க வேண்டியிருந்தது. புஸ்தி மீசை; ஐவாது பொட்டு; கையைப் பார்த்தால் ஜிப்பாதான் போட்டுக் கொண்டிருப்பார் போல் இருந்தது. டாக்டரைப் பார்த்து ஒரு கும்பிடு போட்டார் மாரியப்பர். டாக்டர் அதைவிடப் பெரிய கும்பிடாக போட்டபோது இரண்டு கை நீளம் கிண்டலும் அதில் இருந்ததை மாரியப்பர் அந்த நிலையில் கவனிக்கவில்லை.

ஊர்வலம் வந்த சுருக்கில் தேய்ந்துவிட்டது. காஸ் விளக்குகள் மறைந்ததும் இருள் சற்று அதிகமாகவே இருந்தது. அந்த இருளில் இன்னொரு கூட்டம் கூச்சல் போட்டுக்கொண்டே வந்தது.

முப்பது நாற்பது வாண்டுப்பயல்களும், சோதாக்களுமாகக் கூடிக்கொண்டு, 'ஐராவதத்துக்கு ஜே! தியாகி ஐராவதத்துக்கு ஜே!' என்று கத்திக்கொண்டு வந்தார்கள். டாக்டர் வீட்டு வாசல் விளக்கொளிக்கு முன் வந்ததும், 'இருங்கடா, டாக்டர் ஐயாகிட்டே ரெண்டு வார்த்தை பேசிக்கிட்டு வரேன்' என்று பித்துக்குளி ஐராவதம் நின்றான். கழுத்தில் ஏழெட்டு அரளிப் பூ மாலைகள், மார்பு நிறையச் சந்தனம்; ஐராவதம் சிரித்தான்.

"டாக்டர் சார், கும்பிடறேன்!"

"என்ன, முதலியாரா? வாங்க."

"அரளிப்பூ மாலையையும் சந்தனத்தையும் கண்டு என்னமோ ஏதோன்னு பயந்திடாதிங்க; விரலுக்குத் தகுந்த வீக்கம். அவ்வளவுதான்."

"ஒண்ணும் புரியலியே!"

"என்ன புரியலே? 'தியாகி ஐராவதத்துக்கு ஜே!'ன்னு கூப்பாடு போடறாங்களேன்னு யோசிக்கிறீங்களா? ஆமாங்க டாக்டர். நான் மூளையைத் தியாகம் பண்ணிவிட்டேன். மாரியப்ப பிள்ளையைப் பாருங்க – என்னமோ பார்லிமெண் டுக்குச் செலவு பண்றாப் போலப் பண்ணிக்கிட்டு வராரு. இத்தோட விட்டுதுங்கிறீங்களா? நாலு ஐதை நாயனம், பொய்க்கால் குதிரை, இன்னும் கூச்சல் போடறவங்களுக் கெல்லாம் ஸ்வீட்டு, காரம், காபி எல்லாம் வாங்கிக் கொடுத் தாகணும். கடாசியிலே என்னடாய்யான்னு பார்த்தா துக்கினியூண்டு ஊர்லே துக்கினியூண்டு ஏளாவது வார்டுக்கு மெம்பர் – எனக்குப் பாருங்க, செலவே இல்லாம எல்லாம் ஆயிடிச்சி. இந்த அரளிப்பூ மாலையெல்லாம் சத்யமாத் தம்பிங்க வாங்கிப் போட்டுதுதான். நான் காசே கொடுக்கலை. கடாசியிலே இதையும் சொல்லிப்பிடறேன். மாரியப்ப பிள்ளைக்கு எதிராக நான் ஏன் நின்னேன் தெரியுமா? புத்தி நிதானமா இருக்கறவங்களாமே ஓட்டுக்கொடுக்கறது, புத்தி நிதானமாயிருக்கவங்களையே தேர்ந்து எடுக்கறதுன்னா, புத்தியில்லாதவங்க கதி என்னா ஆவுறதுன்னு என்னை நிக்கச் சொல்லித் தம்பிங்கள்ளாம் தொந்தரவு பண்ணிட்டாங்க. ஆயிரத்துத் தொளாயிரத்து இருபத்தெட்டாம் வருஷத்துலே மாரியப்ப பிள்ளை கடையிலே நாலு மணு விறகு வாங்கினேன். 'மீதி மூணரையணா சில்லறை இல்லே. அப்புறம் வா,

தி. ஜானகிராமன்

தாரேன்'னாரு, இன்னம் கொடுக்கப் போறாரு. நான் அந்தக் கோவத்துனாலெ அவருக்கு எதிராக நிக்கலெ. உள்ளதைச் சொல்லிப்பிடணும் பாருங்க. சரி, நாளியாச்சு, நான் வரட்டுங்களா?"

"செய்யுங்க. எலெக்ஷனானத்துக்கு காபி, கீபி ஒண்ணும் கிடையாதா?"

"அது நீங்கள்ள வாங்கிக் கொடுக்கணும்" என்று கழுத்தை ஒடித்து நீட்டிக் கண்ணைச் சிமிட்டிவிட்டு நகர்ந்தான் ஐராவதம்.

ஐராவதம் உண்மையாகவே பைத்தியமா என்று டாக்டருக்குச் சந்தேகம் வந்துவிட்டது.

உள்ளே வந்ததும், "பார்வதி, அதோ அந்தப் பீரோவைத் திறந்து அடித்தட்டிலே சிகப்பா, சின்னதா ஒரு நோட்டு இருக்கும். அதை எடேன்" என்று சாவியைக் கொடுத்தார்.

"பதினெட்டாவது பக்கத்தைப் புரட்டு. என்ன எழுதி யிருக்கு?"

"மாரியப்ப பிள்ளை – முந்நூறு ரூபாய்ன்னு போட்டிருக்கு."

"போட்டிருக்கறது என்ன? நான் எழுதினதுதான் அது. இது ரொம்ப ரகசியமான தஸ்தாவேஜி. அதனால்தான் உனக்கு காண்பிக்கணும்ன்னு எடுக்கச் சொன்னேன். இந்த மாரியப்பன் என்னோடெ வாசிச்சவன். அஞ்சாங்கிளாஸ் மட்டும் வாசிச்சு விட்டுட்டான். நான் டாக்டர்ன்னு போர்டு போட்டுத் தொழில் பண்ண ஆரம்பிச்சதுலேருந்து எங்கிட்டத்தான் வைத்தியம் பாத்துக்கிட்டு வரான். ஆனா ஆச்சரியத்தைப் பாரு! காலணாக் காசு எனக்குக் கொடுக்கணும்ன்னு அவனுக்குத் தோணினதே யில்லெ!"

"என்னது!"

"வைகுண்டநாதர் சாட்சியாகக் கொடுத்ததே இல்லை."

"ஏன் கொடுக்கலெ?"

"வைகுண்டநாதரைத் தான் கேக்கணும்."

"எலக்ஷன்லெ ஏகச்செலவு பண்ணியிருக்கிறாரே."

"எனக்குக் கொடுக்கத் தோணலை. அவ்வளவுதான்."

"நீங்க முந்நூறு ரூவா ஆகிறவரையிலெ அவரைச் சும்மாவா விட்டு வச்சிருந்தீங்க."

"இன்னமும் சும்மாத்தான் விடப்போறேன்."

"எதுக்காக?"

"பார்வதி, நான் பணம் வரலைங்கிற கோபத்தினாலெ சொல்லலெ. மனிதன் எப்பேர்ப்பட்டவன்னு சொல்றதுக்காகத்தான் இதை எடுத்துக் காமிச்சேன்."

"இன்னமும் எனக்குப் புரியலெ. இவ்வளவு செலவு செய்யறவரு ஏன் உங்களுக்குப் பணம் கொடுக்கலெ?"

"அதைத்தான் நான் இப்ப யோசனை பண்ணிக்கிட்டிருக்கேன்."

"நீங்க கேக்கலையா?"

"பில் ஒழுங்கா அனுப்பிக்கறேன்."

"இப்பவும் நீங்கதானே டாக்டரு அவருக்கு?"

"இப்பவும் நான்தான்."

"அவர் வரபோது வாயைத் திறந்து கேக்கக் கூடாதா?"

"பில் அனுப்பிச்சாச்சு. வாயை வேறே திறக்கணுமா?"

"கடன், கேக்காம போச்சுன்னு வசனம் சொல்லுவாங்க. சில ஆளுங்க கேட்டால் ஒழியக் கொடுக்க மாட்டாங்க."

"மாரியப்பன் கேட்டாலும் கொடுக்கப் போறதில்லை. சாதாரணமாக, டாக்டர் என்றால் இந்தக் காலத்திலெ மதிப்பு அதிகந்தான். எந்த உயிரையும் கூண்டை விட்டுப் போயிடாமல் பிடித்து நிறுத்துகிறவன் டாக்டர். உயிர், உடல் ரகசியம் எல்லாம் தெரிந்தவர். சாமான்ய மனிதர்களுக்கு – அதாவது டாக்டரல்லாத மனிதர்களுக்கு – இல்லாத சக்தியெல்லாம் அவருக்கு உண்டு. ரொம்ப சின்ன டாக்டருக்குக்கூட இந்தப் பெருமை உண்டு. அதனால்தான் டாக்டரிடம் ஒரு மரியாதை, பயம் எல்லாம் வைத்திருக்கிறார்கள். அப்படிப்பட்ட ஒரு டாக்டரை முந்நூற்றுச் சொச்ச ரூபாய்க்கு நாமம் சாத்தலாம் என்று மாரியப்பன் முடிவு கட்டிவிட்டான். மாரியப்பன் என்ன கருமியா? ஐராவதம் சொன்னாப்பலே, துக்கினியூண்டு ஊரிலே துக்கினியூண்டு ஏழாவது வார்டுக்குப் பார்லிமெண்டுக்குச் செலவு பண்றாப் போலப் பண்ணிவிட்டான். என்னைக் கண்டால் கொடுக்க வேண்டாம் என்று தோன்றியிருக்கிறது அவனுக்கு. அவ்வளவுதான்."

"உங்களைக் கண்டால் மாத்திரம் அப்படித் தோணுவானேன் அவருக்கு?"

தி. ஜானகிராமன்

"பார்வதி, அதிருஷ்டம் என்று சொல்லுகிறார்கள். அந்த வார்த்தை பல பேருக்குப் பிடிக்கிறதில்லை. சோம்பேறிகளின் மந்திரம் என்று நினைக்கிறார்கள். சோம்பேறிகள் சொல்லிச் சொல்லி அந்த வார்த்தைக்கே கெட்ட பெயர் வந்துவிட்டது. ஆனால் எனக்கு அந்த வார்த்தைதான் உயிர். மனிதனுக்குத் தன் முயற்சி அவசியம் என்பதை ஒப்புக்கொள்ளுகிறேன். ஆனால் முயன்றால் மனிதன் நூறு மைல் வேகத்தில் ஓட முடியுமா? அதற்கு ரெயிலும் விமானமும் வேண்டும். தானாக இந்த உடம்பை வைத்துக்கொண்டு அந்த வேகத்தில் ஓடுவதற்குத் தவம் வேண்டும்; உறுதி வேண்டும்; அந்தத் தவம் செய்ய நீண்ட வாழ்வு வேண்டும். எல்லா மனிதர்களுக்கும் இந்தச் சக்திகள் கிட்டுமா? என்னைப் போன்ற சாமான்யமான மனிதர்களுக்கு அதிருஷ்டந்தான் தேவை. அசாதாரணமான திறமையும் சக்தியும் உள்ளவர்கள் சொந்த முயற்சியால் முன்னுக்கு வந்துவிடுகிறார்கள். அப்படி இல்லாத என்னைப் போலொத்தவர்களுக்கு நான் சொன்ன அதிருஷ்டந்தான் வேண்டும். அது எனக்குக் கிடையாது. இருந்திருந்தால் அது மாரியப்பன் காதில் போய், "ஏண்டா பயலே; டாக்டர் பணத்தை இன்னும் கொடுக்கலே?" என்று கட்டாயமாகக் கேட்டிருக்கும். அதிருஷ்டத்தை நம்பி நாளை ஓட்ட வேண்டு கிறவர்களில் நானும் ஒருவன்."

"மாரியப்ப பிள்ளை முந்நூறு ரூபாய் கொடுக்காவிட்டால் குடி முழுகிப் போய்விடாது. உங்களுக்கு என்ன அதிருஷ்டக் குறைவு வந்துவிட்டது இப்போது?"

"இதோ பாரு, கல்யாணப் பத்திரிகை வந்திருக்கிறது."

"இது யாரு? கர்னல் சுந்தர தாண்டவனா?"

"அவன் மகளுக்குக் கலியாணம். மருமவன் யாருன்னு பாத்தியா?"

"மருதவாணன் எம்.ஏ., ஐ.ஏ.எஸ்., சப் கலெக்டர்."

"நீ என்ன நினைக்கிறே?"

"இரண்டு இடமும் பெரிய இடந்தான்."

"இந்தச் சுந்தர தாண்டவன் எனக்கு ஒரு வயசு சின்னவன். நாற்பத்திரண்டு வயசாகிறது. எங்க அண்ணன்தான் அவனுக்கு மிலிடரியிலே வேலை பண்ணி வச்சாரு. அந்தக் காலத்துலே வெள்ளைக்காரன் ஆண்ட காலத்துலே – நாமெல்லாம் ராணுவ ஆபீசரா ஆறதுன்னா ஜலஸ்தம்பனம் வாயுஸ்தம்பனம் பண்ணுகிற மாதிரிதான். அண்ணன் மனசு வச்சாரு;

கொட்டு மேளம் 17

தாண்டவன் மிலிடரி ஆபீசராயிட்டான். அவன் புத்திக்கும் சாமர்த்தியத்திற்கும் எடை போட்டு வேலை கொடுக்கிறதுன்னு ஆரம்பிச்சா – அதை நான் சொல்லுவானேன்? ரெயில் போர்ட்டர் எல்லாம் சண்டைக்கு வந்திடுவாங்க. அதாவது அவன் அப்பன் இருந்த நிலையிலே சொல்றேன். இப்ப அவன் கெட்டிக்காரனா மாதிரியிருக்கலாம். என்ன சிரிக்கிறே? நீயானும் சிரிக்கிறே. இந்த மாதிரி வேடிக்கையாப் பேசறேன்னு. பேசிட்டுத்தான் நான் பெருமாள்கோயில் தேர் மாதிரி இருந்த இடத்துலேயே உட்கார்ந்துக்கிட்டிருக்கிறேன். இல்லாட்டி, நானும் இப்பக் கர்னலாயிருக்க வேண்டியவன் தான்."

"யாராவது ஆபீசரைப் பார்த்து ஏதாவது இந்த மாதிரி பேசினீங்களாக்கும்?"

"ஆபீசர் கிட்ட பேசலே. ஆபீசர் பெண்ஜாதிகிட்டப் பேசினேன். பிடிச்சுது சனி. வெறெ யாரும் இல்லெ. எங்க அண்ணிகிட்டத்தான். என் கூடப் பிறந்த அண்ணன் பெண்ஜாதி கிட்டத்தான் பேசினேன். இந்தத் தாண்டவன் என் அண்ணிக்கு அத்தை மகன். அண்ணாரு அப்ப மீரத்திலே இருந்தாரு. அண்ணி ஊருக்கு வந்திருந்தா. நான் இன்டர் பரீட்சைக்குப் போயிட்டே இருந்தேன். அண்ணி ஊருக்குக் கிளம்ப அன்னிக்கி இந்தத் தாண்டவன் வந்து சேர்ந்தான். அவனையும் கூட அளச்சிக்கிட்டு அவனை மிலிடரியிலே இழுத்து விடறதாக ஏற்பாடு பண்ணியிருந்தாங்க அண்ணி. சாப்பிடறப்போ வேடிக்கையாப் பேசிக்கிட்டிருந்தேன் நான். 'மிலிடரி டிபார்ட்டு மென்டே அண்ணி ஆளாவே போயிடும் போல இருக்கேன்னு சிரிச்சுக்கிட்டே சொன்னேன். உலகத்துலே எப்பவும் அண்ணிங் களே ஒரு தனி ஜாதீன்னு எனக்கு எண்ணம். கொழுந்தன் சொல்றதெல்லாம் அவளுக்குத் தேனா இருக்கும். பெத்த புள்ளை மாதிரி கொழுந்தனை மதிக்கிறவ அண்ணிதான்னு எனக்குத் தீர்மானம். எங்க அண்ணியும் அப்படித்தான் இருப்பாங்க. ஆனா அந்தச் சமயத்துலெ அண்ணி சிரிக்கலெ. மொலு மொலுன்னு அம்மாகிட்டப் போய்ப் பிடுங்கித் தின்னுக்கக் கிளம்பிட்டாங்க. 'அம்மா, நாங்க என்னம்மா பண்ணுவோம்? அவுங்க அவுங்க தலையெழுத்துப்படிதானே நடக்கும்? உங்க பெரிய புள்ளைக்குக் கத்தியும் கபடாவும் எடுத்துச் சண்டை போட்டுப் பொளைக்கணும்னு இருக்கு. எப்பிடியோ வயித்தை வளக்கிறோம். காக்கிச் சட்டைதான் எங்களுக்குக் குலதெய்வம். அதுதான் எங்களுக்குச் சோறு போடுது. அது ஒண்ணும் ஈனாயமா, கௌரவக் குறைச்சலாகப் படலெ. அவுங்க அவுங்க மனுசங்களை அவுங்க அவுங்க கவனிச்சுக்கறதும் என்ன தப்பு? மறுபடியும் சொல்றேன், தின்ன உப்புக்கு உளைக்கிறாங்க அவுங்க. அந்த மாதிரி வேலை

தி. ஜானகிராமன்

ஈனாயமாப் படலெ அவுங்களுக்கு. அப்படி நெனச்சிக்கறவங்க வேறே வேலைக்குப் போகட்டுமே, இந்த உலகம் எவ்வளவோ பெரிசு' அப்படி இப்படீன்னு பொரிஞ்சு கொட்டிப்பிட்டா. நான் அப்படியே பிரமை புடிச்சாப் போல உக்காந்துப்பிட்டேன். அப்ப அம்மாகூடச் சொன்னாங்க.

"என்னம்மா சொல்லிப்பிட்டான், சிறிசு. அண்ணி யாச்சேன்னு வேடிக்கையாய்ப் பேசிட்டான். நானும் கேட்டுக் கிட்டுத்தான் இருக்கறேன். தவறுதலா ஒண்ணும் சொல்லி விட்டதாகத் தெரியலியே"ன்னு சொன்னாங்க அம்மா.

"வேடிக்கையாவது? என்ன பச்சைக் குளந்தையா? இடம் பொருள் ஏவல் இருக்கு எல்லாத்துக்கும்" என்று திருப்பினாள் அண்ணி.

"அடியம்மாவே. என்னென்னமோ பேசக் கிளம்பிட்டியே?... ஏய் துரைசாமி, துடைப்பக்கட்டே. உனக்குக் குட்டிச்சுவருக்கு ஆவுராப்பலே வயசாச்சே, நாக்கை அடக்கி ஏண்டா பேசத் தெரியலே?"ன்னு அம்மா என்னைக் கோவிச்சிட்டாங்க.

"அண்ணியை ரெயில் ஏற்றி விடும்போது மன்னிப்புக் கேட்டுக்கொண்டேன். அண்ணி முகங்கொடுத்தே பேசலை. போய் என்ன வத்திவச்சாங்களோ? அண்ணன் ஆறுமாசம் காயிதமே போடலை. அப்புறம் ஒருவருசுமும் காத்துக்கிட் டிருந்தேன். சரி, காக்கிச்சட்டைக்கு நாம் கொடுத்து வக்கலேன்னு டாக்டருக்குப் படிச்சேன். கர்னல் அதிர்ஷ்டம் மலை ஏறிடிச்சி."

"அதிர்ஷ்டம் என்ன செய்யும்? நீங்க கொஞ்சம் ஜாக்கிரதை யாப் பேசியிருக்கணும்."

"அந்த அஜாக்கிரதையைத்தான் நான் அதிர்ஷ்டம்னு சொல்றேன்."

"சண்டை நடக்கிறபோது டாக்டரெல்லாம் போனாங்களே."

"அதுவா? நான் வெள்ளைக்காரன் சண்டையிலே சேர்றதுக்கு இஷ்டமில்லாமெ, போகலேன்னு சில பேரு சொல்லிக்கிறாங்க. அதுவும் உண்மைதான். ஆனால் சண்டைக்கு முந்தியே எனக்குக் காக்கிச்சட்டை கசந்து போச்சு. ஒரு தடவை இந்தியா முழுக்கச் சுத்தினேன். புனாப்பக்கம் போனேன். என் சிநேகிதன் ஒருத்தன் லெப்டினன்டா இருந்தான். ஒரு சிறுபையனைச் சிப்பாய் ஆஸ்பத்திரியிலே வேலைக்கு வச்சிருந்தான். அந்தப் பையன் திடீர்னு ஒரு நாளைக்கு அழுது கொண்டு வந்தான். நானும் சிநேகிதனும் பேசிக்கிட்டிருந்தோம். இந்தப் பையன் வேஷ்டி கட்டிக்கிட்டு அவன் ஆபீசர் –ஒரு

கொட்டு மேளம் ❦ 19 ❦

மேஜர் – அவன் முன்னாலே போய்நின்னானம். 'என்னப்பா, கௌபீனம் கட்டிக்கிட்டு வரதுதானே, மரியாதைகெட்டவனே! ஆபீசருக்கு முன்னாடி வர டிரஸ்ஸாடா இது?'ன்னு கேட்டானாம் அந்த மேஜர். பையன் சுடச்சுட பதில் கொடுத் திருக்கான். 'மேஜர் ஐயா, நம்ம தேசத்துலே கௌபீனங் கட்டிக்கிட்டு அலையறவங்களுக்கு மதிப்பு அதிகம். அந்த மதிப்புக்கூட இந்த வேட்டிக்குக் கொடுக்க மாட்டேங்கறீங் களே!'ன்னு சொல்லியிருக்கான் பையன். 'வாயை மூடுடா பிச்சைக்காரப் பயலே!'ன்னு கத்தினான் ஆபீசர். 'ஒரு ஆபீசர் வாயிலிருந்து வர வார்த்தையா இது?'ன்னு பையன் கேட்டிருக் கான். உடனே அந்த ஆபீசர் எழுந்து பளார் பளார்னு இரண்டு கையாலேயும் மாறி மாறி அந்தப் பையனைக் கன்னத்திலே இழுத்துப்பிட்டான். பையன் அழுதுகொண்டே ஓடி வந்து விட்டான். அதுக்கு என் சிநேகிதன் என்ன சொன்னான் தெரியுமா? 'போடா போக்கத்த கழுதை! அவன் சொன்னானாம், இவன் எதிர்த்துப் பேசினானாம். பணிஞ்சு போகாத நாயில்ல நீ? மேலே இருக்கறவங்க சொன்னா என்னடா குடி முழுகிப் போச்சு? இடைவெட்டுப் பண்ணிவிட்டு இஞ்ச வந்து அழுவிறியே? உனக்கு வேலை பண்ணிவச்சதற்கு நல்ல கைம்மாறுடா. ஏண்டாலே, எதிர்த்துப் பேசினையே, உனக்கு வேலைக்குச் சிபார்சு பண்ணினேனே நான்; என்னைப்பத்தி அவன் என்ன நினைச்சுப்பான்னு யோசிச்சியாடா, பிச்சைக் காரப்பயலே!'ன்னு ஒரு மணி நேரம் குலைச்சுத் தள்ளிப் பிட்டான். அவன் சொன்னதை நான் இப்ப முழுக்கச் சொல்லலே. புழுத்த நாய் குறுக்கே போகாது, அந்த மாதிரி வசவுகள். நான் அப்படியே அதிர்ந்து போயிட்டேன். பையனும் இடிந்து போய் நின்றான். என் நண்பன் எப்படி இவ்வளவு மூர்க்கனானான்? ராணுவத்து வெள்ளைக்காரன் சகவாசமா? அப்புறம் அந்தப் பையன் தனியாக என்னிடம் வந்தான். 'ஸார், உங்க சிநேகிதர்தான் வேலை பண்ணி வச்சாரு. அதை நெனைக்காட்டி நான் சோத்துக்குப் பறக்கணும். இருந்தாலும் என் மனசிலே பஞுவை யாருகிட்ட பாத்யத்தோட சொல்லி இறக்கிக்கறது? இந்த ஊர்லே இவருதானே எனக்கு எல்லாம். இவர்கூட இப்படிப் பேசிப்பிட்டாரு பாத்தீங்களா? நான் சின்னப் பையன்தான். ஆனா எனக்கும் சின்னதா ஒரு நெஞ்சு சின்னதா ஒரு சுய மரியாதை எல்லாம் இருக்கு தால்லியா?' என்று என்னிடம் வந்து வேதனைகளைச் சொல்லித் தீர்த்துக்கொண்டான். மறுநாளைக்கே கால்கடுதாசையும் நீட்டிவிட்டு, நான் வரும் போது என்னோடு ஊருக்குக் கிளம்பி வந்திட்டான். அன்னிக்கி முடிவு கட்டினேன், 'இந்தக் காக்கிச் சட்டை போடக் கூடாது'ன்னு. 'மிலிடரிக்குப் போறதைவிட

தி. ஜானகிராமன்

மிருகத்தனம் கிடையாதுன்னு அன்னக்கி முடிவு கட்டினேன். மிலிடரியிலே இருக்கறவங்க எல்லோரும் மிருகம்னு நான் இப்பச் சொல்ல வரலை. அப்படி நினைக்கவும் இல்லை. என்னைப் பத்தினவரையில் நம்ம சிநேகிதன் அடிச்ச கூத்தும், பையன் சொன்ன சொல்லும் என்னை உலுக்கி விட்டிடிச்சு. அந்தப் பையன் யார் தெரியுமா? நம்ம கம்பவுண்டர் ஜீவரத்தினம்தான்."

"நம்ம கம்பவுண்டரா, ஜீவரத்தினமா?"

"ஆமாம்."

"அவரும் சோடைதான்னு சொல்லுங்க."

"ஏன்!"

"இல்லை. இவ்வளவு துடியாயிருந்தவரா மாரியப்ப பிள்ளையை அறஞ்சு பணத்தை வாங்காம இருக்கார் இன்னமும்?"

"பார்வதி, ஜீவரத்தினத்தை மருந்து கலக்கிற வேலைக்குத் தான் வச்சிருக்குறேன். கணக்கும் நிலுவையும் என் வேலை."

"உங்க அதிருஷ்டத்தை யாராவது சரிப்படுத்திடப் போறாங்களேன்னு பயமாக்கும் உங்களுக்கு!"

"மாரியப்பனை ஒரு கோடியாகத்தானே காட்டினேன். நம்ம அதிருஷ்டம் மாரியப்பனுக்கு அந்தப் புத்தியைக் கொடுத்திருக்கறப்போ, ஜீவரத்தினமா அதை மாற்றிவிட முடியும்? அப்புறந்தான் நான் சறுக்காமல் ஏறியிருக்கக் கூடாதா? நானும் பெரிய டாக்டர் வேலைக்கெல்லாம் எழுதிப் போட்டேன். ஆனா டவுன் அதிருஷ்டம் எனக்கு முந்தியே ரெயில் ஏறிப் போக ஆரம்பிச்சிது. வைகுண்டநாதருக்கு என்னை விட இஷ்டமில்லேன்னு தெரிஞ்சுக்கிட்டேன். இந்த ஊர்தான், இந்த வீடுதான் நமக்குச் சரீன்னு தங்கிப்பிட்டேன். பேப்பரைப் பார்க்கறபோது கொஞ்சம் நப்பாசை தட்டும் அடிக்கடி. ஆனா ஒரு ஆச்சரியம் பாரு. எந்த வேலைக்கும் நம்மை விட ஒண்ணு இரண்டு வயசு குறைச்சலாகவே கேப்பாங்க எல்லாரும். இந்தப் பய எங்கயாவது அப்ளிகேஷன் போட்டுறப் போறானோன்னு பயந்துக்கிட்டே விளம்பரம் கொடுத்தாப் போலத் தோணும். ஆச்சுடாப்பா, நானும் நாளைக் கடத்திப்பிட்டேன். இன்னமே இந்த நப்பாசையே வராது. முப்பத்தஞ்சு, இல்லாட்டி நாற்பது வயசுக்கு மேலே ஒருத்தருமே வாண்டாமாம் இப்ப" என்று இடி இடித்தாற் போலச் சிரித்தார் டாக்டர். அவர் முகம் மலர்ந்துவிட்டது.

கொட்டு மேளம்

"காலம் ஒத்துக்கறதுன்னு சொல்றாங்களே, அதுதான் இது. நீ கூட எட்டாங் கிளாசுக்கு இங்கிலீஷ்ப் பாடம் சொல்லிக் கொடுப்பியே, 'லேட் லத்தீப்னு' அது நான்தான். இப்பத்தான் லேட் லத்தீபானதும் நல்ல காரியம்னு தெரியுது" என்று பார்வதியைப் பார்த்துச் சிரித்தார்.

"தாமதமா இருக்கிறவங்களும் நல்லாத்தான் இருப்பாங்க" என்று சிரித்தாள் பார்வதி. "அது சரி, மாரியப்பனை ஒரு கோடியாய்க் காட்டினேன்னு சொன்னீங்களே. வேற எதாவது வரவேண்டியது இருக்கா?"

"பார்வதி, நீ கேக்கறதைப் பாத்தா எனக்குச் சந்தேகமா யிருக்கே!"

"என்ன?"

"இன்கம் டாக்ஸ்காரன் மாதிரி கணக்குக் கேக்கிறியேங் கறேன். கலியாணம் ஆறதுக்கு முந்தியே இப்படிக் கணக்குக் கேக்கக் கிளம்பிட்டா, அப்புறம் நான் எங்கே போறது? பேசாம, கல்யாணப் பெண்ணா, லக்ஷணமா வெக்கப்பட்டுக் கிட்டு இருப்பியா! அதோ பாரு, அந்தச் செப்பு நோட்டு முழுக்க வராத கடன் எல்லாம் எழுதி வச்சிருக்கேன். பத்துப் பதினஞ்சுன்னு வராத கேசு ஐந்நூறு இருக்கும். சேர்மன் மாரியப்ப பிள்ளைக்கு அடுத்தாப்பலே பாரு, இருக்கா? எவ்வளவு!"

"நாலாயிரம்."

"விச்வலிங்கமையர்தானே?"

"ஆமாம்."

"பத்திரிகை நடத்தப் போறேன்னு நாலாயிரம் கை மாத்துக் கேட்டாரு. கொடுத்திருக்கேன். அதுதான் நல்ல புள்ளி."

"கைமாத்தாவா?"

"கைமாத்துத்தான்."

"பத்திரம் கித்திரம் கிடையாதா?"

"இந்தா, சும்மா இரேன். ரொம்ப அவசரம்னு கேட்டாரு. கொடுத்தேன். ஆறு வருஷமாச்சு. நான் பட்டணம் போற போதெல்லாம் அவரைப் போய்ப் பார்க்க ஒழியறதில்லை. போன வருஷம் போனபோது நேரம் இருந்திச்சு. போனேன். ஆபீஸ்கிட்டப் போரப் போ பணத்துக்கு வந்திருக்கானோன்னு பயந்துக்கப் போறாரேன்னு திரும்பிட்டேன்."

"நீங்க பயப்படலியாக்கும்?"

"கேளேன். இரண்டு மாசம் முந்தி, பேச்சு வாக்கிலே, 'நீங்க ஒரு கார் வாங்கப்படாதா?'ன்னு கேட்டியா? எனக்கும் அது சரீன்னுதான் பட்டுது. போனவாரம் ஜீவரத்தினம் பட்டணம் போயிட்டு வந்தான் பாரு. அப்ப ஒரு வார்த்தை கேளுடாப்பான்னு சொல்லியிருந்தேன். போய்க் கேட்டானாம். 'டாக்டர் பணம் பத்திரமா இருக்குன்னு சொல்லு. என் பிராணன் போறதுக்குள்ள நான் கொடுத்திடப் போறேன்'னு சொன்னாராம் என்று டாக்டர் இடிச் சிரிப்புச் சிரித்துக் கொண்டே, "அவரு தீர்க்காயுசா இருக்கட்டும். காரில்லாம காலா ஒடிஞ்சு போச்சு? எப்படியாவது பத்திரிகை நடந்தாச் சரி" என்று முடித்து மூச்சுவிட்டார். மறுபடியும் சிரித்தார். பார்வதிக்கு அமிருத பானம் செய்கிற மாதிரி இருந்தது அந்தச் சிரிப்பு.

"அந்த நோட்டுத்தான் உனக்கு ஸ்ரீதனம். நீ எடுத்துக்க."

"நீங்க எனக்கு ஸ்ரீதனம் கொடுக்க வாண்டாம். நான் உங்களைத்தான் கல்யாணம் பண்ணிக்கப்போறேன். இந்தச் சேப்பு நோட்டையோ, உங்க அதிருஷ்டத்தையோ கல்யாணம் பண்ணிக்க வரலை."

"அப்படி வா வழிக்கு; அப்ப நிச்சயமா என்னைத்தான் கல்யாணம் பண்ணிக்கப்போறேன்னு முடிவு பண்ணிப் பிட்டியா?"

"ஐயோ, இதென்ன இரைச்சல்! நாலு தெருவுக்குக் கேட்குதே!"

"வாடாய்யா, இப்பல்ல கல்யாணப் பொண்ணா லட்சணமாயிருக்கு. கொஞ்சங்கூட வெக்கப்படாம கல்யாணம் பண்ணிக்கிடலாம்னு பாத்தியா?"

பார்வதி முகம் சிவக்கத் தலை குனிந்து ஸ்டெத்தாஸ்கோப்போடு விளையாடிக் கொண்டிருந்தாள்.

"என்னமோ பிரசங்கம் பண்ணிப்பிட்டேன்னு நெனச்சுக் காதே. ஏதுக்குச் சொல்ல வந்தேன்னா, முன்னுக்கு வரதுங் கறது சில ஆட்களுக்குத்தான் முடியும். மாரியப்பன் மாதிரி தானே கொட்டு மேளம் கொட்டிக்கணும். இல்லாட்டி இன்னொருத்தரை விட்டு, 'இவரு இந்திரன் சந்திரன்'னு கொட்டச் சொல்லணும். மாரியப்பன் மாதிரி நம்மாலெ செஞ்சுக்க முடியாது. எங்கண்ணாரும் எனக்காகக் கொட்ட மாட்டேன்னிட்டாரு. நான் சொல்றது சரிங்கறதுக்குச் சாட்சி பாரு. கோயில்லெ கொட்டு மேளம் கொட்டுது. அர்த்த

ஜாமக் கொட்டு மேளம். நம்மை படச்ச பெருமாளுக்கே கொட்டு மேளம் கொட்ட வேண்டியிருக்கு. இல்லாட்டி அவரு காலமே எளுந்திரிக்கறதும் தூங்கப் போறதும் யாருக்குத் தெரியும்? நாம் பாட்டுக்குத் தூங்கிக்கிட்டே கிடப்போம். கொட்டு மேளம் கொட்டினாத்தான் ஜயிக்கலாம். ஜயிச்சாலும் கொட்டு மேளம் கொட்டலாம்."

"அப்பன்னா நீங்க தோல்வியடைஞ்சவரா!"

"நான் இப்ப அந்த மாதிரியா பேசறேன்? கொட்டு மேளம் ஆண்டவனுக்குத்தான் வேணும்; எனக்கு வேண்டிய தில்லே. நான் அவரைவிட உசத்தி, தெரியுமா?"

டாக்டர் அகந்தையே உருக்கொண்டு ஓங்கி நின்றார். உலகத்தின் சிறுமையெல்லாம் அவர் காலடியில் கிடந்தது. பார்வதி அவரையே பார்த்துக்கொண்டு விசுவரூபம் எடுத்து நின்ற அவருடைய வெற்றியைப் பார்த்துக்கொண்டு நின்றாள். அர்த்தஜாமக் கொட்டு மேளம் திடீரென்று ஓய்ந்தபோதுதான் அவள் விழித்துக்கொண்டு, "டாக்டர், நான் உங்களுக்குத் தகுதியானவள்தானா?" என்று தழதழுத்தாள்.

"சீ சீ பைத்தியம்! இந்தப் பொம்மனாட்டித்தனந்தானே வாணாம்னு சொல்றேன்!" என்று டாக்டர் அவள் முகத்தைத் தட்டிக்கொடுத்தார்.

டாக்டருக்கு அன்று இரவு தூக்கம் பிடிக்கவில்லை. உடலிலும் அயர்வு இல்லை. எழுச்சிகொண்டு, மொட்டை மாடிக்குப் போய் அங்குமிங்கும் அலைந்துகொண்டிருந்தார். வராத கடன், சருக்கல்கள், கிட்டாத வாழ்வு — எல்லாத் தோல்வி களும் திரண்டு வந்து வெற்றியாகவே காட்சியளித்தன. அண்ணியிடம் போய், 'அண்ணி, நான் பைத்தியக்காரன். குழந்தை மாதிரி உளறிவிட்டேன்' என்று மன்னிப்புக் கேட்க வேண்டும் போல் இருந்தது. விசுவலிங்கம் ஐயரிடம் போய், 'உங்களுக்கு எவ்வளவு பணம் வேண்டுமானாலும் தருகிறேன். கவலைப்படாதீங்க' என்று சொல்ல வேண்டும் போல் தோன்றிற்று. நிறைவும் திருப்தியும் நசூத்திரங்களைப் போல் அவருடைய நெஞ்சு வெளியை நிறைத்துக்கொண்டிருந்தன. அவர் நெஞ்சு பொங்கி வழிந்தது. 'எடுத்த காரியம் யாவினும் வெற்றி; விடுத்த வாய்மொழி கெங்கணும் வெற்றி' என்று பிலகரி ராகத்தில் வீர ரசத்துடன் பாடிக்கொண்டிருந்தார்.

அவர் ராகத்திற்குக் கீழ்ப்படிந்து பொழுதும் புலர்ந்து விட்டது. சற்று முன் கறுத்து மங்கி நின்ற கருமேகத் துண்டுகள்,

அவருடைய தோல்வி வெற்றியானது போல, கதிரொளி பட்டுத் தகதகவென்று தங்கமாகக் கனிந்தன.

○

கல்யாணப் பதிவு ஆபீசை விட்டு வெளியே வரும்போது டாக்டருக்குக் கொஞ்சம் மனசு சிரமமாகத்தான் இருந்தது. கனிந்த குரலில் சொன்னார்: "பார்வதி, ஆயுளிலேயே கல்யாணம் முக்கியமான கட்டம். அதுக்குக் கூடக் கொட்டு மேளம் இல்லாம போயிடிச்சுப் பாத்தியா?"

பார்வதி – அவர் முகத்தைப் பார்த்தாள்.

"அந்தக் கல்யாணத்தைக் கூடக் கொட்டு மேளம் இல்லாமல் நடத்திவிட்டோம் என்று நான் அகம்பாவப்பட்டுக்கிட்டிருக்கேன்! நீங்க அங்கலாய்க்கிறீங்க."

"சபாஷ்!" என்றார் டாக்டர்.

"என்ன சபாஷ்? தோத்துப்போன பேச்சுப் பேசி விட்டுச் சபாஷாம்?"

"நானா தோத்துப் போயிட்டேன். பார்வதி இதைப் பாரு, மாரியப்பனுக்குச் சேர்மனாயிடிச்சாம். இன்னிக்கி அதுக்காக மறுபடியும் ஊர்வலம் விடப்போறாங்களாம். என்ன செய்யறேன் பாரு!"

"என்ன செய்யப் போறீங்களாம்?"

"பாரேன்."

இரவு சேர்மன் மாரியப்பபிள்ளை ஊர்வலம் போன போது, 'தர்ம வைத்தியசாலை' என்று டாக்டர் வீட்டு வாசலில் வெளிச்சப்பலகை தொங்குவதைப் பார்த்துப் பிள்ளைவாள் யோசனையில் ஆழ்ந்துவிட்டார்.

மொட்டை மாடியில் டாக்டரும் பார்வதியும் அந்த முகத்தைப் பார்த்துக்கொண்டுதான் இருந்தார்கள்.

"மாரியப்பன் யோசிக்கிறான் பாத்தியா?"

"டாக்டரையா பிழைக்கத் தெரியாதவர்னு யோசிக்கிறாரு" என்று பார்வதி சிரித்தாள்.

சண்பகப் பூ

குடியிருக்கிற கிழவர் தந்தியை வாசித்துச் சொல்லி விட்டு வெலவெலவென்று துவண்டு உட்கார்ந்துவிட்டார். கோசலையம்மாள், விழுந்த இடியை விழவேண்டிய இடத்தில் தள்ளுவதற்காகக் கிணற்றங்கரைப் பக்கம் ஓடினாள். அங்கே அந்தப் பெண் குளித்துக்கொண்டிருந்தது. நெருப்புக்கு வடிவு கொடுத்தாற்போல் இருந்த உடலின் தக தகப்பின் மீது ஒட்டியும் ஒட்டாமலும் செம்பி னின்றும் ஒழுகிய நீர் வழிந்து ஓடிற்று. பந்தாகச் சுருட்டிப் பின்னந்தலையில் செருகப்பட்டிருந்த பின்னலின் வெல்வெட்டுச் சிவப்பு ரிப்பன் எழுந்து வளைந்து தொங்கிற்று.

"குஞ்சலமே, மஞ்சளை அப்பிக்கிண்டு முழுகறையே, மகமாயி மாதிரி! கரியைப் பூசிப் பிட்டுப் போய்விட்டானேடி பாவி! முடிச்சை முழுங்கிப்பிட்டுப் போயிட்டானேடி பாவி, பாவி!"

பெற்ற வயிற்றிலிருந்து பீறின அலறல் தொண்டைக் கட்டியை அறுத்து எழுந்தது.

"அம்மா, அம்மா!"

கூடத்திலிருந்து இதைப் பார்த்துக்கொண் டிருந்த கிழவர், "ரத்தப்பூவடி அது, ரத்தப் பூ. சண்பகப் பூ மூந்தால் மூக்கில் ரத்தம் கொட்டும். அதான் மண்ணாய்ப் போயிட்டான்" என்று மனைவியைப் பார்த்துச் சொன்னார். இந்த வார்த்தையைச் சொன்ன பிறகுதான், பிரமிப்பில் ஏறி நின்ற சோகத்தின் அதிர்ச்சி கண்ணீராகக்

தி. ஜானகிராமன்

கரைந்தது. விசிக்க ஆரம்பித்து, வாயை மூட முடியாமல், விட்டுக் கதறினார்.

ஈரம் சொட்டச் சொட்ட, பெண்ணைக் கூடத்திற்கு அழைத்து வந்தார்கள். அடுத்த வீடுகள் அமங்கலியும் சுமங்கலியுமாகத் திரண்டுவிட்டன. பெண்ணை நடுவில் போட்டுச் சுற்றி உட்கார்ந்துவிட்டார்கள்.

கிழவர் தலை தூக்கிப் பார்த்தார். பெண்ணின் பின்னல் அவிழ்ந்து அலங்கோலமாகக் கண்ணையும் மூக்கையும் மறைத்து விழுந்திருந்தது. அதிர்ந்தவர்களும் அநுபவஸ்தர்களும் கலந்து எழுப்பிய குரல்களுக்கும் ஆலிங்கனங்களுக்கும் நடுவில் பெண்ணின் குரலும் முகமும் புதைந்து போயிருந்தன.

சம்பகப் பூவோடி, நீ
கம்முனு, மணத்தை யோடி,
மூந்து பாக்கிறேன்னு மூக்கிலே வச்சு
மண்ணில் புதைந்தானே, உன்னை
மண்ணில் புதைச்சானே...

என்று கிழவரின் மனைவி, அதிர்ச்சி நிலையைக் கடந்து சம்பிரதாயத்துடன் அழுதாள்.

கிழவர் மெதுவாக வாசல் திண்ணைக்குப் போய்ச் சாய்ந்து விட்டார்.

அரை மணிக்கு முன்னால்தானே அது பதினைந்தாம் புலி ஆடிக்கொண்டிருந்தது! "தாத்தாவை (புலியை)க் கட்டி விட்டேன்! கட்டிவிட்டேன்!" என்று கிடந்து கூத்தாடிற்றே! அரை மணி கூட ஆகவில்லையே! அதற்குள் இந்த விபரீதமா!

பதினெட்டு வயசு முடியவில்லை. குங்குமக் கிழவிகள் கட்டிப் புலம்பல் ஆகிவிட்டதே! பச்சைப் பெண்.

பெண்ணா அது! மண்ணில் பிறந்த பெண்ணும் ஆணும் முயங்கி வடித்த மனுஷ்யப் படைப்பா அது?

கிழவர் வெகு நாளாக இந்தக் கேள்விகளைக் கேட்டுக் கொண்டது உண்டு. பதில் என்ன சொல்லிக்கொண்டோம் என்று அவர் நினைத்துப் பார்த்தார். குழப்பந்தான் மிஞ்சிற்று.

இந்த இனிமைப் புதையலை எடுத்த தாயும் தந்தையும் விண்ணவள் மேனகையும் மன்னவன் விசுவாமித்திரனுமா? அதெல்லாம் ஒன்றும் இல்லை. கோசலையம்மாள் எல்லாக் குடும்பத்திலும் காண்கிற நடுத்தர ஸ்திரீதான். பங்கரையாக இருக்கமாட்டாள்; சப்பை மூக்கில்லை; சோழி முழியில்லை;

கொட்டு மேளம்

நவக்கிரகப் பல்லில்லை; புஸ்புஸ்வென்று ஜாடி இடுப்பில்லை; தட்டு மூஞ்சி இல்லை; எண்ணெய் வழியும் மூஞ்சியில்லை; அவ்வளவுதான். அவலட்சணம் கிடையாது. அழகு என்று சொல்லும்படியாக ஒன்றும் இல்லை. மாநிறம்.

அவள் புருஷன் ராமையா இருந்தாரே, அவரும் அப்படித் தான். குட்டையில்லை; கரளையில்லை; இரட்டை மண்டையோ, பேரிக்காய் மண்டையோ இல்லை; கோட்டுக்கண்ணோ, ரத்த முழியோ இல்லை; இவ்வளவெல்லாம் எதற்கு? ஓகோ என்று மாய்ந்து போகும்படியான அழகன் இல்லை. சற்று நின்று பார்க்கத் தேவையில்லாத எத்தனையோ ஆண்களில் ஒருவர்.

அவர்களுக்குத்தான் இந்தப் பெண் பிறந்திருந்தது – தேங்காய்க்கும் பூவன் பழத்திற்கும் நடுவில் நிற்கிற குத்து விளக்கைப் போல. படைப்பின் எட்டாத மர்மத்தைக் கண்டு வியந்துகொள்ளும் கிழம். காவியத்தில் அழகுக்குப் பஞ்சம் இல்லை. ரம்பையும் அபரஞ்சியும் மலிந்து கிடக்கிற அந்தக் கும்பலில் சாமானியர்களே தென்படுவதில்லை. சாமுத்ரிகைச் சின்னங்களை அறுபத்து நாலாக்கூட விரிக்க முற்பட்டு விட்டார்கள் போல் இருக்கிறது, காவ்ய நாயகிகள். ஆனால் மன்னார்குடி ஒற்றைத் தெருவில், ஒரு தாழ்ந்த வீட்டில், சாமான்யக் கோசலைக்கும் சாமான்ய ராமையாவுக்கும் ஒரு புதையல்! – கிழவர் ஆச்சரியப்பட்டதில் வியப்பில்லை.

தெம்புள்ள வீடுகளில் ஊட்டம் உண்டு. நடுத்தரங்கூட ஊட்டத்தில் பொலிவும் மெருகும் பெற்று எடுப்பாக நிற்கிறது. இங்கே அதுவும் இல்லை. ராமையா பள்ளிக்கூட வாத்தியார். அரைப்பட்டினி ஆரம்ப வாத்தியாராயில்லாமல், எல்.டி. வாத்தியாராயிருந்தாலும் பத்தாம் தேதிக்குப் பிறகு கடன் இல்லாமல் வாழ்ந்ததில்லை. செத்தும் போய்விட்டார். வைத்து விட்டுப் போனது குழம்பு, ரசத்திற்குக் காணும். இருந்தும், பெண், 'ஜார்ட்சு வீட்டுப் பெண் மாதிரி இருக்கிறதே!' என்று கிழவரின் மனைவி திகைப்பாள்.

கிழவருக்கு வேலை ஒன்றும் இல்லை. பிள்ளைகள் சம்பாதித்துப் பணம் அனுப்புகிறார்கள். இங்கிலீஷ் நாவல், ராமாயணம், கீதை, குறள், வடுவூர் என்று அறிவை அவியல் உருவில் சேர்த்துக்கொண்டும், வெற்றிலையும் பொடியும் போட்டுக்கொண்டும், வேடிக்கைப் பேச்சிலும் எண்ணங்களிலும் காலம் கழிகிறது. கூட, புதையலைக் கண்டு வியப்பது அவருக்கு முக்கியமான வேலை. பலனை நோக்கிச் செய்யாத நித்தியக் கடமை போல அவருக்கு ஆச்சரியப்படுவது தினசரிக் கடமை. மனத்திற்கு வேலை வேண்டுமே.

தி. ஜானகிராமன்

மலர்ந்து இரண்டு நாளான கொன்னைப் பூவைப்போல வெண்மையும் மஞ்சளும் ஒன்றித் தகதகத்ததையும் நீரில் மிதந்த கரு விழியையும் வயசான துணிச்சலுடன், கண்ணாரப் பார்த்துப் பூரித்துக்கொண்டிருந்தார். 'அது என்ன பெண்ணா? முகம் நிறையக் கண்; கண் நிறைய விழி; விழி நிறைய மர்மங்கள்; உடல் நிறைய இளமை; இளமை நிறையக் கூச்சம்; கூச்சம் நிறைய நெளிவு; நெளிவு நிறைய இளமுறுவல், இது பெண்ணா? மனிதனாகப் பிறந்த ஒருவன் தன்னது என்று அநுபவிக்கப்போகிற பொருளா?

கிழவருக்கு இந்த எண்ணந்தான் சகிக்க முடியவில்லை. லக்ஷ ரூபாய் லாட்டரி விழுந்த செய்தி கேட்டானாம் தோட்டி. ஹா! என்று மாரடைத்துக் கீழே விழுந்து செத்தானாம். இந்த முழுமையைத் தனது என்று சொல்லிக்கொள்ளக் கொடுத்து வைத்தவன் இருக்கிறானா? அப்படித்தான் புருஷன் என்று சொல்லிக்கொண்டு வருகிறவனுக்கு இதைத் தொட்டு ஆள மனசு வருமா? தொட்டுவிட்டால்...?

கல்யாணம் செய்யத்தான் போகிறார்கள். ரோஜாப் பூவை அரைத்துக் குல்கந்து தின்கிற நாசகார உலகத்தில் ஒருவன் இவளை வந்து தொட்டு ஆண்டு, தாயாக்கி, பாட்டி யாக்கி எல்லோரையும்போல மனுஷியாக்கத்தான் போகிறான். தேயா இளமையும் தெவிட்டாக் கேளியும் கந்தர்வ லோகத்தில் தான்.

கிழவருக்கு வருத்தந்தான் – அந்தப் பெண், உலகம் தவறிப் பிறந்துவிட்டதே என்று.

கடைசியில் அதற்கும் கல்யாணம் ஆகத்தான் ஆயிற்று. பெண் பார்க்க வந்தான் பையல். கூடத் தாயும் தகப்பனும் தமையனும் வந்தார்கள். 'தேவலை' என்று தாயாரிடம் அடக்கமாகச் சொல்லி முகத்தில் நிரம்பி வழிந்த ஆவலைத் தேக்கிக்கொண்டான் பையன். 'ஒரு பிடி குட்டையாக இருக்கலாம்; பரவாயில்லை' என்று வழக்கத்தையும் மீறாமல் நொட்டைச்சொல் சொல்லி சம்பந்தியம்மாள் தன்மையைக் காட்டிக்கொண்டாள் தாயார். தகப்பனார், தாயார் பேச்சை ரசிக்காமல், அதற்காகக் கோபித்தும் கொள்ளாமல் முகூர்த்தத் திற்கு நாள் பார்க்கச் சொன்னார். தமையன் – கல்யாண மானவன் – தம்பியைக் கண்டு பொறாமைப்படாதவாறு மனசைக் கடிந்துகொண்டான். 'இரட்டை நாடியாயிருந்த பெண்டாட்டி, கெட்டிக்காரி; இங்கிதம் தெரிந்தவள்' என்ற ஆறுதலில் குறையை அமுக்கிச் சந்தோஷத்தைக் காட்டிக் கொண்டான்.

கிழவர் ஓடுகிற பாம்புக்குக் கால் எண்ணுகிறவர். இந்த விசித்திரங்களைப் பார்த்து மகிழ்ந்தார். அதுதானே அவருக்கு வேலை.

பாக்கு, வெற்றிலை மாற்றிக்கொண்டார்கள். பந்தற்கால் முகூர்த்தம் செய்தார்கள். காவிப்பட்டை அடித்தார்கள். மேளம் கொட்டித் தாலி கட்டியாகிவிட்டது.

பையன் சுமார்தான்! ஒல்லி. ஒடிந்துவிழும் உடல்; கூனல், சராசரிக்குக் குறைந்த புஷ்டி. நீள வகை. கால், கை, மூஞ்சி, விரல், மூக்கு எல்லாம் நீளம். சதைப்பற்று இல்லாதது, நீளத்தை இன்னும் நீட்டிக் காட்டிற்று. பாங்கியில் குமஸ்தா வேலையாம் அவனுக்கு. பொருத்தம் சுமார்தான். எப்படி இருந்தால் என்ன? அதிருஷ்டக்காரன்! கிழம் வயிற்றெரிச்சல் பட்டது. 'தன்னது என்று சொல்லிக்கொள்ளக் கொடுத்துவைத்தவன் இருக்கிறானா? இருக்கிறானே! கையைப் பிடித்துத் தனதாக்கிக்கொண்டு விட்டானே!'

பெண் புக்ககம் கிளம்பிற்று. கிழவரின் திருட்டுத்தனத்திற்கும் சாமர்த்தியத்திற்கும் ஈடு கொடுத்துக்கொண்டு பதினைந்தாம் புலியும் சதுரங்கமும் ஆட இனி ஆள் கிடையாது. கிழவருக்கு வலது கை ஒடிந்துவிட்டது.

'இதைப்பாரு, அவருக்கும் பதினைந்தாம்புலி கற்றுக் கொடுக்கிறேன்னு சொல்லு. உங்கிட்டக் கத்துக்கச் சங்கோசப் பட்டார்னா எனக்கு ஒரு கார்டு எழுது. நான் வந்து நாலு நாள் இருந்து சொல்லித்தரேன். காசு, பணம் வேண்டாம்மா. உன் கையாலே அந்த நாலு நாளைக்கு ரவா சொஜ்ஜியும் வாழைக்காய்ப் பஜ்ஜியும் உருண்டைக் கொட்டைக் காபியும் போட்டுக்கொடு, போதும்' என்று தெரிவித்துக்கொண்டார் கிழவர்.

'இப்பவே வாங்கோ தாத்தா' என்று தழதழப்புடன் வேடிக்கை பண்ணிவிட்டு வண்டியில் ஏறிக்கொண்டது பெண்.

கிழவர் இந்த வாழ்க்கை ரெயில் சிநேகத்தை நினைத்து வேதனைப்பட்டுக்கொண்டே கலகலப்பை நாடிக் கடைத்தெருப் பந்தலடியைப் பார்க்க நடந்தார்.

இதெல்லாம் நடந்து ஒரு வருஷந்தான் ஆகியிருக்கும். நடுவில் இரண்டுமுறை பெண் வந்துவிட்டுப் போயிற்று. அது வந்தபோதெல்லாம் தவிட்டுப் பீப்பாயில் கிடந்த பதினைந்தாம் புலிப்பலகையை எடுத்து ஈரத்துணியால் துடைத்து சாக்கட்டிக்கோடு கிழித்துத் தயார் செய்துவிடுவார்

தி. ஜானகிராமன்

கிழவர். காலைக் காபியைச் சாப்பிட்டுவிட்டு இரண்டு பேரும் ஆடு உட்காருவார்கள். நாலு ஆட்டமாவது புலியைக் கட்டினால் தான் அவளுக்கு எழுந்திருக்கக் கால் வரும். பத்து மணிக்குப் பின்னலைத் தூக்கிச் சுருட்டிப் பின்னந்தலையில் செருகிக் கொண்டு சோப்புப் பெட்டியும் துண்டுமாகக் கிணற்றடிக்குப் போவாள். சாப்பாடு ஆனதும் ஒரு பத்து ஆட்டம். இரண்டு பேரையும் கிளப்ப, எங்காவது பட்டணம் கொள்ளை போனால் தான் உண்டு. இது பத்துப் பதினைந்து நாளைக்கு. சிரிப்பும் கூத்துமாக நாடகம் ஆடிவிட்டுக் கடைசியில் கிழவரைப் பறக்கவிட்டுவிட்டுச் சென்றுவிடுவாள் அவள். பந்தலடியில் நாலு நாள் வாசம் செய்யும் கிழம்.

இப்போது மூன்றாம் தடவையாகப் புக்ககம் வந்திருக்கிறது பெண். வந்து நாலு நாள் ஆயிற்று.

அரை மணிக்கு முன்னால் அவரோடு 'கர்வம்' கட்டிக் கொண்டு பதினைந்தாம் புலி ஆடிக்கொண்டிருந்தது. ஆட்டம் முடிந்து அது குளிக்கப் போனதும் அவர் சாப்பிட்டுக் கையலம்பி விட்டு, வெற்றிலையைப் போட்டுக்கொண்டு, 'அப்பாடா' என்று துண்டை விரித்தார். இரண்டு நிமிஷம் ஆகியிராது. வந்துவிட்டான் சிகப்புச் சைக்கிள்காரன். தலையில் ஓங்கி அடித்துவிட்டுப் போய்விட்டான்.

அடுத்த வண்டியில் ஏறிப் பட்டணத்திற்குப் போனார்கள், தாயும் பெண்ணும் சவத்தைப் பார்க்க. யாரோ அடுத்த தெருவில் இருந்து சொந்தக்காரர் அழைத்துப்போனார்.

கிழம் அழுதது. "இது ஏன் பிறந்தது? இவ்வளவு அழகாக ஏன் பிறந்தது? எதற்காக இத்தனை அழகு? நாசமாய்ப்போகவா? கல்யாணம் ஏன் செய்துகொண்டது? சந்தியில் நிற்கவா? 'புருஷனை முழுங்கிவிட்டது' என்று தோசிப் பட்டம் கட்டிக் கொள்ளவா?" என்று கேள்விக்கு மேல் கேள்வியாகக் கேட்டுக் கொண்டது.

'எனக்கு அப்பொழுதே தெரியும். சண்பகப் பூவை மூந்து பார்த்தால் மூக்கில் ரத்தம் கொட்டும். வாசனையா அது? நெடி. அதை யார் தாங்க முடியும்? சாதாரணமாயிருந்தால் சரி. மோகினியைக் கட்டிக்கொண்டால் கபால மோக்ஷந்தான். தொலைந்தான்' என்று பதிலும் சொல்லிக்கொண்டது.

மனைவியைக் கூப்பிட்டுச் சொல்லிற்று. "என்னடி, மனுஷ்யப் பிறவியாய் இருந்தால் மனுஷனுக்கு மாலை போட்டுச் சந்தோசமா வாழலாம். இதுதான் அக்னி மாதிரி இருக்கே, தகதகன்னு. இப்படி ஒண்ணைச் சிருஷ்டிச்சிப்பிட்டு,

கொட்டு மேளம்

மனுஷக் காக்காய் கொத்திண்டு போறதைப் பார்த்துண்டு பேசாமல் இருக்குமா தெய்வம்?"

"பின்னே பிறந்து தொலைப்பானேன்?"

"நம்மையெல்லாம் அசடா அடிக்க வாண்டாமா? தெய்வத்துக்கு அதைவிட வேலை கிழக்கிறதோ?"

"என்னமோ, மலையிலிருந்து உருட்டறாப்போல உருட்டிப் பிட்டு நிக்கிறது அகமுடையானை. துடைகாலி" என்று கிழவி சொன்னாள்.

"நான் சொல்றது தாண்டி தத்துவம்."

"அப்படியே இருக்கட்டும்" என்று அலுத்துக்கொண்டாள் கிழவி.

○

மறு நாளைக்கு மறுநாள் பெண்ணும் தாயும் திரும்பி வந்தார்கள். பையனுக்கு ஒரு நாள் ஜூரம் அடித்ததாம். பிரக்ஞை இழந்து கிடந்தானாம். மறுநாள் காலையில் முடிந்து விட்டதாம். பெண்ணை வாத்தியாரம்மா வேலைக்கு வாசிக்க வைக்கலாமா என்று கோசலையம்மாள் யோசித்துக்கொண் டிருந்தாள். மாப்பிள்ளையின் தமையன் ஏற்பாடு செய்வதாகச் சொல்லியிருக்கிறானாம்.

○

ஏழாம் நாள் காலையில் பத்து மணி இருக்கும். கிழவர் எங்கேயோ வெளியில் போய்விட்டுக் கால் அலம்புவதற்காகக் கிணற்றங்கரைக்குப் போனார்.

அந்தப் பெண் தலையை இழையச் சீவிப் பிடியில் அடங்காப் பின்னலைப் பின்னந்தலையில் எடுத்துச் செருகிச் சிவப்பு வெல்வெட்டு ரிப்பன் வளைந்து தொங்க, மூஞ்சியில் சந்தன சோப்பைத் தேய்த்துக் குளித்துக்கொண்டிருந்தது. கல் மோதிரம் பூரித்த இடதுகை ஆள்காட்டியும் கட்டை விரலும் கண்கரிச்சலை வழித்துக்கொண்டிருந்தன.

கிழவருக்குத் 'திக்'கென்றது. தலை நிமிராமல் காலை அலம்பிவிட்டு உள்ளே வந்தார். நெஞ்சு அடித்துக்கொண்டது.

சாப்பாடு கொள்ளவில்லை. சாத்தைப் பிசைந்துகொண்டு கிழவியிடம் சொன்னார் மெதுவாக: "துக்கம் பாராட்டக்கூட வயதாகவில்லை. குறைப்பட்டுப் போயிடுத்துப் பாரு" என்று.

"என்ன செய்யறது? தலையெழுத்து."

"கொல்லையிலே பார்த்தியோ, இல்லியோ?"

"என்ன"

"என்னவா?"

"என்ன? சொல்லட்டுமே."

"தெரிஞ்சுண்டு பதில் சொல்றயாக்கும்னு நெனச்சேன். போய் எட்டிப் பார்த்துட்டு வா."

கிழவி எட்டிப் பார்த்துவிட்டு வந்தாள்.

"என்ன வாரல், என்ன சீவல்! என்ன சோப்பு. நலங்குக்குப் போகப் போறாப்போல்னா நடக்கிறது?" என்று மலைத்துப் போய் முகவாயில் கை வைத்துக்கொண்டாள்.

"விவரம் தெரியாத வயசுடி. தெய்வம் இருக்கே, அந்த முட்டாளென்னா சொல்லணும். துக்கத்தை நெனைக்கக்கூடத் தெரியாத நெஞ்சிலேருந்து தாலியை இழுத்துப் பிடுங்கிடுத்தே, அதைச் சொல்லு."

"ரொம்ப அதிசயமாயிருக்கு, பேசறது. ஒரே அப்பாவி யான்னா அடிச்சாறது. விவரம் தெரியாத வயசாம்; இப்பப் போன கார்த்திகைக்குப் பத்தொன்பது முடிஞ்சிடுத்து. நான் சுந்தரத்தையும் கமலியையும் பெத்தெடுத்த வயசு! விவரம் தெரியாத வயசாம்!"

கிழவியின் முதல் இரண்டு குழந்தைகள் சுந்தரமும் கமலியும். கமலியைப் பிரசவிக்கும்போது பத்தொன்பதுகூட ஆகவில்லை என்று கிழவி புள்ளிவிவரம் கொடுத்தாள்.

"தெரிஞ்சுண்டே செய்யறதூன்னு நினைக்கிறாயா?"

"அது என்னமோ? ஒரே அப்பாவியாக ஆக்கறது எனக்கு வேண்டியிருக்கலெ. உலகம் தலைகீழே நிற்கிறது இப்பெல்லாம்."

'சீ, இந்தப் பீடையோடு பேச வந்தோமே: நல்லது என்னைக்கி இது வாயிலே வந்தது' என்று மனசிற்குள் சொல்லிக் கொண்டு மேலே பேசாமல் மோர் வரையில் சாப்பிட்டு எழுந்தார் கிழவர்.

குளித்துவிட்டுப் பனாரஸ் பச்சைப் பட்டுப் புடைவை கட்டிக்கொண்டு, ஒன்றுமே நடக்காததுபோல் பேசிச் செய்து கொண்டிருந்தது பெண். வாசனைத் தேங்காயெண்ணெய் தடவி இழைய வாரின தலை. சந்தன சோப்புத் தேய்த்த உடல். குங்குமம் இல்லாவிட்டால் என்ன? சுமங்கலிக்கே குங்குமப் பொட்டுக் கர்னாடகம் ஆகிவிட்டதே. வெண்தாழை

மாதிரி பளிச்சென்று கூடத்திற்கும் சமையல் உள்ளுக்கும் நடந்து காரியம் செய்துகொண்டிருந்தது அது. காரியம் ஓய்ந்தபோது ஓட்டையும் சூன்யத்தையும் வெறித்துப் பார்த்து உட்கார்ந்திருக்கவில்லை. புஸ்தகத்தை எடுத்து எழுத்தில் லயித்திருந்தது. கிழவர் பார்த்தார். கிழவியை, 'பீடை பீடை' என்று மனத்திற்குள் வைதார்.

எட்டாம் நாள் போயிற்று. ஒன்பதாம் நாள் போயிற்று. கூந்தல் சீவிப் பளபளத்தது. நுரையில் முழுகி முகம் ஒளிர்ந்தது.

பத்தாம் நாள் பின்னலை அவிழ்த்துக் கூந்தல் ஆக்கி, அடித்துக்கொண்டு அழுதுவிட்டுப் போனார்கள். அன்று சாயங்காலமே பின்னல் கருநாகம் போல நீண்டு தொங்கி ஆடிற்று. அழுக்கைச் சோப்பு நுரை கழுவிவிட்டது.

'இந்தக் குழந்தையை இப்படி அடித்துவிட்டதே விதி' என்று கிழத்தின் கண் அழுதது.

கிழவிக்குக் கிழத்தின் பார்வையும் பரிவும் வயிற்றெரிச்சலைக் கிளப்பிவிட்டன.

O

நாள் ஓடிற்று. பதினைந்தாம்புலிப் புலியும் ஆடுகளும் அழியாத பகையை மீண்டும் துவங்கிவிட்டன.

நாலாந்தேதி. அவன் செத்துப்போன தேதி. ஒரு மாதம் முடிந்திருந்தது. அன்று மாப்பிள்ளையின் தமையன், கோசலை அம்மாளுக்குக் கடிதம் எழுதியிருந்தான். பள்ளிக்கூடத்தில் சேர்க்க ஏற்பாடு ஆய்விட்டதாம். எட்டாந்தேதி வந்து அழைத்துப் போவதாக எழுதியிருந்தான்.

"சமுத்திரத்தில் பாய்கிற நதி பயிருக்குப் பாயட்டுமே" என்று சின்னஞ்சிறு முகங்கள் நிறைந்த பள்ளிக்கூடத்து அறையைக் கிழவர் மனக்கண்முன் கண்டார்.

முதல் இரவே பயணத்துக்கு ஏற்பாடெல்லாம் ஆய்விட்டது. காலையில் மாப்பிள்ளையின் தமையன் வந்தான்.

"ஐயா, நான் நினைக்கவே இல்லை இப்படி வரும்னு" என்று கிழம் மேலே பேச முடியாமல் கதறிற்று.

சாப்பாடானதும் அவனிடம் சொல்லிற்று: "வீட்டில் சாணி அள்ளிண்டு உட்காரணுமா? உங்க யோஜனை சஞ்சீவி மாதிரி இருக்கிறது எனக்கு. குழந்தைக்கு நல்ல வழியா வகுத்து விடுங்கோ, சந்தோஷமாயிருக்கட்டும்."

தி. ஜானகிராமன்

"அது என் கடமை தாத்தா" என்றான் அவன்.

பொழுது சாய்ந்ததும், ஒற்றை மாட்டு வண்டி வாசலில் வந்து நின்றது.

"கம்சலே, சந்தோஷமாயிருக்கட்டும்டி பொண்ணு" என்று விடைகொடுத்தாள் கிழவரின் மனைவி.

பெண் வண்டியில் ஏறிற்று. முன்னால் இருந்த மூட்டையை நகர்த்தி ஏற இடம் பண்ணினான் அவன்.

நாணம் புன்னகை பூக்க, பெண் வண்டியில் ஏறிற்று. தாயார் ஏறினாள். அவனும் ஏறி ஓரத்தில் ஒட்டி உட்கார்ந்து கொண்டான்.

"போய்ட்டு வரேன் தாத்தா."

"ஆஹா."

வண்டி மறைந்தது, கிழவர் திண்ணையில் உட்கார்ந்து கொண்டார். கிழவி ஆளோடியில் நின்று சொன்னாள்.

"ரத்தப்பூவாம், எல்லா மூக்கும் ரத்தம் கொட்டாது, சண்பகப்பூவை மூந்து பார்த்தா! என்ன சிரிப்பு, என்ன நெளிசல்; அவள் அகமுடையான் உயிரோடுதான் இருக்கான். அதான் நெளியறது. குழந்தையைப் பார்க்கலே!"

"ஏ தோசி, உள்ளே போறயா இல்லையா?" என்று கிழவர் கபோதிக் கோபத்தில் அதட்டினார்.

கிழவியின் குறி தப்பாது என்பது அவர் அநுபவம்.

ரசிகரும் ரசிகையும்

"திருவையாத்லே ஆராதனை என்னிக்கி?"

"நாலாம் நாள்."

"நீங்க போகப் போறேளா?"

"நீங்க போகப் போறேளான்னா? மார்க்கண்டம் இல்லாமல், பதினஞ்சு வருஷமாத் திருவையாற்று உற்சவம் நடக்கலியே!"

"எப்பப் போகப் போறேள்?"

"இன்னிக்கி ராத்திரி."

"சொல்லவே இல்லியே."

"உங்கிட்டச் சொல்லணுமா, பருப்பில்லாமல் கல்யாணம் நடக்காதுன்னு?"

"ஆராதனையன்னிக்கிக் காலமே அங்கே போய்ச் சேர்றாப் போல் போனாப் போறாதா?"

"ஏன்?"

"என் உடம்பு இப்படி இருக்கேன்னுதான் சொல்றேன்."

"உடம்புக்கென்ன பிரமாதம்? டாக்டரைக் கேட்டேன். இன்னும் ஏழெட்டு நாள் செல்லும்னு சொன்னார். அவரும் நித்யம் வந்து கவனிச்சிக் கறேன்னு சொல்லியிருக்கார். புரசவாக்கத்துக்கும் உங்க அத்தைக்கும் வரச் சொல்லிக் கடுதாசி போட்டிருக்கேன். நாளைக்கு வந்துடுவள். அருணாசலமும் இருக்கான் கூப்பிட்ட குரலுக்கு.

தி. ஜானகிராமன்

அவசியமாயிருந்தா ஆம்புலன்ஸுக்கும் ஏற்பாடு பண்ணச் சொல்லியிருக்கேன், எக்மோர் ஆஸ்பத்திரிக்கு அழச்சிண்டு போகச் சொல்லி. அப்புறம் என்ன கவலை?"

"அருணாசலம்?"

"அவனை அழச்சிண்டு போகலை."

"வெத்தலைப் பெட்டியை யார் தூக்குவா?"

"வெத்தலைப் பெட்டி தூக்கச் சிஷ்யந்தானா? எத்தனையோ கெஸட்டட் ஆபீஸரெல்லாம் காத்திண்டிருக்கான் அதுக்கு. அருணாசலத்தை இப்ப ஸ்பெஷல் ட்யூட்டிலே போட்டிருக்கேன். மெடர்னிட்டி டிபார்ட்மென்டைக் கவனிச்சுக்க வேண்டியது அவன். சரிதானே?"

"சிரிச்சுக்குங்கோ. இந்தச் சிரிப்பு ஒண்ணுதான் குறைச்சல். உலகத்துலே எங்கேயும் கோபுரத்தைப் பொம்மை தாங்கிண்டு நிக்கறதாகத் தெரியலை. உற்சவத்துக்குப் போறாளாம்!"

"பொம்மை தாங்க வாண்டாமே கோபுரத்தை. பொம்மை இல்லாட்டாக் கோபுரத்துக்கு அழகேது!"

இந்தா, அசடே, கண்ணைத் துடைச்சுக்கோ. சன்னதியிலே போய் உட்கார்ந்து ரெண்டு பாட்டாவது பாடாட்டா எனக்கு நிம்மதி இராது. அதுகூட முடியாட்டா இது என்ன ஜன்மம்? இந்த வைரத்தோடு, இந்த வீடு, இந்தப் பட்டம் எல்லாம் அந்தத் தியாகப் பிரும்மம் கொடுத்ததுட. வருஷத்துக்கு ஒரு நாள்... எங்கே கிடைக்கப் போறது."

"எனக்குப் பேச வாயில்லியே."

"போயிட்டு வான்னு சொல்லு, ஒரு வார்த்தை. ஆராதனை அன்னிக்கி ராத்திரியே ரெண்டு பாட்டுப் பாடிப்பிட்டு போட் மெயில்லே கிளம்பி ஓடி வந்துடறேன். சொல்லு, போயிட்டு வான்னு."

"வாயாலே சொல்லுங்கோ போரும். கன்னத்தை வேறே நிமிண்ட வாண்டாம். குழந்தைகள் வந்து பார்த்து வைக்கப் போறது!"

"பின்னே சொல்லு."

"சரி, போய்ட்டு வாங்கோ."

"அப்பா, ராஜ ராஜேஸ்வரிகிட்டத் தவங்கிடக்கறாப் போலே கிடக்க வேண்டியிருக்கு."

"உங்க காரியம் ஆயிட்டுதோல்லியோ; சிரிச்சுக்குங்கோ. எனக்கு இப்படியெல்லாம் நாடகம் ஆடத் தெரியலியே."

"பாத்தியா!"

"ஆராதனையன்னிக்கி ராத்திரி, கட்டாயம் புறப்பட்டு வந்துடணும். நான் வாசலெப் பாத்துண்டே இருப்பேன், காலமே."

2

"பிள்ளைவாள், இப்படி வாருமே, கீழ நின்னுண்டிருப்போம்."

"இருக்கட்டுங்க. காத்து, சில்லாப்பா அடிக்குது. வண்டி கிளம்ப எத்தனை நிமிஷம் இருக்கு?"

"அது இருக்கு, பத்து நிமிஷம்."

"குளுரு தாங்கலீங்களே, கீள நிக்கிறீங்களே?"

"என்னையாது? மிருதங்கத்தைத் தட்டப் போறவர் இப்படிப் பயந்து செத்தீர்னா எனக்கு என்னமாய்யா இருக்கும் பாடறவனுக்கு?"

"அதான் சொல்றேன், உள்ள வந்திடுங்கன்னு. தொண்டை கட்டிக்கிட்டா என்ன செய்யறது?"

"நன்னாப் பயப்பட்டீர்! வாரும்யா இப்படி."

"எனக்கு இஞ்ச இருந்தே தெரியுதே."

"என்ன தெரியுது?"

"உங்களை எல்லாச் சனங்களும், 'இந்தப் பார்ப்பா மார்க்கண்டம், இந்தப் பார்ப்பா மார்க்கண்டம்!'னு வேடிக்கை பாத்துக்கிட்டு நிக்கிறது."

"அட யமனே! நான் அதுக்காக நிக்கலைய்யா! காத்துக்காக நிக்கறேன்."

"நல்லா நில்லுங்க. தை மாசத்து ஊதல்தானே. உடம்புக்கு ரொம்ப நல்லது. ஒரே பக்கமாப் பாக்கிறீங்களே. இப்படியும் அப்படியும் திரும்புங்க. கொஞ்சம் அசைஞ்சு கொடுத்தாத்தானே கடுக்கன் டாலடிக்கிறது தெரியும்."

"அப்புறம்?"

"உங்களுக்கு என்ன ஐயா? எல்லா வித்வான் மாதிரியா இருக்கீங்க! நல்ல முகவெட்டு, நல்ல ஒசரம், நடு வயசு, நல்ல படிச்ச களையும் இருக்கு."

"படிச்ச களையா? ஓய், பஸ்ட் பாரம் பாஸ் பண்ணிருக்கேன்யா, மூக்குப்பொடிக் கந்தசாமி ஐயர் பள்ளிக்கூடத்துலே."

"பின்ன என்னாங்க. அதுவே பிரளயம். நல்ல வேளை அத்தோட நிறுத்தினீங்களே! மேலே படிச்சு, கணக்கப்பிள்ளை வேலைக்குப் போகாமெ!"

"ஏன் நிறுத்திப்பிட்டீர்?"

"உள்ளார வாங்க சொல்றேன். சிறுசுங்கள்ளாம் உங்களைப் பாக்கறதைக் கண்டாப் பயமாயிருக்கு எனக்கு. கண்ணாலேயே பாதி ஆளைத் தின்னுடும் போலே இருக்கு! திருவையாத்துக் கண்களுக்குப் பாதியாவது மிஞ்சட்டும். இந்தப் பொண்ணே உங்களைத் தின்னுடும்போல இருக்கே."

"யாரு, அந்தச் சேப்பு ஸாரியா?"

"ஆமாம். நீங்க வாங்க."

"நானும் கவனிச்சுண்டுதான் இருக்கேன். ஓய், முகம் என்ன அமைச்சல் பாத்தீரா? மூக்கை பாருமே, வெள்ளரிப் பிஞ்சு மாதிரி."

"உங்களைத்தான் பாத்துக்கிட்டே நிக்கிது. நானும் தலையை ஜன்னலுக்கு வெளியிலே நீட்டிக்கிட்டு இருக்கிறேன். எம் பக்கம் திரும்பக்கூட மாட்டேங்குது. ம்ஹும்."

"நீர் மொட்டை. கிராப்பு வச்சுக்கணும் எம்மாதிரி."

"அது போதுமா? அட்டைக் கறுப்பு, சர்க்கார் மம்மிட்டி மாதிரி பல்லு. என்னைப் பார்க்கலேன்னு நான் அழுதா? 'சீ பேசாம இருந்நு தெய்வமே கன்னத்துலே நாலு அறஞ்சிட்டுப் போயிரும்."

"அந்த மூக்கைப் பாருமே... என்ன எடுப்பு! என்ன எடுப்பு! ஆஹா!"

"சும்மா முறைக்காதீங்க. கட்டின புள்ளையாண்டான் பக்கத்துலே நின்னுக்கிட்டிருக்கான். என்னடாது கொஞ்சங் கூட இனம் தெரியாதவனா இருக்காங்கன்னு நெனச்சுக்கப் போறான்."

"நெனச்சா நெனச்சுக்கட்டும். இந்த அழகைப் பார்க்காத கண்ணு இருந்தா என்ன, அவிஞ்சா என்ன? அழகைப் பார்த்து ரசிக்க எல்லாருக்கும் பாத்யமுண்டுய்யா. அப்படிப் பார்க்கப்படாதுன்னு சொன்னா, படைச்சானே பிரும்மா, அவனைத்தான் குறை கூறணும்."

கொட்டு மேளம்

"அப்பன்னா, இப்ப சும்மாத்தான் பாக்கறேன்னு சொல்லுங்க."

"ஆக்ஷேபம் என்ன?"

"சரி."

"உலகத்துலே எவ்வளவோ அழகு எத்தனையோ தினுசா இறைஞ்சு கிடக்கு. சாந்தோம் பீச்சிலே உட்கார்ந்துண்டு அலையைப் பாக்கறோமே, அது ஒரு அழகு. மன்னன் தியாகையர் கீர்த்தனம் பண்ணினாரே அது ஒரு அழகு."

"அப்பன்னா தியாகையர் கீர்த்தனமும் இதுவும் ஒண்ணுன்னு சொல்லுங்க."

"அது ஒரு அழகு, இது ஒரு அழகு."

"நான் வாத்யத்துலே குடுக்குற ஒரு 'குமுக்குக்'குங்கூட இது காணாதுன்னுல்ல நெனச்சுக்கிட்டிருக்கேன். பெரிய குண்டாத் தூக்கித் தலையிலே போட்டுட்டிங்களே."

"ஆமாம். உம்ம குமுக்கைத் தூக்கி உடைப்பிலே போடும். இந்த மூக்கு நுனியிலே இருக்கிற அழகை எட்டிப் பிடிக்கற துன்னா உம்ம குமுக்கு ஏணி வச்சுண்டு ஏறணும், தெரியுமா?"

"சரி, ஏணிக்குச் சொல்றேன். நீங்க உள்ளாற வாங்க, கெடக்கு; இந்தப் பொண்ணு மாத்திரமில்ல. இந்த ஸ்டேசன்லே இன்னும் பத்துப் பதினஞ்சு பொம்பிளை, நூறு ஆம்பிளை எல்லாரும் உங்களை முழுங்கிக்கிட்டு நிக்கிறாங்க. திருவை யாத்துக்குக் கொஞ்சம் மிஞ்சியிருக்கட்டும். ஏற்கனவே உங்க உடம்பு இளைச்சுக் கிடக்கு. இந்தப் பாவிப் பயலுவ, பாட்டில் மேலே கையை வச்சானுவளே, அதைச் சொல்லுங்க. தோசி பிடிச்சவங்க. என்னமா, நிகுநிகுன்னு இருந்த உடம்பு! எப்படி யிருந்த தாடை! அப்படியே வத்திப் போயிடிச்சே! பொட்டிக் குள்ளாற ஏதாவது வச்சிருக்கீங்களா? வச்சிருந்தா வெளியே தூக்கிப் போட்டுடுங்க. வண்டி வண்டியா வந்து ஸர்ச்சுப் போடறானுவளாமே!

"ஆ, ஸர்ச்சா! நெஜம்மாவா!"

"...என்னாங்க உள்ளாற வந்திட்டாங்க! பயந்து பூட்டிங்களே! சும்மால்ல சொன்னேன்."

"அட பாவி, வயத்துலே நெருப்பள்ளிப் போட்டுட்டீரே, ஒரு செகண்டிலே! உம்மோட உருப்படியாத் திருவையாறு போய்ச் சேர முடியாதுபோல் இருக்கே."

தி. ஜானகிராமன்

"துணிஞ்ச கட்டைன்னுல்ல நெனச்சேன். ஆகக் கூடி, போலீஸ்காரன் ஸர்ச்சு போட்டு அவமானப்படுத்தறது, நூறு சனங்களுக்கு மத்தியிலெ ஒரு பொம்பளையை வெறிக்க வெறிக்க பாக்கற அவமானத்தை விடப் பெரிசுன்னு ஆயிடிச்சு?"

"உம்ம வாய் அடைக்காதா?"

"நீங்க உளறி அடிச்சிக்கிட்டு வந்ததைப் பார்த்தா நெசம்மாவே இரண்டு மூணு பாட்டில் வச்சிருப்பீங்க போல் இருக்கே."

"என்னையா பண்றது! பழக்கம் விடமாட்டேங்கறதே. சாயங்காலம் ஆறு மணி ஆயிடுத்துன்னாப் பைத்தியம் புடிச்சுடறது."

"அப்பன்னா இருக்குன்னு சொல்லுங்க."

"இருக்குய்யா, இருக்கு. கொஞ்சம் மெதுவாய்ப் பேசித் தொலையுமேன். நான் ஏந்து வேறே காரியேஜுக்குப் போயிட்டுமா?"

"இன்னமே எங்கே போறது? வண்டி ஊதிப்பிட்டானே. இந்தா, நகரக்கூட நகந்திருச்சே, ஏங்க இதெல்லாம் உங்களுக்கு? நல்ல வித்வத்து, நல்ல ஞானம், நல்ல சாரீரம்; சுதியைப் போய்க் கவ்வுது. சீனியருக்கும் சீனியரா உலகமே உங்களைத் தலையிலெ வச்சிக்கிட்டுக் கூத்தாடுது. இன்னிக்குப் பேன் எடுக்கறதும் நாளைக்குக் காதைக் கடிக்கிறதுமா எழுதறானுவேளே பத்திரிகைக்காரனுவ, அந்தக் குரங்குவகூட ஒரே மாதிரியா சலாம் போட்டுக்கிட்டே இருக்குறானுவ. இன்னும் நாலு தலைமுறைக்கு உங்களை அடிக்க ஆளு கிடையாது. இன்னும் மேலே ஒசரப் போறீங்க. இந்தச் சங்கீதத்தை இப்படியா காப்பாத்தறது? நின்ன வரைக்கும் நெடுஞ்சுவருன்னு இருக்கப் படாதய்யா. செவுத்தைக் கெட்டிப்படுத்தறதுதான் நாம் செய்ய வேண்டிய வேலை. இல்லாட்டிப் பாட்டு என்னமா உருப்படும்? எந்த ராட்சசன் இந்த அப்யாசம் பண்ணிக் குடுத்தான் உங்களுக்கு? இதிலே என்னடான்னா காந்தி யோடேயே பொறந்து வளந்தாப் போல, கதர்ச்சட்டை, கதர் வேட்டி, கதர்த் துவாலை, கதர்க் கைக்குட்டைன்னு, உங்க தேகமே உச்சந்தலையிலேந்து உள்ளங்கால் வரைக்கும் 'கதருது. உட்டுத் தொலைங்களேன்யா இதை. நம்ம தொளிலுக்கே சாபத்தீடா வந்திரிச்சையா இது."

"ஓய், நான் தனியா அம்பிட்டுக்கப் போறேன்று எத்தனை நாளாய்யா காத்துக்கிட்டிருந்தீர்?"

"இப்பத்தான் சமயம் வாச்சுது எனக்கு. வயத்தெரிச்சத் தீரச் சொல்லிப் போடணும்னு சொல்றேன்."

"என்னாலே முடியலியேய்யா."

"முடியலேன்னு சொன்னாப் போதுமா? முனஞ்சு பாக்கணும்."

"எல்லாம் பாத்தாச்சு. பேசாம இரும்."

"இதெல்லாம் என்னமாக் கிடைக்குது உங்களுக்கு?"

"நீர் பேசாம இருக்கிறீரா, உம்மத் தூக்கி வெளியிலே எறிஞ்சுடட்டுமா?"

"சும்மாச் சொல்லுங்க. ஒரு ராஜாங்கத்தையே ஏமாத்தற துன்னா, அந்தச் சூரத்தனம் எப்படீன்னுதான் தெரிஞ்சுக் கறேனே."

"நீர் வேற ஏதாவது பேசுவீரா மாட்டீரா?"

"முடியாது."

"சொல்லித்தான் ஆகணும்."

"சரி, சொல்றேன். அப்பறம் இதைப்பத்திப் பேசமாட்டீரே."

"இல்லை."

"நிச்சயமா?"

"நிச்சயமா இல்லை."

"சொல்லட்டுமா?"

"சொல்லுங்க."

"ரிஷிமூலம், பாட்டில் மூலம் இதெல்லாம் கேட்கப் படாது; சொல்லியாச்சு. இப்ப வேறெ பேசும்."

"அட ஆண்டவனே, ரிஷி மூலம், பாட்டில் மூலம் இதெல்லாம் கேக்கப்படாதா?"

"ஓய், நீர் வேற ஏதாவது பேசும்; இல்லாட்டாச் சும்மாக் கிடவும்."

"பேசாட்டி?"

"..."

"வெளியிலே தூக்கிப் போட்டிருவீங்களோ?"

"..."

தி. ஜானகிராமன்

"எப்பத் திரும்பப் போறீங்க?"

"அப்படி வாரும். ஆராதனையன்னிக்கி ராத்திரியே திரும்பிவிடப் போறேன்."

"ஏன், சுணங்கலியா?"

"வீட்டிலே பிரசவ டயமாயிருக்கு."

"அப்ப சரி; இந்த வருஷம் எங்கே தங்கப் போறீங்க? போன வருஷம் மாதிரி..."

"ஓய், ஏன்யா எரிச்சப்படறீர்? நீரும் யாராவது ராஜாம்பா, கமலாம்பான்னு யாரோடேயாவது தங்கறதுதானே?"

"நான் ஆசைப்பட்டாலும் முடியலியே. எம் பல்லும் எம் மொவரையும் முன்னாடியே அவுங்க வீட்டுக் கதவைப் போய் இறுகச் சாத்திக்கிட்டுல்ல நின்னிடுத்து."

"அதான் தப்பு. என்னோட வந்து இருக்கிறா? நீர் நினைக்கிறது தப்பூன்னு நீரே தெரிஞ்சுக்கும்படியாப் பண்றேன்."

"அதாவது ராசாம்பா, கமலாம்பா வீட்டுக் கதவுங்களாம் எனக்கும் திறக்கும்ன்னு சொல்றீங்க."

"ஆமாம்."

"அப்பனே, கதவுன்னா அதைச் சொல்லலே நான். மனக் கதவைச் சொன்னேன். எம்மாதிரி சுப்ர தீபங்களுக்கெல்லாம் அவுங்க மனக்கதவைத் திறக்க மாட்டாங்க. வெளியழுகுக்கு உலகம் அழியற அளவுக்கும் மவுசு உண்டு."

"இந்த மாதிரி வேதாந்தம் பேசறவர் இதுக்கெல்லாம் ஆசையே படப்படாது."

"அதான் சொல்றேன். மனக்கதவு திறக்காட்டி அங்கே என்னாங்க இருக்கும்."

"அப்ப, இன்னும் கொஞ்சம் விபூதியைப் பூசிண்டு, இந்தக் கூஜாவைத் திறந்து ஒரு டம்ளர் தீர்த்ததை எடுத்துக் குடிச்சுப் பிட்டு வயித்தெரிச்சலைத் தணிச்சுண்டு தூங்கும்."

"நீங்க பேசறதைப் பார்த்தா, இந்த வருசமும் போன வருசம் போல..."

"இல்லே இல்லே. ஒரு ரசிகர் கடுதாசி போட்டிருக்கார். யாரோ அழகு சிங்கு ஐயங்காராம். நம்மாத்திலேதான் தங்கணும்னு பிடிவாதமா எழுதியிருக்கார். ஸ்டேஷனுக்கு

வாராராம். கார் கொண்டுவரேன்னு எழுதியிருக்கார். மகா ரசிகர்னு தோணறது. யாருன்னு தெரியலெ. பேரே புதுசா இருக்கு; அழகு சிங்கு ஐயங்காராம். உமக்குத் தெரியுமோ?"

"அழகுசிங்கா?"

"ம்."

"தெரியலையே."

"நம்ம சங்கீதத்திலெ இருக்கிற ஓரோரு அம்சத்தையும் எடுத்து அவர் லெட்டர்லெ சொல்லி இருக்கிறதைப் பார்த்தா, வெறுமனே மேல் பஞ்சமத்துக்குக் கைதட்ற ரசிகர் இல்லேன்னு மாத்ரம் தெரியறது. வாஸ்தவமாகவே விஷயம் தெரிஞ்சவரா இருப்பார் போல் இருக்கு. நீரும் நம்மோடெய தங்கிப்பிடறீரா?"

"நமக்கு வாண்டாங்க."

"ஏனையா?"

"நமக்கு ஒரு கை விபூதியும், ஒரு டம்ளர் தண்ணியும் போதுங்க, எரிச்சலைத் தணிச்சுக்க."

"ஓய் யமனே, இந்த வருஷத்து உத்சவத்தை மாத்ரம் நான் மறக்கவே போறதில்லெ."

"ஏங்க?"

"இந்த மாதிரி ஒரு வாயாடிகிட்டத் தனியா இந்தச் செகண்ட் க்ளாஸிலே ஆம்பிட்டுண்டேனே. இன்னும் நூறு ஜன்மாக்குப் போருமய்யா இது."

3

"இன்னிக்கி எனக்கு அதிர்ஷ்ட நாள்."

"எனக்கும் அப்படித்தான்."

"இங்கேயேதான் இருக்கியா நீ?"

"இங்கேயேதான் இருக்கேன்."

"எத்தனை நாளா?"

"இந்த மண்ணிலே பொறந்ததுலேந்து இங்கதான் இருக்கேன்."

"இந்த அழகு சிங்கு யாரு!"

"ஏன்?"

தி. ஜானகிராமன்

"யார் சொல்லேன்."

"எங்க காரியஸ்தர். நிலங்களுக்கெல்லாம் கார்வாரியா இருக்காரு."

"மூஞ்சியைப் பார்த்தா, 'சங்கீதம் மகாணி என்ன விலை'ன்னு கேட்பார்போல் இருக்கு. என்னடாப்பா பிரமாதமா என் சங்கீதத்தைப் பத்தி லெட்டர்லே எழுதியிருந்தாரேன்னு பார்த்தேன்."

"அவர்தான் எழுதினாரு."

"எழுதினது அவர்தான். கையெழுத்தும் அவருதான். யார் இல்லைன்னா?"

"ஏன்?"

"நீ சொல்லியிருக்கே; அவர் எழுதியிருக்கார்; அதானே?"

"அது எப்படியிருந்தா என்ன?"

"ஞானம், நீ இப்படி ஞானக்கடலா இருக்கியே. இத்தனை நாளா என் கண்ணிலியே படலியே!"

"போன வருஷத்திலிலேருந்துதானே நீங்க நெஜம்மாப் பாட ஆரம்பிச்சிருக்கீங்க."

"அதுக்கு முன்னாடி?"

"சும்மாச் சத்தம் போட்டுக்கிட்டிருந்தீங்க."

"ஐயையோ, இது என்ன புது தினுசு விமர்சனமா இருக்கு! பத்து வருஷமா உலகமே மார்க்கண்டத்தைத் தலையிலே தூக்கி வச்சுண்டு கூத்தாடறதே."

"உலகம் எதைத்தான் தலையிலே தூக்கி வச்சுக்கலை? கோமாளிகூடத்தான் தலையிலே ஒரு பையைக் கவுத்துக் கிட்டுக் கூத்தாடறான். நீங்க போன வருஷத்திலேருந்து பாடறதுதான் பாட்டு. இப்பத்தான் உங்க பாட்டு அநுபவிச்சுப் பாடற பாட்டா இருக்கு. அதுதான் பாட்டு."

"எது?"

"என் காதை ரொப்பறதுதான் பாட்டு. என் காதை ரொப்பணும். என் மனசை ரொப்பணும். என் பிராணனைப் போய்க் கவ்வணும். இந்தத் தேகம், உயிர் எல்லாம் மறந்து போகணும். இவ்வளவு தூரம், ஏன் சொல்லணும்? இந்த வீட்டுக்கு அப்படிப் பாடற ஆத்மாவை நான் வரவளைக்கணும்."

கொட்டு மேளம்

"இப்படிச் சாஞ்சுக்கணும்."

"இது கிடக்கு சனியன்."

"நீ பெரிய ஆளா இருக்கியேம்மா."

"பெரிய ஆள்தான். பாடறேன் பாடறேன்னு சும்மாப் படார் படார்னு துடையைத் தட்டிக்கிட்டு, மனசிலே படாம, நெஞ்சிலே படாம, தொண்டையைக் கடகடன்னு உருட்டிக் கிட்டிருந்தா பாட்டாயிடுமா? அதுக்கென்ன, இந்தச் சீவல் டப்பாவைத் தள்ளிவிட்டா உருளாதா? இதா பாட்டு?"

"இந்த மாதிரி ரஸிகையை நான் எங்க பார்க்க போறேன்?"

"இந்த வருஷம் உங்க பாட்டுக்கு ஈடே கிடையாது! அப்படி என் காது நிறஞ்சுது. என்ன சுருதி! என்ன அநுபவம்!"

"நான் இன்னிக்கி ரொம்ப அதிருஷ்டம் பண்ணியிருக்கேன். நேத்திக்கி ஊருக்குப் போயிருந்தேன்னா இந்த அமிருதம் என் காதில் எங்கே விழுந்திருக்கப் போறது?"

"நேத்தே ஊருக்குப் போகணும்னீங்களாமே."

"ஆமாம். ஊர்லே ஜோலியிருக்கு."

"பின்னே ஏன் தங்கினீங்க?"

"இந்த வார்த்தைகளைக் கேக்கத்தான். நேத்திக்கே இந்தச் சர்டிபிகேட்டைக் கொடுத்திருக்கப்படாதா?"

"கொடுத்திருக்கலாம். நேத்து ஆராதனையாச்சேன்னு இருந்தேன். பொழுது விடிஞ்சா இந்தப் பாவந்தான் இருக்கவே இருக்கு."

"பலே! எல்லாத்துக்கும் நடுவிலே ஆசாரம், மடி எல்லாம் வேறே வச்சிண்டிருக்காப்பலே இருக்கே."

"இதிலே என்ன தப்பு? ஒரு நாளாவது இதையெல்லாம் மறந்திட்டு இருக்கப்படாதா?"

"போன வருஷம், முந்தின வருஷம் எல்லாம் யார் சர்டிபிகேட் வாங்கினா?"

"ஒத்தருமே வாங்கினதில்லை இதுவரைக்கும்."

"ஒத்தருமே வாங்கினதில்லையா?"

"ஒத்தர்கூட இல்லை. சங்கீதக்காரங்களையே அண்ட விடறதில்லை. யாரும் மனசுக்குத் திருப்தியாய்ப் பாடினதே இல்லை."

தி. ஜானகிராமன்

"அப்பன்னா..?"

"சும்மாச் சொல்லுங்க."

"வீடு வாசல்."

"வீடு வாசல்லாம் பாடறவன் கொடுக்காட்டாக் கிடைக்காதா? பாடறவங்களை நம்பிப் பொளைக்க ஆரம்பிச்சிருந்தா ஒட்டை தம்புராக் கூடக் கிடைச்சிருக்காதே."

"அம்மா, நீ நெஜமாவே ஞானாம்பாதான். வாய் முழுக்க விஷப்பல்லா இருக்கே இப்படி."

"உங்க சர்டிபிகேட்டும் நல்லாத்தான் இருக்கு."

"வாஸ்தவமாவே நீ ஞானாம்பாதான். என்ன அழகு! என்ன பேச்சு! நான் என்னமோ பாடறேன் பாடறேங்கிறியே. ஆராதனை முடிஞ்சப்புறம் நேத்திக்கி நீ சமாதிக்கிட்ட நின்னுண்டு, சந்தனக்கலர் புடைவை தளர்த்தளர முதுகுலே கூந்தல் பெரள, நெத்தியிலே ஒரு விபூதிப் பொட்டு, அதுக்குக் கீழ் ஒரு குங்குமப்பொட்டு, இந்தக் கோலத்திலே நின்னுண்டு பாடினயே... கண்ணைப் பறிச்சுது ரூபம், மனசைப் பறிச்சுது பாட்டு... நான் பாடறேங்கிறியே... இந்தக் கீர்த்தனங்களை இவ்வளவு அநுபவிச்சு யார் பாடப்போறா? இன்னும் அந்தக் காட்சி என் மனசிலே தாண்டவமாடறது. இந்த லோகத்திலே எத்தனை தினுசான அழகு! உன்னை நேத்திக்கிப் பாக்கற போது தியாகையர் கீர்த்தனமே ரூபம் எடுத்திண்டு நிற்கிறாப் போல் இருந்தது."

"என்ன என்னமோ பேசிறீங்களே?"

"ஆம் தியாகையர் கீர்த்தனம மாதிரியே அவ்வளவு அழகா இருந்தே நீ."

"நாம் ஒருத்தரைப்பத்தி ரொம்பப் பெரிசா நெனச்சுக்கிட்டே இருக்கறபோது அவங்களைப் பார்க்காமலே இருந்திட்டாத் தேவலைப்போல ஆயிடுது சில சமயம்."

"ஏன்!"

"நேரே கண்டுட்டா, அசடு வளிஞ்சு ஓட ஆரம்பிச்சிடுது."

"நான் என்ன இப்ப அசடு வழிஞ்சுப்பிட்டேன்?"

"இத்தைவிட இன்னும் வழியணுமா? ஒரு நொடியிலே திடுதிடுன்னு சரிஞ்சுப்பிட்டீங்களே. இது பூச்சி அரிக்கப்போற உடம்பு. எவ்வளவோ மனுஷப் பூச்சியெல்லாம் மனம் போனபடி

கொட்டு மேளம் 47

அரிச்சு வேறே ஆயிடிச்சு. இதுக்கும் தியாகையர் பாட்டுக்கும் சரிக்கட்ட வாணாம்."

"தலையிலே இவ்வளவு ரோஜாப் பூவை வாரி வச்சிண்டிருக்கியே... ஆச்சு, வாட ஆரம்பிச்சுடுத்து. இருந்தாலும் இருக்கறவரைக்கும், மணமா வீசி, பிரளயமாடிவிட்டுத்தானே போப்போறது அது."

"உங்க மனசிலே இருக்கறதை உங்களோட வச்சிக்கிங்க. என் காது கேக்க வாணாம். விட்டுடுங்க."

"ஏன் விடணும்? வாஸ்தவத்தைச் சொல்றேன். நேத்திக்கி நீ பாடினியே, அந்தத் தியாகையர் கீர்த்தனத்தை தியாகையரே அப்படிப் பாடியிருக்க முடியும்னு நெனக்கிறியா?... ஏன் ஏந்துனூட்டே?"

"ஏ தரித்திரமே, ஏந்திரிச்சுப் போ, சொல்றேன். தேவடியாள்ளனா என்ன வாணாப் பேசிக்கிட்டுத் திரியலாம்னு நெனைக்க வாணாம். தாசியாப் பொறந்திட்டா, இந்த மாதிரி முட்டாத்தனத்தையெல்லாம் பொறுத்துக்கிட்டுக் கிடக்கணும்னு மொடையில்லே."

"நான் என்ன சொல்லிப்பிட்டேன் இப்ப?"

"சொன்னது போதும், போய்யா எளுந்திரிச்சு. தியாகையர் கீர்த்தனத்து அழகையெல்லாம் நீ தானே கண்டுப்பிட்டே. அவரே இந்த மாதிரி பாடியிருக்க மாட்டாராம்! உன் நாக்கு அறுந்து விளமாட்டேங்குதே!"

"நீ பரம ரசிகைங்கற அர்த்தத்திலேதானே சொன்னேன்."

"அப்படி நான் இருக்கிறதுனாலேதான் உன்னை இப்ப வெளியே போவச் சொல்றேன்... போய்யா, உன் பேச்சும் மூஞ்சியும்."

"பேசறத்துலே..."

"போய்யான்னா, இந்தா, இந்த அங்க வஸ்திரத்தை எடுத்துக்கிட்டுப் போ. இந்த மாதிரி உளறிக்கிட்டு அலையாதே, எல்லாருட்டியும் உளர்றாப்பலே. நட்சத்ரம் இல்லே இஞ்ச யாரும்."

"நான் சொல்றதை..."

"எல்லாம் கேட்டாச்சு... போ. நடையிலே இருட்டா இருக்கு. உளுந்து மண்டையை உடைச்சுக்க வாணாம். லைட்டைப் போடறேன். கதவைத் தெறந்து விடறேன்.

தி. ஜானகிராமன்

அய்யங்கார் ஊட்டுலே போய் நல்லாப் படுத்துத் தூங்கினாச் சரியாப் போயிரும். இன்னமே இங்கிதம் தெரிஞ்சு பேசக் கத்துக்க. அப்பா ஒளிஞ்சுதுடாப்பா!"

"ஏண்டி அவரை இப்படி வெரட்டியடிக்கிறே?"

"தியாகையரைவிட நான் நல்லாப் பாடறேனாம்மா. இந்த மகான் சொல்லிட்டாரு!"

"எப்பச் சொன்னாரு?"

"இப்ப உள்ள இருக்கிறப்போ?"

"அப்பத்தானே. நீ நெசம்னு நெனச்சுக்கிட்டியா?"

"அவரு நெசமாச் சொல்லேலன்னு தெரியும் எனக்கு. எந்த நேரத்துலே பேசினாலும் எல்லாத்துக்கும் வரம்பு இருக்கு. பொம்மனாட்டி கொஞ்சம் பார்க்கும்படியா இருந்திட்டா, இப்படிப் பைய்யம் புடிச்சுப் பாயைப் பிராண்டிக்கிட்டுப் பேத்திக்கிட்டுத் திரியணுமா? எனக்குப் பிடிக்காது இந்த மாதிரியெல்லாம் பேசினா. முன்னாடியே சொன்னேன், என் காது கேக்க இப்படிப் பேசாதையான்னு. கேக்கலே. ஓடறாரு பனீலே. நான் என்ன செய்ய?"

"ரொம்பக் கெட்டிக்காரிதான் போ."

"சீமையிலே ஒரு வெசை கண்டுபிடிச்சிருக்கானாம். அதுலே ஏறி நின்னா குத்தவாளி யாருன்னு காமிச்சுக் கொடுத்திடுமாம். அதை வந்து சமாதிக்கிட்டக் கொணாந்து வக்கணும். நெசம்மா, உத்சவத்துக்கு மாத்திரம் யாரு வந்திருக்காங்கன்னு தெரிஞ்சு போயிடுமில்ல?"

"கொண்ணாந்து வை. நான போய்ப் படுத்துக்கறேன். நல்ல தூக்கத்திலே கெளப்பிவிட்டியே மகராசி. அடுத்த வருசத்துக்குள்ளார நீ பைய்யக்கார ஆஸ்பத்திரிக்குத்தான் போப்போறே."

கழுகு

"ஏய், இதென்னாது, கோயில் மணி கிணு கிணாய்க்குது?"

"என்னா சொல்றீங்க?"

"வேளை இல்லாத வேளையிலே கோயில்லே மணி பொளக்குதே! தோப்பன் சாமிக்கு அதுக் குள்ளார என்ன சாப்பாடு? மணி மூணரைதானே ஆச்சு."

"அந்த வேளையாத்தான் நானும் இருக்குறேன்."

"ஒரு எளவும் புரியலே போ, எனக்கு."

"புரிஞ்சிரும் நாலு நாளியிலே. எளவுதான். கொல்லையிலே போய் நாலு இலை நறுக்கிக்கிட்டு வாங்க. குளம்பு இறக்கியாச்சு. சோறு கொதிக்குது. இறக்க வேண்டியதுதான். சட்டுப் புட்டுன்னு அள்ளிப் போட்டுக்கிடணும்."

"சமையலாவுதா! யாருக்கு எளவு? எல்லாம் திடீர்ச் சேதியால்ல போயிரிச்சி, வரவர. வரை முறையே கெட்டுப் போச்சே. திடீர், திடீர்னு சொல்லிக்காம கொள்ளாமல்ல செத்துப்போக ஆரமிச்சிட்டாங்க."

"ஆமாமா, ஊடு ஊடா நுளஞ்சி, 'மாமா, மாமா செத்துப் போய்ட்டு வரேன்'னு சொல்லிக் கிட்டுத்தான் சாவாங்க போல் இருக்கு."

"அது கிடக்கு, இப்ப யாரு மூட்டை கட்டிக் கிட்டிருக்காங்க?"

தி. ஜானகிராமன்

"இப்பவானும் கேட்டீங்களே, தயவுள்ளவங்கதான் போங்க!"

"எனக்கொண்ணும் தயவு கியவு இல்லை. செத்துப் போறவங்களைப் புடிச்சு வச்சா நிறுத்த முடியும்? தயவு எதுக்கு? யாரு செத்துக்கிட்டிருக்காங்க, அதைச் சொல்லுவியா?"

"நம்ம கணக்குப்பிள்ளை மாமாதான்."

"யாரு? கணக்குப்பிள்ளை மாமாவா?" நம்ம சோமு மாமாவா?"

"ஆமாம்."

"இதுக்குத்தானா இம்மாம் பறப்பு, சமையலுக்கு! அடுப்பை அவி, சொல்றேன். சித்ரகுப்தக் கணக்குப் புள்ளே திகைப்பூண்டு மிதிச்சாருன்னு நெனச்சிட்டியா, கணக்குப்பிள்ளே மாமா கிட்ட வர?"

"நீங்க சொல்றது சரி. இ... இருந்தாலும் இப்ப அப்படி இல்லே."

"எப்படி இல்லே?"

"முன்னெல்லாம் போல இல்லே; இப்பத் தொண்டைக் குளிக்கு வந்திரிச்சு உசிரு. மேல மூச்சு வாங்க ஆரமிச்சிடிச்சி. தாவாரத்துலேந்து ரேலி நடைக்குத் தூக்கியாந்து போட்டுட் டாங்க இன்னும் மூணேமுக்கா நாளி கெடு வச்சிட்டுப் போயிட்டாரு சுப்பைய வைத்தியரு."

"நெசமாவா?"

"கண்ணாலே பாத்திட்டு வந்துதான் சொல்றேன்."

"நான் நெனக்கலெ. அஞ்சு து வையாச்சு இத்தோட, மாமா நம்மளை ஏமாத்தறது. 'செத்துப் போப்போப்பாரு செத்துப் போப்பறாரு'ன்னு எத்தினி தடவை அள்ளி அள்ளிப் போட்டுக் காத்துக் கிடந்தாச்சு! நாலு தடவை தப்பிச்சவனுக்கு நம பயம் கிடையாது'ன்னு கேட்டதில்லியா நீ?"

"பெரியவங்க சொன்னதா இல்லாட்டியும் சொல்லுங்க. நல்லாத்தான் இருக்கு. நீங்க போய் இலை நறுக்கிட்டு வாங்க. வெளையாடிக்கிட்டு இருக்கறத்துக்கு நேரமில்லே."

"அதெல்லாம் முடியாது, ஒண்ணரை மணிக்குச் சோறு திங்கிறதாம். மூணரை மணிக்கு திரும்பவும் திங்கிறதாம்; வேலையைப் பாரு."

"தெனக்கிமா இப்படி. இண்ணக்கி ஒரு வேளைதானே. பச்சப் புள்ளையாப் பேசாதிங்க. நீங்க போறீங்களா, நான்

கொட்டு மேளம் ❦ 51 ❦

போகட்டா? இப்ப சாப்பிட்டாத்தான் சரியாய்ப் போச்சு. அப்புறம் காரியம் முத்திடிச்சின்னா கயிஷ்டம். பாதி ராத்திரிக்கித்தான் தூக்குவாங்க. அதுவரைக்கும் காஞ்சிக்கிட்டா கெடப்பீங்க? எளுந்திருங்க, சொல்றேன்."

"ஐயையோ! ஈயக்குண்டு மாதிரி இருக்கறவங்களைச் சாக அடிச்சிட்டியே!"

"காரியம் முத்திடிச்சின்னுட்டுத்தானே சொன்னேன். செத்துப் போயிட்டாங்கன்னேனா? எளுந்திருங்களேன்." பொறுமையிழந்து அலுத்துக்கொள்ளத் தொடங்கிவிட்டாள் அவள். சாய்வு நாற்காலியை விட்டு, 'அட கடவுளே!' என்று எழுந்திருக்க வேண்டியிருந்தது.

"மாமா செத்துப் போயிடுவாங்கங்கிறியா?"

"ஆமாம்."

"நான் மாட்டாங்கங்குறேன்."

"ஏன்?"

"பந்தியம்?"

"பந்தியத்துக்குத் துட்டு இல்லெ எங்கிட்ட. நீங்க போறீங்களா இல்லியா?"

"எவ்வளவு இருக்கு?"

"எங்கிட்டவா? அஞ்சணா இருக்கு, அஞ்சலைப் பெட்டியிலெ."

"அதைக் கட்டு, போதும்."

"சரி."

"அப்படி வா வளிக்கி."

"போங்களேன்."

"அஞ்சு அம்மன் காசாயிருந்தாலும் பந்தியம் பந்தியந் தான். குடு கத்தியை."

"ஏலெ, சின்னக்கண்ணு நீலாச்சி!" என்று சத்தம் போட்டுக் கொண்டே வெயில் வீணாகிவிடாமல் வாசலில் ஏரப்ளான் பாண்டி ஆடிக்கொண்டு இருந்த குழந்தைகளை மிரட்டி உள்ளே ஓட்டிவந்தாள் அவள்.

இலை போட்டாகி விட்டது.

தி. ஜானகிராமன்

"இப்பச் சோறு வாணாம்மா" என்று சிணுங்கினான் சின்னக்கண்ணு.

"அதுக்குள்ளார ஏம்மா சோறு இண்ணக்கி?" என்று இலையில் உட்கார்ந்து கேட்டது நீலாச்சி.

"கணக்குப் பிள்ளைத் தாத்தா செத்துப் போய் போராங்க. செத்துப் போயிட்டாங்கன்னா பொணம் தூக்கற வரைக்கும் சோறு திங்கக்கூடாது. ராத்திரித்தான் தூக்குவாங்க. அது வரைக்கும் பட்டினி கிடக்க முடியாதுல்ல. அதுக்குத்தான்" என்று விவரமாக அவள் எடுத்துரைத்தாள். சொன்ன மாதிரியைக் கண்டு சிரிப்பு வந்தது எனக்கு.

சோறு வேண்டியிருக்கவில்லை. பகல் சாப்பாடு சாப்பிட்டு இரண்டு மணி நேரம் ஆகவில்லை. இராச் சாப்பாட்டையும் எப்படித் திணிக்கிறது? அவள் உருட்டலுக்குப் பயந்து மல்லுக் கட்டிக் கொறித்தன குழந்தைகள்.

"பொணம் கிடக்கையிலே சோறு தின்னா என்னாம்மா?" என்று நீலாச்சி கேட்டது.

"தின்னா உடம்பு இளைச்சிப் போயிரும். எலும்புக்கூடா ஆயிரும்."

"அதெல்லாம் இல்லெ பாப்பா, அம்மா சும்மாச் சொல்லுது" என்று நான் சொன்னபோது அவளுக்குத் தாங்க முடியவில்லை.

"இந்தாங்க, உங்களுக்குத்தான் வரைமுறை கிடையாது. கீழ்வாரிசுகளும் உங்க மாதிரியே வளரணுமா, பயம் பக்தி இல்லாம? நல்லாருக்கு!"

நீலாச்சி விழித்தது.

"சின்னக்கண்ணு!" என்று அடுத்த வீட்டுப் பையன் கூப்பிட்டுக்கொண்டு வந்தான்.

"இரு வாரேன்" என்று சமயம் கிடைத்தது என்று எழுந்து ஓடின, சின்னக் கண்ணும் நீலாச்சியும்.

"நான் கூட சுடு சோறு தின்னேன் இப்ப" என்றான் அடுத்த வீட்டுச் சுப்பாண்டி.

"நானுந்தான்" என்றான் அவன் தம்பி மனோஹரன்.

"பாத்தீங்களா? ஊரெல்லாம் சாப்பிட்டுடிச்சு. கும்மாணத்துலெ போயிக் கோண எழுத்து வாசிச்சவங்களுக்குத்தான் வரைமுறை எல்லாம் பொய்யாயிடிச்சி."

"இந்தா, கும்மாணத்துலெ வாசிச்சா என்ன, கொட்டையூர்லெ வாசிச்சா என்ன? நீ காரியத்தை முடிச்சுக்கிட்டே. நாக்குட்டி மாதிரி நான் இலையிலெ குந்திச் சாப்பிட்டுட்டேன். அடுக்களை நிலைவரைக்கும் ராணியம்மா வச்சதுதான் சட்டமாப் போயிடிச்சு."

கையலம்பி, வெற்றிலை போட்டுக்கொண்டு சோமு மாமாவைப் பார்க்கக் கிளம்பினேன்.

"தாத்தா செத்துப் போப்போறாங்களா அப்பா? நானும் வர்றேம்பா" என்று வந்தான் சின்னக்கண்ணு. அவனுக்கு நல்ல வார்த்தை சொல்லி நிறுத்த வேண்டியிருந்தது.

○

சோமு மாமாவை ரேழி நடையில் கொண்டு போட்டிருந்தார்கள். கெடு, தவணைகள் கொடுத்துச் சாகப்போகிறவர்கள் ரேழி நடையில்தான் மண்ணுலகை விட்டு விடைபெற்றுக் கொள்ள வேண்டும். இதே நடையில் எத்தனையோ நாயனக்காரர்கள் உள்ளே நடக்கும் கல்யாண முகூர்த்தங்களுக்குப் பொழிந்து தள்ளி இருக்கிறார்கள். மண்ணின்பத்தை விடும் போதும் இங்கேதான் விடவேண்டும். இந்த நடைக்குக் கணக்குப் பிள்ளை மாமா வந்து படுத்துவிட்டார்கள். மாமாவின் கண் பஞ்சடைந்துவிட்டது.

அடிக்கடி மாமாவின் கைமாட்டிலும் கால்மாட்டிலும் அணைத்து அமர்ந்திருந்த சந்ததிக் கூட்டம் அழுது அழுது ஓய்ந்தது. அழும்போதுதான் நான் போனேன். என்னைக் கண்டதும் அழுகை சற்று ஓய்ந்தது.

"அப்பா, இதைப் பாருங்க, இதோ வந்திருக்கிறது யாரு தெரியுதா?"

மாமா உத்தரத்தைப் பார்த்துக்கொண்டிருந்தார்.

"இது எத்தனை விரல் சொல்லுங்க?" என்று மாமாவின் இரண்டாவது மகள் மாமாவின் முகத்துக்கு நேராக நாலு விரலை நீட்டிப் பிடித்தாள்.

மகா யாத்திரை செய்யப் போகிறவனுக்கு எவன் யாரா யிருந்தால் என்ன, எது எத்தனை விரலாயிருந்தாலென்ன?

"மாமா, இதைப் பாருங்க."

மாமாவின் காதில் யமன் விரலை வைத்து அடைத்து விட்டான்.

தி. ஜானகிராமன்

சற்றுநேரம் நின்று பார்த்தேன். மாமாவுக்கு மூர்ச்சை; மூச்சு மட்டும் இருந்தது; எண்பத்தாறு வயதாகிவிட்டது அவருக்கு. இருந்தாலும் சாவு, சாவுதானே. யாராயிருந்தால் என்ன? வயிற்றைப் புரட்டிற்று. மனத்திற்குள் அடிக்கடி எழுந்த, 'அவ்வளவுதானு'க்கு என் தலை என்னை அறியாமல் ஆடிற்று.

இரண்டு மூன்று நிமிஷம் ஆழும் தெரியாத அமைதி நிலவியிருந்தது. இது பொறுக்க முடியவில்லை, மாமாவின் சந்ததிகளுக்கு. பெரிய புலம்பலாக ஆரம்பித்தார்கள்.

மாடி வீட்டுக் காவேரியாத்தா மெதுவாக வாசற்படி ஏறி வந்தாள். இந்தப் புலம்பலைக் கேட்டு ஆத்தாவின் முகம் சுருங்கிற்று.

"இந்தாங்க, ஏன் இப்படி, 'ஐயோ, ஐயோ!'ன்னு அவச் சத்தம் போடுறீங்க? மாமா என்ன குறைச்சலா வாழ்ந்தாங்களா? குறைச்ச வயசிலே போறாங்களா? மனசிலெதான் குறை உண்டா அவங்களுக்கு? கத்திரிக்காய் பச்சடி கொஞ்சமாச் சாப்பிட்டாங்களா? வாளக்காய் வதக்கல் கொஞ்சமாச் சாப்பிட்டாங்களா? அறவது வயசு வரதி, உறை குத்தின தயிரும் நத்தத்துக் களத்து மாவடுவும் போட்டுக்கிட்டுப் பளயது சாப்பிட்டுக்கிட்டிருந்தாங்க. ராசா தலையை இரடும் அந்தப் பளயது! யாருக்குச் சாப்பிட முடியும்? அது மாதிரி யாருக்குச் சாப்பிட தெரியும்? பரமக்குடிலேந்து பாவக்காய் வரவளைச்சு நெய்யிலெ வதக்கச் சொல்லிப் பளயதுக்குத் தொட்டுக்கிட்டுச் சாப்பிடுவாங்க. என்னா குறைச்சல் அவங் களுக்கு? நாலு பேத்தியுவளுக்கும் கட்டிக் குடுத்து, கடாசிப் பேத்தி கூடப் புள்ளையும் தாச்சியுமா நவுற்றதைக் கண்ணாலெ கண்டுட்டாங்க. சம்பாரிச்சதுதான் குறைச்சலா? மாமா தலை எடுத்து எண்ணாயிரம் கடன் அடச்சாங்க. அடையற கடனா அது? வெட்டுக் காயம். அதை அடைச்சாங்க. மனசு ஆறாம போறாங்களா அவங்? ஏன் அவச்சத்தம் போடுறீங்க? சங்கரா, ராமா, முருவான்னு காதிலே அலருங்க. போற வளியிலெயாவது பூவாக் கொட்டிக் கிடக்கட்டும்."

அழுகை எப்பொழுதோ அடங்கிவிட்டது.

"சொல்லுங்க, ராமா, ராமான்னு."

வெளியே வந்தேன். கிராமத்து நாற்பது வீடுகளும் கொண்டான் கொடுத்தான் முறையில் பன்னாடையாகப் பிணைந்த உறவை நினைத்து, ஒவ்வொன்றாகப் பார்த்து விட்டுப் போயிற்று.

கொட்டு மேளம்

வீட்டுக்கு வந்து, "ராணியம்மா சொன்னது சரியாப் போச்சு" என்று சொன்னபோது அவள் ஒரேயடியாக எக்களித்தாள்.

"என்னா? ஆயிடிச்சா?"

"இன்னும் செத்த நாளியிலே ஆயிடும்."

"சாப்பிட்டது நல்லதாப் போச்சுப் பாத்தீங்களா? குளந்தைங்க தான் நல்லாச் சாப்பிடலெ. கொறிச்சிட்டு எழுந்திருச்சுட்டுவ. எப்படித் தாங்கப் போவுதுவளோ!"

நிலா பாலாகப் பொழிந்தது. அடுத்த வீட்டுப் பசுபதி, பட்டா மணியம் செந்திரு, ராசகோவாலு, சிவப்பிரகாசம் எல்லோரும் வாசலில் உட்கார்ந்து பேசிக்கொண்டு இருந்தோம். எதிர்சாரியில் நிலா விழுந்திருந்ததால், சற்று தள்ளி நிலவில் அமர்ந்திருந்தோம். பேச்சு எங்கெங்கோ சுற்றிவிட்டுக் கடைசியில் மாமாவையே மீண்டும் மீண்டும் வந்து அடைந்துகொண்டிருந்தது. செந்திரு, மாமா வீட்டுக்குப் போய்ப் பார்த்துவிட்டு இடையில் வந்து சேர்ந்தான்.

"என்னாப்பா, என்னா ஆச்சு?"

"நல்லா ஆச்சு போ. எனக்குத் தோணலெ."

"அப்படீன்னா?"

"மாமாவாவது சாகவாவது? சும்மா திகிடுதத்தம் பண்ணிக்கிட்டிருக்காங்க. எனக்கு உடம்பெல்லாம் இசிக்குது. இந்தப் பசியை யார் பொறுக்கிறது? இந்தப் பொண்டுங்க எல்லாம் நல்லாக் கூத்தடிக்றாங்க."

"பெண்டுகளே உலகத்துலெ இருக்கக்கூடாது. அநாவசியம்."

"ஹல்... ல்" என்று ஓலையிழுக்கிறாற்போலச் சிரித்து விட்டு, "அதாண்டா சரி!" என்று முடித்தான் பசுபதி.

"நல்ல சிரிப்புடா இது! இந்தப் பசியிலெ சிரிக்க முடியுது பாரு பசுபதிக்கு."

"ஏ, பசுபதி, நீதான் பசிக் களைப்புத் தெரியாதவன். நீ போய் உண்டா இல்லையான்னு கேட்டுக்கிட்டு வா, போ."

"என்ன உண்டா, இல்லையா?"

"மாமா செத்துப் போறாங்களா இல்லியா? ரெண்டுலெ ஒண்ணு தெரியணும். மாமாவையே முடிஞ்சாக் கேட்டுறணும்."

தி. ஜானகிராமன்

"ஹல்...ல்...ல்" என்று மறுபடியும் ஓலைச்சிரிப்பு சிரித்துக்கொண்டே, வயிற்றைப் பிடித்த வண்ணம் கீழே உட்கார்ந்துவிட்டான் பசுபதி.

"அப்பப்பா, விலாவெல்லாம் இளுத்துக்கிச்சு. நான் போக முடியாது... ஹல்...ல். அப்பா, அப்பாடி!"

"என்ன சிரிப்புடா இது? பெரியவங்க காதிலே உளுந்தா எதானும் நெனைச்சுக்கப் போறாங்க; சாவு வேளையிலே என்னா சிரிப்புன்னிட்டு!"

"சாவு வேளையா! அப்பா, மாமாவைக் கொன்னுப் பிட்டியே... ஹல்...ல்."

ராசகோபாலு வீட்டு வாசற் கதவு படார் என்று சாத்திக் கொள்ளவே, "நான் போறேம்பா. எனக்குத் தூக்கம் தூக்கமா வருது" என்று குறிப்பறிந்து எழுந்து போய்விட்டான் அவன்.

அவ்வளவுதான். பேச்சுச் சிறிது சிறிதாகக் குறைந்தது. ஒவ்வொருவராக எழுந்து போகவும் தொடங்கினார்கள். கடைசியில் செந்திருவுக்கு விடை கொடுத்துவிட்டு, கட்டிலைத் தூக்கித் திண்ணையில் போட்டுக் கதவைத் தாளிட்டு உள்ளே வந்தேன்.

மணி பதினொன்று. அந்த நிசப்தத்தில் சுவர்க்கோழியின் ஸ்ரீ ஒலியும் தாழ்வாரத்தில் தூங்கிக்கொண்டிருந்த குழந்தை களின் மூச்சும் பயங்கரமாக இருந்தன. குழந்தைகளுக்கு அப்பால் அவள் அடித்துப் போட்டார்போல் உறங்கிக்கொண்டிருந்தாள்.

'வயிறு காய்கிறது! நல்ல தூக்கம்... உடம்பு தெரியாமல்!... இந்தப் பொண்டுக வர்க்கமே இருக்கக்கூடாது; பொணம் கிடந்தாப் பத்து வீட்டுக்கு இப்பாலே சாப்பிட்டா என்ன?– காவேரி வெள்ளத்துக்கில்ல கையாலே அணை போடுறாங்க!– பத்தாம் பசலி. ம்ஹ.ம்! – நூராம் பசலி;–தூங்கறத்தைப் பாரு, கும்பகருணி மாதிரி!'

பேச்சு முடியுமுன் என் உடல் விசுப்பலகை மீது பரப்பி யிருந்த மெத்தையில் நீண்டு விழுந்துவிட்டது.

தூக்கம் பிடிக்கவில்லை. பெட்றும் விளக்கு மாடத்தில் முத்திட்டிருந்தது. படுத்த வாக்கில் முற்றத்தில் திறப்பில் தெரிந்த கொல்லைப் புளிய மரத்து உச்சியையும், மேலே எலி அறுத்துக் கொண்டிருந்த ஓட்டு வளையையும் மாறி மாறிப் பார்த்துக் கொண்டிருந்தேன்... ஸ்ரீ ஸ்ரீ ஸ்ரீ ஸ்ரீ என்று எங்கிருந்தென்று தெரியாமல் வந்த சுவர்க்கோழியின் சிவநாமம் ஒரு பக்கம்.

கொட்டு மேளம்

எலி அறுப்பு ஒரு பக்கம். பத்து வீட்டுக்கப்பால் மாமா வீட்டிலிருந்து அழுகைச் சத்தம் வருவது போல் அடிக்கடி தோன்றிற்று. காதிற்குள் விரலை விட்டுக்கொண்டேன். இன்னும் அழுகை கேட்டது. 'சை, பிரமையல்லவா? மனத்தையல்லவா பொத்த வேண்டும்? எப்படி?' சற்றுப் பேசலாம் என்றால் கும்பகர்ணி மாதிரி மல்லாந்து படுத்து வாயை வேறு சிறிது திறந்து தூங்குகிறாள் அவள். 'ராம ராம ராம ராம ராம!' பயத்தை மறக்க வெகுநாள் பழக்கம் இது. 'ராம ராம – சீதை – காடு – அதோ, தசரதர் செத்துப்போகிறார். முந்நூறு பொம்பிளைகள் அழுகிறார்கள் – தசரதர் கண் செருகிவிட்டது. "ராமராமா"ன்னு ஓதுங்க – காவேரியாத்தா சொல்கிறாள் – மாமா கண்ணும் செருகிவிட்டது – சை – நல்ல ராம நாமம்!' எங்கேயாவது ஓடிப்போய்விடலாம் போல் இருந்தது. நல்ல யம வாதனை.

தாழ்வாரத்திலிருந்து இருந்தாற்போல் இருந்தது "இக்... க்...ம்...ஊ..." என்று நீலாச்சியின் அழுகை கேட்டது. கட்டிலில் படுத்தபடியே 'த்ஸ த்ஸ த்ஸ த்ஸ' என்று தூங்கச் செய்தேன். அழுகை நின்றது. ஆனால் 'த்ஸ த்ஸ' நின்றதும் மீண்டும் அழுகை துவங்கிற்று. மீண்டும் சூள் கொட்டினேன். ஆனால் அழுகை நிற்கவில்லை. புரண்டு பார்த்தபோது, நீலாச்சி எழுந்து உட்கார்ந்து அழுதுகொண்டிருந்தது. வெறும் அழுகையல்ல. அடியயிற்றிலிருந்து தாங்கமாட்டாத குறையைச் சுமந்து நெஞ்சு நோக வேதனை நிரம்பவரும் அழுகை. எழுந்து போய்த் தூங்கச் செய்தால்தான் உண்டு.

"பாப்பா, அளுவாதே, தூங்கு; எங்கிட்டப் படுத்துக்கிறியா?"

"ஊ...ம்...க்...ஆ...ப்..."

"வா, படுத்துக்க."

"ம்ஹ்ம்."

"வாணாம். அம்மாகிட்டப் படுத்துக்கிறியா?"

"பசிக்கிறது."

அப்படியா சேதி!

அவள் எழுந்திருக்கிற வழியாயில்லை. வா என்று கையைப் பிடித்து அழைத்துக்கொண்டு, மாடத்தில் இருந்த பெட்ரும் விளக்கை எடுத்து, அடுக்களைக்குள் சென்றேன். நீலாச்சியின் அதிர்ஷ்டம், பழையது மாடம் காலியாயில்லை. ஈயச் சட்டியை எடுத்து வெளியே வைத்தேன். உறியிலிருந்து

தி. ஜானகிராமன்

மோர்ச் செம்பை எடுப்பதற்குள், பழையதுச் சட்டி மூடியை எடுத்து வைத்துவிட்டு இரண்டு பிடி சோற்றையும் போட்டுக் கொண்டுவிட்டது நீலாச்சி. என் வம்சம் புத்திசாலிகளுக்குப் பெயர்போனது. மோர்ச்சட்டியை எடுத்து வரும்போது, தூணுக்கருகில் கவிழ்த்திருந்த பித்தளைத் தாம்பாளம் உதை பட்டு, ஓலமிட்டுக்கொண்டே சுவரின்மீது மோதிற்று.

"த்தா, சூ. சூ."

அவள் விழித்துக்கொண்டு விரட்டினாள்.

"பூனையில்லை. நான்தான்."

"அ, யாரு? அ?"

"நான்தான்."

"எங்க இருக்கீங்க?"

"இஞ்சத்தான், அடுக்களையிலே."

"என்னா செய்யுறீங்க?"

"எழுந்திருச்சு வந்தால்ல தெரியும். படுத்துக்கிட்டே கேட்டுக் கிட்டிருந்தா?"

தூக்கக் கலக்கத்துடன், தலைமயிர் சூரிய கிரணமாய்ப் பரந்து நிற்க அடுக்களைக்குள் வந்தாள் அவள்.

"நீலத்துக்கா சோறு போடுறீங்க?"

"இப்பத்தான் புரிஞ்சிது போல்ருக்கு."

"எடுத்திட்டாங்களா அங்கே?"

"அஸ்தி கரைச்சாயிடிச்சான்னிட்டுக் கேளு."

"ஏங்க?"

"என்னா ஏங்க? எல்லாம் உன்னாலே வருது. உன்மாதிரி அஜீரண வியாதி எல்லாருக்குமா இருக்கும்?"

"சும்மா ஏன் கோவிச்சுக்கிறீங்க? வேணுமின்னா சாப்பிட்டு, பாவத்தைக் கட்டிக்கங்களேன்."

"நீ கட்டிக்க பாவத்த; கல்லு மாதிரியிருக்கறவங்களைச் சாக அடிச்சிட்டு."

"என்னாங்க இது? இன்னுமா முடியலெ?"

"மாமா முடிய மாட்டாங்க. இஞ்ச வா."

"நல்ல கூத்து இது."

"கூத்துதான். இலையைப் போட்டுக்கிடறேன். கொஞ்சம் சாதம் பிசஞ்சி போடு."

தலைமயிரைக் கோதிவிட்டு, முந்தானையைச் செருகி கையைக் கழுவிவிட்டு வந்தாள்.

"உனக்குப் பசிக்கலியா?"

"ஐய, பாதி நிசியிலே யாருக்கு இறங்கும் சோறு?"

"சும்மாக் கொஞ்சம் சாப்பிடேன்."

முறுக்கெல்லாம் செய்துகொண்டு கடைசியில் பணிந்தாள் அவள். சோறு போன இடம் தெரியவில்லை.

நீலாச்சி படுத்துத் தூங்கிவிட்டது.

எங்களுக்குத் தூக்கம் வரவில்லை. முற்றத்து நிலவில் உட்கார்ந்துகொண்டோம். தெளிவும் தண்மையும் வெண்மையும் நிறைந்து நிலவு பரந்திருந்தது. அந்த நிசப்தத்தில் கொல்லைப் புளிய மரத்தில் ஒரு காக்கை கரைந்தது, பொழுது புலர்ந்த பிரமையில்.

"காக்காய்க்குப் புத்தியே கிடையாது; இல்லீங்களா?"

"ஏன்?"

"நிலவை விடிஞ்சாப்பாலே நெனைக்குதே."

"நெனச்சா என்னவா? இப்ப இல்லாட்டி இன்னும் நாலு நாளியிலே பொளுது புலரப் போவுது. நிச்சயமாப் புலரத்தான் போவுது. சாகப் போறாங்க, சாகப் போறாங்கன்னு பட்டினி கிடக்கலையே காக்கா!"

"ஆமா, உங்களுக்கு எம் மண்டையை உருட்டிக்கிட்டே இருக்கணும். மாமாவுக்கும் ஒரு நாளைக்குப் பொலரத்தான் போவுது."

"யாரு மாமாவா? பொணந்தின்னிக் கழுகுவளுக்குச் சுடுகாட்டை விட்டுப் போகவா மனசு வரும்? நான் நெனைக் கல்லே. மாமா செத்து நாம் பார்க்கப் போறதில்லெ. நீலாச்சி, சின்னக்கண்ணு இவங்க யாராவது பாத்தாத்தான் உண்டு."

"சும்மா இருங்க. அச்சான்யமாப் பேசக்கூடாது."

நான் மட்டும் பேசக்கூடாதாம். மணி மூன்று, நாலுக்கு மேல் ஆகிவிட்டது. தூக்கம் அடியோடு கலைந்துவிட்டது. வெகு நாழி பேசிக்கொண்டிருந்தோம்.

கிழக்கு வெளுக்கும்போது ஒரு சின்ன அழுகைக் குரல் வாசலில் கேட்டது. சரேலென்று எழுந்து போனோம். கணக்குப் பிள்ளை மாமாவின் கடைசித் தங்கை தங்கக் கிளியாத்தா வெள்ளைத்துணியில் எதையோ சுற்றிக்கொண்டு போனாள். கூட இரண்டுபேர் அழுதுகொண்டு போனார்கள்.

அடுத்தவீட்டுத் திண்ணையிலிருந்து பசுபதி சொன்னான். "சேதி புரிஞ்சுதாப்பா. மாமா கடாசிப் பேத்திக்கு ராத்திரி ரெண்டு மணிக்கு நோவு கண்டிடிச்சாம். ரெட்டைக் கொளந்தை. ஒண்ணு இப்படி ஆயிடிச்சு."

"மாமா?"

"ஹால்...ல் மாமா நடையிலிருந்து திரும்பி உள்ளாரப் போய்ட்டாங்களாம் மறுபடியும்."

"நெசம்மாவா?"

"பொய்யா பின்னே?"

"ராணியம்மா கேட்டுக்கிட்டியா, எடு அஞ்சனாவை."

"ஏனாம்?"

"ஏன்னா? மாமா செத்துப்போகலே!"

"போகாட்டி? யமன் வந்தானா இல்லியா மாமா ஊட்டுக்கு?"

"அதுக்காக."

"மாமாவுக்குத்தான் வந்தான். ரெட்டைப்புள்ளெ எதுக்குன்னு ஒண்ணைத் தூக்கிக்கிட்டுப் போயிட்டான். யோசிச்சுப் பாருங்க."

○

சாயங்காலம் மாமாவைப் பார்க்கப் போனோம், பசுபதியும் நானும். நடையைக் கடந்து, முற்றத்துத் தாழ்வாரத்தில் நாலைந்து தலையணைகளைச் சுவர் ஓரமாகக் குவித்துச் சாய்ந்திருந்தார் மாமா.

"மாமா!"

"யாரப்பா பெரிய தம்பியா? இன்னும் யாரு?"

"நான்தான்."

"ம். பசுபதியா? வாப்பா, உக்காருங்க. பாத்தீங்கள்ள, சேதியை? முருவன் என்னை அளச்சிக்க மாட்டான்போல்

இருக்கு. என்னமோ ரொம்பக் குடுத்திட்டாப்பலே, ஒண்ணைப் பிடுங்கிக்கிட்டுப் போயிட்டான் ... ஏதோ, ஒண்ணையாவது வச்சானே."

நாங்கள் ஒன்றும் பேசவில்லை.

"போன மாசிக்கு இப்பிடித்தான் கெடந்தேன். அப்பவும் இதேதான் ஆச்சு. முந்நூறு ரூவாய்க்கு எருமை மாடு ஓட்டி யிருந்தது. பதினாலு சேர் கறவை. அது செத்துப்போச்சு. இந்தத் தடவை இப்படியாயிருக்கு. அடுத்த தடவை என்ன ஆகுதோ?"

சும்மா இருந்தோம்.

"ஏதோ நடக்குது. முருவன் மனசு நமக்கா தெரியும்?" என்று பசுபதி சொன்னான்.

"ஆமாம்பா, ஆமாம். இல்லாட்டி இப்பிடியா நடக்கும்?"

சற்று யோசித்து ஒரு நிமிஷம் கழித்துச் சொன்னார் மாமா. "ஏதோ ... நம்ம சுப்பையாதான் சுப்ரமண்யர்னு எனக்குத் தோத்தம். தொண்டைக் குழிக்கு வந்த உசிரெல்ல உள்ள தள்ளிட்டான்! இப்பிடி ஊட்டுக்குள்ளாரத் திரும்பி வந்து படுக்கப் போறேன்னு கனாக் கண்டுருப்பேங்கிறியா? வைத்தியன்னா எவ்வளவோ பேரு எவ்வளவோ சொல்லு வாங்க... என்னமோ, சுப்பையா கையிலே சஞ்சீவிப் பச்செலை முளச்சிருக்கூன்னுதான் தோணுது!"

பசுபதி, 'ஹல்ல்' என்று சிரித்துவிடாமல், 'அட கழுகே!' என்று மூன்றாவது காதில் விழாமல் சொன்னான்.

பசி ஆறிற்று

"மணி பன்னிரண்டாகப் போகிறது. சுருக்க வாங்கோ" என்று மத்தியான்ன பூஜைக்கு நைவேத்தியத்தை எடுத்துக்கொண்டு கோயிலுக்குப் போகும் புருஷனுக்குப் பின்னால் கத்தினாள் அவள். கத்தின கத்தில் குரல் விரிந்துவிட்டது. புகைந்து புகைந்து இருமி, நெஞ்சு கமறி இரண்டு பொட்டு ஜலம்கூடக் கண்ணில் வந்துவிட்டது.

"என்ன?" என்று திரும்பிப் புருவத்தை உயர்த்திக்கொண்டு கேட்டார் சாமிநாதக் குருக்கள்.

"நாசமாய்ப் போச்சு!" என்று மெதுவாகச் சொல்லிக்கொண்டே முற்றத்தில் வந்திருந்த வெள்ளை வெயிலையும் நிழலையும் காட்டி ஜாடை செய்தாள் அகிலாண்டம்.

"நாழியாயிடுத்துன்னு சொல்றயா? இதோ வந்துடறேன்" என்று அவர் பதில் கொடுத்துவிட்டுக் கிளம்பினார்.

சாலப் பிறை வழியாக அடுத்த வீட்டில் பேசுவது காதில் விழுந்தது. "ஏனக்கா, ஏன் இவ்வளவு மெதுவாகப் பேசுகிறாள், அடுத்த வீட்டு அம்மாமி?" என்று.

அதற்காக அவள் வருத்தப்படவில்லை. அதைப் போல எவ்வளவோ பேர் சொல்லியிருக்கிறார்கள். டமாரச் செவிட்டுக்கு மாலை போட்டுவிட்டு இதையெல்லாம் சட்டை செய்துகொண்டிருந்தால் எப்படி வேலை நடக்கும்? அதைப்பற்றி அவள்

கொட்டு மேளம்

கவலைப்படவில்லை. அவள் கவனத்தை இழுத்தது, அந்தக் குரல் புதிதாக இருந்ததுதான். அடுத்த வீட்டு ருக்மிணி அம்மாமி, 'தம்பி வரப்போகிறான்' என்று நேற்றுச் சொல்லிக்கொண் டிருந்தாள். பேசினது அவனாகத்தான் இருக்க வேண்டும்.

சற்றுக் கழித்து, "நான் காவேரிக்குப் போய்க் குளித்து விட்டு வருகிறேன் அக்கா" என்று அவன் சொல்லிக்கொள்வது காதில் விழுந்தது. இருப்புக் கொள்ளாமல் வாசலுக்கு ஓடினாள் அகிலாண்டம்.

வாசலுக்கு வந்த அவன், இடுப்பிலிருந்த பொடி மட்டையை எடுத்து, ஓட்டுச் சார்ப்பின் மூங்கிலுக்குள் செருகிவிட்டுத் தற்செயலாகத் திரும்பினான். திண்ணையிலிருந்தே போக்கு வரத்துச் செய்துகொள்வதற்காக இருந்த திறப்பின் வழியாக அகிலாண்டம் நிற்பதைப் பார்த்தான். உடனே உள்ளே ஒருமுறை பார்த்தான். தெருவில் கிழக்கும் மேற்குமாக ஒரு முறை பார்த்தான். குரைக்க்கூடச் சோம்பல்படும் நாயைத் தவிர வேறு ஈ, காக்காய் இல்லை. தைரியமாக அவளைப் பார்க்க ஆரம்பித்துவிட்டான்.

நறுக்கென்று அவள் மறைந்துவிட்டாள். ஆனால் ரேழிக்குப் போனதும் கால் தயங்கிற்று. சற்று நின்றாள். உள்ளுக்கா, வாசலுக்கா என்று கேட்டுக்கொண்டிருந்த மனத்தைக் கடைசி யில் வாசல் பக்கமே திருப்பிவிட்டாள். நிலைக்கருகில் நின்று பார்த்தபோது அவனைக் காணவில்லை, சோப்புப் பெட்டியை ஆட்டிக்கொண்டு வேகமாகப் போய்க்கொண்டிருந்தான். சடக்கென்று தான் மறைந்ததைப் பார்த்ததும் பயந்துகொண்டு போய்விட்டானோ, என்னவோ?

வாஸ்தவமாகத் தன் துணிச்சலை நொந்துகொண்டுதான் அவன் போனான்.

அவளுக்கும் தான் செய்தது தப்பு என்று பட்டது. 'வேறு என்ன செய்வது? பைத்தியக்காரப் பெண் ஜன்மம்! அந்தச் சமயத்தில் வேறு என்ன செய்யும்?' என்று பெண்மையை நொந்துகொண்டாள். 'அவன் திரும்பி வரட்டும். இங்கேயே நின்றுகொண்டிருக்கலாம். அவன் திரும்பி வரும்போது அவனுடைய சந்தேகத்தையும் பயத்தையும் போக்கிவிடலாம்' என்று தீர்மானித்துக்கொண்டாள்.

மேல் வீட்டில் எல்லோருமே அழகுதான். ருக்மிணி அம்மாமிக்கு நாற்பது வயது ஆனாற்போலவே இல்லை. கன்னமும் காலும் பட்டுத் துடைத்துவிட்டாற் போல

இருக்கின்றன. தம்பியும் அப்படித்தான் இருக்கிறான். காலேஜில் வாசிக்கிறானாம். சிரிக்கச் சிரிக்கப் பேசுவானாம். ஓடுகிற பாம்புக்குக் கால் எண்ணும் வயசு. வெகு புத்திசாலி என்று ருக்மிணி அம்மாமி சொல்வதுண்டு.

'எப்படியிருந்தால் என்ன? இதையெல்லாம் நினைத்து என்ன பிரயோஜனம்? கவைக்குதவாத ஆசை.'

கல்யாணமாவதற்கு முன், பிறந்த ஊரில் எதிர் வீட்டுக்கு ஒரு பையன் வந்திருந்தான். அவன் பார்த்த பார்வை! என்ன குளுமை! விழுங்கி விழுங்கிப் பார்த்துவிட்டுக் கடைசியில் ஊருக்குப் போய்விட்டான். பிறகு ஆளையே காணவில்லை.

'இந்த டமாரச் செவிட்டுக்கு வாழ்க்கைப்பட்டாகிவிட்டது. குருக்கள் பெண் குருக்களுக்குத்தான் வாழ்க்கைப்பட வேண்டும் என்றாலும் அப்பாவுக்கு இந்தப் பூமண்டலத்தில் வேறு ஒரு வரன்கூடவா அகப்படவில்லை? கட்டை குட்டையாய், கல்லு மாதிரி உடம்பு. காதிலே கடுக்கன்; எதற்காகவோ தெரியவில்லை. கேட்காத காதுக்குக் கடுக்கன் என்ன? மாட்டல் என்ன? கல்யாணமானது முதல் நாலு வார்த்தை சேர்ந்தார் போல் பேசினோம் என்பதே இல்லை. இரண்டு வார்த்தை பேசுவதற்குள் விழி பிதுங்கி, தொண்டை உடைந்துபோய் விடுகிறதே. இவள் குரல் எப்படி இருக்குமென்றே அவனுக்குத் தெரியுமோ என்னவோ? பரவச நிலையில், அடங்கிய குரலில், பேசும் பாதி ரகஸ்யப் பேச்சுக்கள் அவளுக்கு எப்படிக் கிட்டும்? அவனோடு பேசிப் பேசித் தொண்டை பெருகிவிட்டது. பிறந்த ஊருக்குப் போனபோது, 'ஏண்டி இப்படிக் கத்தறே? மெதுவாய்ப் பேசேன். ஊர் முழுக்க கிடுகிடுக்கணுமா?' என்று தங்கை தமக்கைகள் அலுத்துக்கொள்வார்கள்.

'போடி போ, அத்திம்பேருக்கு நீங்கள் மாலை போட்டிருந்தால் தெரியும். அவர் காதுக்கிட்டப் பீரங்கி வெடிச்சா, நெருப்புக் குச்சி கிழிக்கிற மாதிரி இருக்கு அவருக்கு. என்னைப் போய்ச் சொல்ல வந்துட்டா!' என்று அவள் பதில் சொல்லும் போது எல்லோரும் சிரிப்பார்கள்.

இப்படி அவர்கள் சிரிக்கச் சிரிக்கப் பேசினாலும், அவள் மனத்திற்குள் மட்டும் துணுக்கென்றது. செவிடாய்ப் போவதை விட மட்டம் ஒன்றுமே இல்லை; யாராவது பேசும்போது, 'அ...ஆ?' என்று ஜடம் மாதிரி கேட்டுக்கொண்டேயிருந்தால்? செவிட்டுப் புருஷனோடும் செவிட்டு மனைவியோடும் எத்தனையோ பேர் அந்யோந்யமாகத் தாம்பத்யம் நடத்து கிறார்கள். அவளுக்கு மட்டும்... அவளுக்கு மட்டும் என்ன?

பிரியம் இல்லாமலா இருக்கிறது? எல்லாம் இருக்கிறது. ஆனால் குறை குறைதானே.

போன வருஷம் எதிர்வீட்டில் ராதா கல்யாணத்தின் போது மதுரை மணி சங்கீதக் கச்சேரி நடந்தது. கூட்டத்திற்கு நடுவில் அவள் புருஷனும் உட்கார்ந்திருந்தான். பக்கத்தில் வாயைப் பிளந்தும் ஆகாரம் போட்டும் மெய் மறந்திருந்த வர்களை ஜடம் மாதிரி பார்த்துக்கொண்டிருந்தான். நடு நடுவே பெரிய வீட்டு வாயாடி கிட்டுச்சாமி, 'கச்சேரி எப்படி?' என்று கண்ணைச் சிமிட்டி அவனிடம் ஜாடை செய்து கொண்டிருந்தான்.

ஸ்திரீகளுக்கு நடுவில் உட்கார்ந்திருந்த அகிலாண்டத்திற்கு வந்த ஆத்திரத்திற்கும் துக்கத்திற்கும் அளவே இல்லை. 'காதுதான் இல்லையே! நடுக் கச்சேரியில் உட்கார்ந்து அசட்டுத் தனத்தைத் தப்படித்துக்கொள்ளுவானேன்!' புருஷன் கையைக் கரகரவென்று பிடித்து இழுத்து வீட்டுக்கு அழைத்துக்கொண்டு போய்விட்டால் தேவலைபோல் இருந்தது அவளுக்கு. அருகில் உட்கார்ந்திருந்த ஸ்திரீகளை ஏறிட்டுப் பார்க்கவே கூச்சமாக இருந்தது. பார்த்தால் எல்லோர் கண்ணிலும் தென்படும், 'ஐயோ, பாவ'த்தை எப்படிச் சகிப்பது? அவ்வளவு தூரத்திற்கு – எல்லோரும் பாட்டைக் கேட்காமல் அவளைப் பார்த்து இரக்கப்பட்டுக்கொண்டிருப்பார்கள் என்ற அளவுக்கு – அவள் துன்பம் வந்துவிட்டது.

கச்சேரி நடக்கும் பெஞ்சுக்கு முன்னால், உட்கார்ந்திருந்தான் ராஜம். அந்த வீட்டுக்காரரின் பையன் அவன். இருபது வயதிருக்கும். எங்கோ மீரத்தில் மிலிடரியில் உத்தியோகம், ராதா கல்யாணத்திற்காக லீவு எடுத்துக்கொண்டு வந்திருந்தான். நல்ல சாரீரம் அவனுக்கு. நன்றாகப் பாடுவான். அகிலாண்டம் பாடகரைப் பார்க்கப் பிரம்மப் பிரயத்தனம் செய்துகொண் டிருந்தாள். ஆனால் கண், தலையாட்டிப் பொம்மை மாதிரி ராஜத்தின் மேலேயே திரும்பித் திரும்பி விழுந்தது. அவன் பாட்டை ரசிக்கும் அழகைக் கண்டு வியந்துகொண்டிருந்தாள்.

பிறகு இரண்டு நாளைக்கு அகிலாண்டத்திற்கு ஒன்றும் ஓடவில்லை. தேன் மாதிரி அவன் நினைவே வந்து அவளை ஒட்ட ஒட்ட மொய்த்துக்கொண்டிருந்தது. எதாவது ஒரு சாக்கைச் சொல்லி எதிர்வீட்டுக்கு, மணிக்கு ஏழு தடவை போக ஆரம்பித்தாள். ராஜம் ஊஞ்சலில் உட்கார்ந்திருந்தான்.

"மாமி, சற்று எறும்பு வடகட்டியைக் கொடுங்களேன். இதோ தந்துவிடுகிறேன்" என்று அகிலாண்டம் அதை வாங்கி

தி. ஜானகிராமன்

வந்தாள். சற்றுப் பொறுத்து, அதை ஜோட்டி ஜலத்தில் நனைத்துத் திருப்பிக் கொடுத்துவிட்டு வந்தாள். அவள் கூடத்திற்குத் திரும்பி வரும்போது "ஏண்டி, அகிலம், தேங்காய் உரிக்கிற பாறையைத் திருப்பிக் கொடுத்துவிட்டாயோ?" என்று ராஜத்தின் தாயார் கேட்டாள் சமையல் உள்ளிருந்து. "என்ன?" என்று கேட்டுக்கொண்டே ஊஞ்சலில் உட்கார்ந் திருந்த ராஜத்தைப் பார்த்தாள் அவள். அப்பொழுதுதான் அவன் கண்ணெடுக்காமல், இத்தனை நாளாக இல்லாத ஒரு பார்வை பார்த்தான். அவளைப் புரிந்துகொண்டுவிட்டதாகச் சொல்வதுபோல் இருந்தது.

"பாறையா? இதோ கொண்டு வருகிறேன்" என்று சொல்லிவிட்டு அவள் திரும்பினாள்.

திரும்பி வந்தவள் ஏதோ ஞாபகம் வந்து ஒரு வெண்கலப் பானையை, "மறந்தே போய்விட்டது" என்று கெஞ்சிக் கொடுத்து விட்டு வந்தாள்.

ஏழெட்டு நடை ஆகிவிட்டது. மறுபடியும் போனாள்.

"வெற்றிலை இருக்கோ, மாமி?"

சமையல் உள்ளில் இருந்த ராஜத்தின் தாயார், 'ராஜம், அலமாரியிலிருந்து கொஞ்சம் வெற்றிலை எடுத்துக் கொடேன் அந்த மாமிகிட்ட' என்று உள்ளே இருந்தபடியே சொல்லி விட்டுப் பத்துப்பாத்திரத்தை எடுத்துக்கொண்டு புழக்கடைக்குப் போய்விட்டாள். ராஜம், ராதா கல்யாணத்திற்குக் கண்டு மிஞ்சியிருந்த வெற்றிலையில் பாதி எடுத்து அவள் கையில் வைத்தான். அவன் நிமிர்ந்து பார்த்தாற்போல் அவளுக்குப் பார்க்க முடியவில்லை. வெடவெடத்துக்கொண்டு, அதை வாங்கிக்கொண்டு திரும்பி விரைந்தாள். தன் வீட்டு ஆளோடி யில் ஏறும்போது இருமல் ஓசை கேட்கவே, திரும்பிப் பார்த்தாள். நிலையின்மேல் இரு கைகளையும் தூக்கி வைத்துக்கொண்டு, ராஜம் அவள்மீது பார்வையை நாட்டியிருந்தான்.

அவசர அவசரமாக அவள் உள்ளே வந்து அடுக்கில் வெற்றிலையை வைத்து மூடிவிட்டு, மீண்டும் வாசலுக்கு வருவதற்காகக் கிளம்பினாள். "காபி போட்டாச்சா?" என்று கூடத்தில் துணியை விரித்துப் படுத்திருந்த அவள் புருஷன் தூக்கம் தெளிந்து உலர்ந்த உதட்டை நனைத்துக்கொண்டே கேட்டான். அப்போதுதான் அவளுக்கு மறந்துபோன காரியங் களெல்லாம் ஞாபகத்திற்கு வந்தன. மாட்டுக்குத் தண்ணீர் காட்டவில்லை; பால் கறக்கவில்லை; பசு சோர்ந்துவிட்டிருந்தது.

கொட்டு மேளம்

அதைக் கவனிக்க ஆரம்பித்தாள். பாலைக் கறந்து, அடுப்பை மூட்டி காபியைப் போட்டாள். சர்க்கரை டப்பாவை எடுத்துத் திறந்தபோது, அது துடைத்துவிட்டாற்போல் இருந்தது. தட்டித் தட்டி, ஓர் ஓரத்தில் ஒட்டி மினுங்கின துண்டைத் தவிர ஒன்றுமில்லை.

"சர்க்கரை வாங்கிண்டு வந்துடறேன்" என்று அவன் காதருகில் கர்ஜித்துவிட்டு எதிர் வீட்டுக்கு ஓடினாள். வாசலில் அரை வண்டி பூட்டி நின்றுகொண்டிருந்தது. உள்ளே போனாள். கூடத்தில் கோட்டும் சட்டையும் போட்டுக்கொண்டு ராஜம் நின்றுகொண்டிருந்தான். அவன் தாயார் தட்டிலிருந்து விபூதியைக் கட்டைவிரலால் எடுத்து அதை அவனது நெற்றியில் இட்டுக்கொண்டிருந்தாள். ஊஞ்சலில் அவன் தகப்பனார் உட்கார்ந்திருந்தார். விபூதி இட்டுக்கொண்டதும் ராஜம் அவர்கள் இருவருக்கும் நமஸ்காரம் செய்தான்.

"ஒன்றும் மறக்கவில்லையேடா? எல்லாம் எடுத்து வச்சினூட்டியோ இல்லையோ?" என்று கேட்டார் அவர்.

"ஒன்றும் மறக்கவில்லை."

"போய்ச் சேர்ந்தவுடனே லெட்டர் போடு. வாரம் ஒரு கடுதாசி போடணும். உன் சௌகர்யப்படிதான் எழுதணும் என்று வச்சுக்கப்படாது. அம்மா ரொம்பக் கவலைப்பட ஆரம்பிச்சுடறாள்."

"நீங்க சொல்லிண்டே இருக்க வேண்டியதுதான். அவன் போட்டால்தானே."

"போடுகிறேம்மா" என்று ஆயிரம் மைல் பிரயாணத்திற்கும் தனிமைக்கும் ஹோட்டல் சாப்பாட்டுக்கும் கிளம்பிக்கொண் டிருந்த ராஜம் தழுதழுத்தான்.

ரேழி வாசற்படிக்கருகில் நின்று இவ்வளவையும் பார்த்துக் கொண்டிருந்த அகிலாண்டத்திற்கு ஏக்கம் பிடித்துவிட்டது. அயர்ச்சி தாளாமல் திரும்பினாள்.

"என்னடி அகிலாண்டம், என்ன வேணும்?" என்று கேட்டாள் ராஜத்தின் தாயார்.

"சர்க்கரை ஒரு கரண்டி வேணும். காபி கலந்து வைத்தேன். அப்புறந்தான் சர்க்கரை இல்லை என்று ஞாபகம் வந்தது..."

"வாங்கிக்கொண்டு போயேன். நன்னாத் திரும்பிப் போகிறாள் அசடு."

தி. ஜானகிராமன்

"நிறையக் கொடுடி, ஒரு கரண்டி என்ன?" என்று உத்தரவு போட்டார் ராஜத்தின் தகப்பனார். சகுனம் ஆயிற்றே என்று அவருக்கு முகம் மலர்ந்துவிட்டது. "ராஜம், கிளம்பு" என்று பெட்டியை எடுத்துக்கொண்டு வாசலுக்குப் போனார். ராஜம் தயங்கி நின்றான்.

"போயிட்டு வரேம்மா, அந்த மாமி கிட்டவும் சொல்லு" என்று விடைபெற்றுக்கொண்டான்.

"போயிட்டு வரேன்னு சொல்லிக்கிறாண்டி" என்று அகிலாண்டத்திற்கு அஞ்சல் செய்தாள் தாயார்.

"சரி" என்று வேதனையை அடக்கிப் புன்சிரிப்புடன் கூறினாள் அகிலாண்டம். உடனேயே வாசலுக்கு வந்துவிட்டாள்.

எல்லோரும் வாசலுக்கு வந்ததும், "பார்த்தாயா, ஊஞ்சல் பலகையில் வச்சிருக்கிற புஸ்தகத்தை மறந்துவிட்டேன்" என்று நினைத்துக்கொண்டு சொன்னான் ராஜம்.

"நான் போய் எடுத்துண்டு வரேண்டா" என்று உள்ளே ஓடினார் தகப்பனார்.

"அம்மா ஒரு கிராம்பு கொண்டு வாயேன்" என்றான் ராஜம்.

அம்மாவும் உள்ளே போனாள். வாசலில் வண்டிக் காரனைத் தவிர வேறு ஒருவரும் இல்லை. அவனும் மாட்டுச் சலங்கையைச் சரிப்படுத்திக்கொண்டிருந்தான்.

"போயிட்டு வரட்டுமா?" என்ற பாவனையில் அகிலாண்டத் தைப் பார்த்துத் தலையாட்டினான் ராஜம். தன்னிடம் தனியாகச் சொல்லிக்கொள்ள அவன் இவ்வளவு சிரமப் பட்டதைக் கண்டு அவளுக்குப் பெருமை தாங்கவில்லை. கண்ணில் நிறைந்த ஜலத்தை விழாமல் தேக்கிக்கொண்டு தலையாட்டினாள். கிராம்பும் புஸ்தகமும் வந்துவிட்டன. சலங்கை ஒலித்தது. ஒரு நிமிஷத்தில் வாசல் வெறிச்சோடி விட்டது. கண்ணைத் துடைத்துக்கொண்டு உள்ளே போனாள் அகிலாண்டம்.

பித்துப் பிடித்தாற்போல உட்கார்ந்திருந்தாள் அவள். பறி கொடுத்துவிட்ட மனது அடித்துக்கொண்டே இருந்தது. சாயந்தரம், வேலைக்காரி வந்தபோது, பாத்திரத்தில் ஏதோ பத்து ஒட்டிக்கொண்டிருந்ததென்று, விதியிடம் பட்ட ஆத்திரத்தை அவள்மீது திருப்பிவிட்டாள்.

கொட்டு மேளம்

"எத்தனை நாளைக்கடி சொல்றது சொரணை கெட்டவளே, இப்படி தேய்க்காதேனுட்டு; நீ சோறுதான் திங்கிறியா? இதென்ன வேலை? கழுதைக்குட்டி மாதிரி இளிக்கிறியே. சீ, பல்லை மூடு, மானங்கெட்டவளே..."

இளித்துக்கொண்டிருந்த வேலைக்காரியின் முகம் இருண்டு விட்டது. அவள் விஸ்வரூபம் எடுத்துவிட்டாள்.

"என்னாம்மா கழுதை குதிரைங்கறே? என்ன மானங் கெட்டுப் போயிட்டேன்? நாக் கூசாம அடுக்கிறியே; மானங் கெட்டவ, மானங்கெட்டவன்னுட்டு? இந்தப் பேச்சுக்கு, அந்த மவராசன், உன் புருஷன் பூசை பண்றானே அந்த ஆண்டவன் தான் உன்னைக் கேக்கணும்; ஐயையோ, இதென்னாடி பேச்சு!"

"சீ சீ, பதில் பேசாதே."

"சரிதாம்மா, பேசாம இரு. ரொம்ப நல்லாப் பேசிட்டே பாரு. கணக்கைப் பாத்துக் காசை விட்டெறி. மானங்கெட்டவ வேலையும், சங்காத்தமும் உனக்கு வாணாம். நீ ஒரு மனுசி மாதிரி" என்று பொரிந்துவிட்டுக் கொல்லைப் படலைத் திறந்துகொண்டு பறந்துவிட்டாள் வேலைக்காரி.

படபடப்பு ஓய்ந்ததும், நடந்ததை நினைத்து அழுதாள் அகிலாண்டம். நிம்மதியிலிருந்து நழுவிவிட்ட மனம் வேதனை தாங்கமாட்டாமல் அழுந்திக்கொண்டிருந்தது. நாலு நாள் கழித்துத் தற்செயலாக அவள் தகப்பனார் வந்தார். அவரோடு பிறந்தகம் போய்ப் பத்துப் பதினைந்து நாள் இருந்துவிட்டு வந்துந்தான் மனம் நிலைகொண்டது. கொஞ்சம் கொஞ்சமாக, இரண்டு நாள் அவள் கற்பனையிலும் ஆசையிலும் நாடகம் ஆடிவிட்டுப் போன ராஜத்தை மறந்துவிட்டாள்.

இப்பொழுது அந்த ஸ்தானத்திற்கு வந்துவிட்டான் அடுத்த வீட்டு ருக்மிணி அம்மாமியின் தம்பி. அவனுக்கு லீவு பத்துப் பதினைந்து நாள் இருக்கிறது. இருந்தால் என்ன? அவள் அதிருஷ்டம் தெரிந்துதானே. இருந்தும் மனது கேட்க மாட்டேன் என்கிறது. ஒரு ஆசை – குளிக்கப்போனவன் இன்னும் வரவில்லை. துடிக்கத் துடிக்க அவனை எதிர்பார்த்துக் கொண்டிருந்தாள் அவள்.

"என்ன யோஜனை பலமாயிருக்கு!" என்று குரல் கேட்கவே, சூன்யத்தைப் பார்த்து, நினைவிழுந்திருந்தவளுக்குத் தூக்கி வாரிப்போட்டது. அவள் புருஷன் நைவேத்தியப் பாத்திரத்துடன் புன்சிரிப்புச் சிரித்துக்கொண்டு நின்றான்.

தி. ஜானகிராமன்

"ரொம்ப நாழி பண்ணிவிட்டேனா? பசி துடிக்கிறதாக்கும் அம்பாளுக்கு?" என்று கேட்டார் அவர். செவிடனின் சிறு குரலில் எவ்வளவு பரிவு! எவ்வளவு கனிவு! எவ்வளவு நம்பிக்கை! என்ன நிர்மாயமான, நிர்மலமான பார்வை! வெயிலில் கால் பொரிய நடந்துவிட்டு வந்த தேகம் வேர்த்து விறுவிறுத்துக்கொண்டிருந்தது. ஜன்மத்திலேயே கோபத்தை அறியாத கண்ணும் உதடும் வழக்கம்போல் புன்சிரிப்பில் மலர்ந்திருந்தன.

"இதைவிட என்ன வேண்டும்!" என்று மயங்கிப் போனாள் அகிலாண்டம்.

சிரித்துக்கொண்டே, நைவேத்தியப் பாத்திரத்தைக் கையில் வைத்துக்கொண்டு அவ்வளவு அன்பைக் காட்டிய விதியை உள்ளே அழைத்துப்போய்க் கதவைத் தாழிட்டு, அதன் உடல் வேர்வையைத் துடைத்தாள். அது, இலையில் உட்கார்ந்து சாப்பிட்டபோது, அவளுக்கு எல்லாப் பசியும் தீர்ந்துவிட்டது.

'வேண்டாம் பூசனி!'

பாட்டிக்குக் கைகால்கள் எல்லாம் வீங்கி விட்டன. ரத்தம் இல்லாத குறைதான். வயது என்ன, கொஞ்சமாக ஆயிற்றா? வருகிற கந்த சஷ்டிக்கு எண்பத்திரண்டு நிறைந்துவிடுகிறது. இனிமேல் சாப்பாடு சாப்பிட்டா ரத்தம் ஊறப் போகிறது? திடீர் திடீரென்று கிறுகிறுவென்று மயக்கம் வருகிறது. கண்ணில் நிழலாடுகிறது. யாராவது வந்தால் ஏதோ தேய்த்துவிட்டார்போல் தெரிகிறதே தவிர, இன்னாரென்று பளிச்சென்று சொல்ல முடியவில்லை. பொழுது சாய்ந்துவிட்டால் இந்த அரைப்பார்வையும் மங்கிவிடுகிறது. இப்போது ஆறு மாதமாக ராத்திரிப் பலகாரம் கூடக் கிடையாது. மத்தியானம் பன்னிரண்டு மணி சுமாருக்குச் சாப்பிடுவதோடு சரி. வாய் ருசிக்கத் தோசை, இட்டலி, கொத்தமல்லித் துவையல் என்று தவறாமல் சாப்பிட்டுவிட்டுத் திடீரென்று இவற்றை எல்லாம் நிறுத்திவிட்டது, முதலில் கொஞ்சம் கஷ்டமாகத்தான் இருந்தது. ஆனால் உடம்புப் பாட்டைக் குறைத்துக்கொள்ளத்தான் இந்த ஏற்பாட்டை ஆரம்பித்தாள் பாட்டி. நடக்கவோ முடியவில்லை. கையில் தெம்பில்லை. பலகாரம் சும்மா வாயில் வந்து விழுமா? அதற்கும் அரிசி, உளுந்து என்று எதையாவது நனைத்துக் கல்லுரலில் போட்டு அரைத்தால்தானே உண்டு. கல்லுரல் குழவியைப் பம்பரமாகச் சுற்றிக்கொண் டிருந்த கைக்கு இப்போது அதை நகர்த்துவதே பாடாக இருந்தது. அதுவுமின்றித் தட்டித் தடவிக்

தி. ஜானகிராமன்

கொண்டு இலையைப் போட்டுப் பலகாரத்தை வைத்து, எண்ணெய், மிளகாய்ப் பொடி எல்லாம் தானேதான் போட்டுக் கொள்ள வேண்டியிருக்கிறது. அதோடு நின்று விடுகிறதா? அந்த இலையை வாசலில் கொண்டு எறிய வேண்டும். பிறகு தின்ற இடத்தை மெழுகவேண்டும். 'இவ்வளவு பாடு எதற்காக?' என்றுதான் பலகாரப் பழக்கத்தையே நிறுத்தினாள் பாட்டி.

ஒரு வேளைச் சாப்பாடு சமைப்பதே பிரம்மப் பிரயத் தனமாக இருக்கிறது. 'டா'னாப் பாடாக வளைந்துவிட்ட உடம்பைச் சுமந்துகொண்டு எத்தனை வேலை செய்யவேண்டி யிருக்கிறது! விடியற்காலையில் வாசலைப் பெருக்கிச் சாணி தெளித்துக் கோலம் போடவேண்டும்.

"ஏண்டி ராது, வாசல் எவ்வளவு பெரிசு இருக்கு. என்னமோ பிளாஸ்திரி போட்டாப்போல் கையகலத்துக்குப் பெருக்கி மொழுகியிருக்கியே!" என்று சுந்தராம்பாக் கிழவி சொன்னபோது, "நான் பிள்ளை பெத்த அழகுக்கு இது போரும். என்னைச் சொல்லி என்னடி பண்றது? ஒரு வீடு தள்ளித்தானே இருக்கா நாட்டுப் பொண்ணு. அவளை அழைச்சிண்டு வந்து காண்பியேன் என்று பாட்டி பதில் கொடுத்தாள்.

"அவ இந்தக் கோலத்தை மிதிச்சுண்டுதானே காவேரிக்குப் போறா, குளிக்க?"

"பின்னே ஏன் என்னைக் கேக்கறே? என் வயத்தெரிச்சலைக் கிளப்பாம போ. நீ கொடுத்துவச்ச மகராசி. உன் நாட்டுப் பெண் இரண்டும் அடங்கின சரக்கு. காலைப் புடிக்கிறதென்ன, புடவை தோய்ச்சுப் போடறதென்ன, 'ம்' முன்னாப் பத்து அரைச்சுப் போடறதென்ன, அதுக்கெல்லாம் கொடுத்து வைக்க வாண்டாமா?" – சுந்தராம்பாக் கிழவி போன பிறகு, பாட்டி அந்தக் கையகல மெழுகலையும் கோலத்தையும் பார்த்துக்கொண்டேயிருந்தாள். அறுபது, அறுபத்தைந்து வருஷத்துக்கு முன், சாந்திகல்யாணம் ஆகிப் புக்ககம் வந்த புதிதில் பிடாரியம்மன் புறப்பாட்டுக்காகத் தெருவடைத்துத் தேர்க்கோலம் போட்டாள் அவள். ஊரே அதைப் பார்த்துப் பிரமித்தது. அவளுடைய மாமியார், 'நன்னாப் போட்டா, அசடு!' என்று பூரிப்புத் தாங்காமல் சொல்லிக்கொண்டே, சுவாமி அலமாரியைத் திறந்து விபூதி எடுத்து ஒரு பொட்டு அவள் நெற்றியில் வைத்தாள். 'அடுத்த வீட்டுச் சிவகாமு கண்ணு படப்படாது, சுவாமி! என் மாட்டுப் பொண்ணு பரம சாது' என்று வேண்டிக்கொண்டாள். 'அவ கண்ணிலே ஆலகால விஷம் இருக்குடி அம்மா. பட்டுதோ போச்சு. அதோ

கொட்டு மேளம்

உயரக்க, சுவத்துலே இருக்கே ராதாகிருஷ்ண படம், அது அவா போட்டது. பரண்கட்டி அதுமேலே உட்கார்ந்து எழுதிண் டிருந்தா. சிவகாமு வந்து, 'அட, சித்திரம் போட்டாறதா'ன்னாள். சொல்லி ஒரு முகூர்த்தமாகலே, பரண் முறிஞ்சு திடீர்னு விழுந்தது. ஒரு மாசம் எழுந்திருக்கலே. அவ்வளவு குளுமையான கண்ணு! அப்பப்பா! இந்தா, 'ஆக்'காட்டு" என்று ராதையின் வாயிலும் கொஞ்சம் விபூதியைப் போட்டாள்.

நேற்று நடந்தாற்போல இருக்கிறது. இந்த மாதிரி மாமியார் யாருக்குக் கிடைக்கப் போகிறாள்? தெய்வப் பிறவி! ராதையும் அந்த மாமியாருக்குக் கொஞ்சமாகச் செய்யவில்லை. முடக்கு வாதம் வந்து இருந்த இடத்தை விட்டு நகரமுடியாமல் அவள் கிடந்தபோது ஒரு காரியம் விடாமல், கூசாமல், ஜுகுப்ஸை இல்லாமல் செய்தாள். 'உனக்கு ஒரு குறைவும் வராதடி அம்மா' என்று வாயார அவள் ஆசி கூறினதும், அதைக் கேட்டு உணர்ச்சி தாங்காமல் கண்ணைத் துடைத்துக்கொண்டதும் நன்றாக ஞாபகத்தில் இருக்கின்றன. 'அந்த உத்தமி வாக்குக்கூடப் பலிக்கவில்லை? பலித்தால் மூன்று பிள்ளைகளையும் இரண்டு பெண்ணையும் கல்லுக் கல்லாகப் பெற்றுவிட்டு இந்தக் காடு அழைக்கிற வயசில் ஒன்றியாக, வீங்கின கையும் வீங்கின காலுமாகத் திண்டாடுவோமா? வாக்குப் பலிக்கத்தான் இல்லை.'

கோலம் போட்டானதும் நடுப்பிள்ளை வீட்டிலிருந்து அரைச்சேர் பால் வரும். அவன் ஸ்வீகாரம் போய்விட்டான். அபார சம்சாரி. ஒன்பது பெண்கள்! ஸ்வீகாரச் சொத்து மூன்று வேலியும் கரைந்து மூன்றரை மாவுக்கு வந்துவிட்டது. 'ஒன்பது பெண்ணைப் பெத்துட்டு உசிரோடே இருக்காரே. அதுதான் பெரிசு' என்று ராதுப் பாட்டி வாய்க்குள் சொல்லிக் கொள்வாள். நடுப்பிள்ளையிடம் ஒரு தயவும் அன்பும் உண்டு. இவ்வளவு சம்சாரத்துக்கிடையில் அவன் சொந்தத் தாயாரை மறக்கவில்லை. வருஷத்திற்கு இரண்டு புடைவை, பத்துக் கலம் நெல், காய்கறி, பட்சணங்கள் என்று அவளுக்கு வேண்டியதையெல்லாம் கொடுத்துக்கொண்டிருந்தான். மருமகளையும் கோயிலில் வைத்துக் கும்பிடவேண்டியதுதான். அவன் வீட்டிலிருந்து தினமும் அரைச் சேர் பசும்பால் வரும். வேண்டுமென்றால் காபியாகவும் வந்துவிடும்.

காபி குடித்துவிட்டு, ஆற்றங்கரைக்குப் போய்க் குளித்து விட்டு வருவதற்குள் ஒன்பது மணியாகிவிடும். அப்புறம் சூரிய நாராயண ஜபம். 'என்னமோ அந்த மாமியார்த் தெய்வம் கொடுத்துவிட்டுப் போன சொத்து அது. அது இல்லாவிட்டால் இந்த வயசில் இவ்வளவு தூரம் எங்கே

கண் தெரியப்போகிறது?' என்று சாயாதேவி ஸுவர்ச்சலா தேவி சமேதரான சூரியபகவானை விடாமல் பூஜை செய்து வந்தாள் பாட்டி. காலணா அகலத்திற்கு ஒரு பொன் தகட்டில் ரதமும் குதிரைகளும் கதிரவனும் வெகு நுணுக்கமாக வேலை செய்யப்பட்டிருந்தன. கால் மணி நேரம் அதற்கு முன்னால் உட்கார்ந்து அதன் புகழ் பாடி அதன் அழகைப் பார்த்துத் தினம் ஒரு முறை பூரித்து, இரண்டு வறட்டுத் திராட்சைப் பழங்களை நைவேத்தியம் செய்து, நமஸ்கரித்து அந்தப் பகவானை ஒரு வெள்ளிச் சம்புடத்தில் – சம்புடமும் மாமியார் சொத்துத்தான் – போட்டு மூடி, யாராவது தெருவோடு போகிற குழந்தையைக் கூப்பிட்டு அந்த இரண்டு திராட்சைகளைக் கொடுத்த பிறகுதான் பாட்டி சமைக்க ஆரம்பிப்பாள்.

சமைக்கிறதுதான் மகா பாடு. கொல்லைத் தோட்டத்தில் இருந்து தண்ணீர் கொண்டுவர வேண்டும். அந்தக் கிணறு தரையோடு தரையாக இருக்கும். சுவர் கிடையாது. ஏற்றமோ சகடையோ கிடையாது. நின்ற வாக்கில் கயிற்றில் குடத்தைக் கட்டிவிட்டு இழுக்க வேண்டும். இந்தத் துர்ப்பலமான உடம்பில், ஒரு நாளைக்கு அந்தக் கிணற்றுக்குள் அப்படியே விழுந்தாலும் விழுந்ததுதான்.

பாதி நாள் ரசம் அல்லது வெறுங் குழம்பு என்று ஏதாவது ஒன்றுதான் பண்ணிச் சாப்பிட முடியும்.

'மொகரையைப் பாரு. உங்களுக்கெல்லாம் வேளைக்குச் சமைச்சுக் கொட்டணுமோ? வெறுமனே கரைஞ்சுண்டு கிடங்கோ. இன்னும் ஒரு நாழியாகும் இன்னிக்கு. நீயுந்தான் போயேன். எங்கேயாவது பந்தல் கால்லே படுத்துத் தூங்கிப் பிட்டு ஒரு நாழி கழிச்சு வந்து சேரு' என்று முற்றத்தில் உட்கார்ந்து கரையும் காக்கைக் கூட்டத்தையும், இடைக்கட்டில் வந்து வாலையாட்டிக் குழையும் நாயையும் செல்லமாகக் கடிந்துகொள்வாள் பாட்டி.

சாப்பாடானால் அன்று வேலை தீர்ந்தாற்போல. வீட்டைச் சாயங்காலம் ஒரு முறை பெருக்கிவிட்டால் போதும். குப்பையை மூலையிலிருந்து திரட்டி வாசலில் எறிவதும் சிரமமான வேலைதான். எத்தனை தடவை எழுந்து உட்கார்ந்து குனிந்து நிமிர வேண்டியிருக்கிறது? 'பெண்ணாகப் பிறந்தவர்களின் ஆயுசில் பாதி குனிந்து நிமிர்வதிலேயே போய்விடுகிறது' என்பது பாட்டி கணக்கு. ஆனால் இந்த வயசில் ஒரு தடவை குனிந்து நிமிர்கிறதானால்... அப்பப்பா!

சாயங்காலம் திண்ணையில் காலை நீட்டி உட்கார்ந்து கொண்டுவிட்டால் பொழுது போவதே தெரியாது. இயந்திரம்

கொட்டு மேளம்

மாதிரி கை உருத்திராக்ஷக் காய்களை எண்ணும். வாய் ராமாயணத்தைச் சொல்லும். ஆனால் மனம் மட்டும் பழைய முகங்கள், ஆசைகள் எல்லாவற்றையும் பார்த்துப் பார்த்து ஏங்கிக்கொண்டிருக்கும்.

மூத்த பிள்ளையைப் பார்த்து இரண்டு வருஷம் ஆகி விட்டது. எப்போதாவது நான்கு வருஷத்திற்கு ஒரு தடவை வருவான். வந்தால் தாயாரைப் பார்க்கக்கூடத் தோன்றாது. அவனுக்குத் தாயார், தகப்பனார் இருவர் மீதும் கோபம். 'சின்னப் பிள்ளைக்கு அதிகமாகச் செய்துவிட்டார்கள்' என்று அவன் எண்ணம். இந்த மாதிரி அசட்டு எண்ணங்கள் தோன்றி விட்டால் படைத்தவன் கூடத் திருத்த முடியாது. அதுவும் அவனுக்காகப் படாமல் பெண்டாட்டி சொல்லி ஏற்பட்டு விட்டால் அது கல்லில் செதுக்கினாற்போலத்தான். அவன் மனைவி 'படாமணி!' இது ஊர் அறிந்த விஷயம். அவளுக்குச் சிநேகிதர்களே கிடையாது. ஒரு நிமிஷத்தில் யாரோடும் சண்டை போட்டுக்கொண்டுவிடும் வித்தை அவளோடு கூடப் பிறந்திருந்தது. புகுந்த நாள் முதல் மாமியார், மைத்துனன் மனைவி எல்லோரோடும் வரிந்து கட்டிக்கொண்டு குஸ்திக்கு நின்றுவிட்டு, கடைசியில் பாகம் பிரித்துக்கொண்டு புருஷனோடு வேறு வீட்டுக்குப் போனாள். கடைசியில் ஊரைவிட்டே இருவரும் போய்விட்டார்கள். தகப்பனார் செத்துப்போனபோது வந்தான் அவன். ஈமக் கடன் செய்ய முடியாது என்று ஒற்றைக் காலால் நின்றான். கடைசியில் யார் யாரோ சொல்லி நடுப்பிள்ளை அவனுக்குப் பணத்தைக் கொடுத்துப் பண்ணச் சொல்வதற்குள் ஊர்கூடித் தேர் இழுக்கிற பாடு பட்டுவிட்டது. நடுப்பிள்ளை ஸ்வீகாரம் போய்விட்டோமே என்று பார்க்காமல் தாராளமாகச் செலவு செய்தான். கிழவர் சாவுக்கு கல்யாணத்திற்கு நடக்கிறதுபோலத்தான் இருந்தது. இந்த வைபவத்தை மூத்த மாட்டுப்பெண் வந்து எட்டிக்கூடப் பார்க்கவில்லை. 'இந்தச் சமயத்திலே இப்படித் துவேஷம் பாராட்டலாமா? யாரும் பாராட்ட மாட்டா. ஒண்ணு, அவ பரம அசடா இருக்கணும்; இல்லைன்னா மனுஷ்ய ஜன்மமா இல்லாம இருக்கணும்' என்று சமாதானம் செய்து கொண்டாள் பாட்டி. இருந்தாலும் அந்தரங்கத்தில் அவள் வரவில்லையே என்ற தாங்கள் ஒட்டிக்கொண்டுதான் இருந்தது.

கடைசிப் பிள்ளைதான் ஒரு வீடுபோட்டு அடுத்த வீட்டில், பிதிரார்ஜிதமான வீட்டில், பாட்டி அறுபது வருஷமாக வாழ்ந்து குடித்தனம் செய்த வீட்டில் இக்கிறான். அவனும் பெரிய பிள்ளையைப் போலத்தான். தகப்பனாரிடம் தன் கோபத்தைக் காட்டவில்லை அவன். 'தாயார், பெண்ணுக்கு

அதிகமாகச் செய்கிறாள்' என்பது அவன் எண்ணம். அவனுக்கு அதைப்பற்றிச் சந்தேகம் இருந்தாலும் அவன் பெண்டாட்டிக்கு நிச்சயந்தான்.

"அம்மாடியோவ்; வயசாவது ஆகவாவது! ஒண்ணரைப் படி சாதம் சாப்பிடறதே! இந்தாருங்கோ, உங்கம்மாவுக்குச் சாதம் என்னாலே போட முடியாது. ஆனாலும் இந்த மாதிரி, பகாசுரத் தீனி திங்கறத்தைப் பார்த்தா எனக்குப் பயமாயிருக்கு. குழந்தைகள்ளாம் பயப்படறது. உங்கம்மாவைத் தனியாச் சமைச்சுச் சாப்பிடச் சொல்லுங்கோ, ஆமாம். இல்லேன்னா நீங்களும் உங்க அம்மாவுமாச் சேர்ந்து குடுத்தனம் நடத்திக் கோங்கோ. நான் என் குழந்தைகளை அழச்சிண்டு தனியாகப் போறேன்" என்று மாமியார் சாப்பிட்டுக்கொண்டிருக்கை யிலேயே ஒரு கர்ஜனை போட்டாள். அம்மா அப்படியே மண்டையில் அடித்தாற்போல் திகைத்துவிட்டாள். பிள்ளை தலையைக் குனிந்துகொண்டே வாசலுக்குப் போய்விட்டான். 'சீ நாயே! என்று சொல்லத் துப்பில்லையே இவனுக்கு' என்று ஏங்கினாள். சாப்பிடும்போது இந்தக் கடும் வார்த்தை களைக் கேட்டபோது அவள் நெஞ்சு சுட்டது. சாதத்தை விழுங்க முடியாமல் தாரை தாரையாகக் கண்ணீர் விட்டாள். குழந்தைகள் திக்கிப் போய் உட்கார்ந்திருந்தன. கடைசியில் மனது இந்த எழுச்சியில் இலையைக் கையோடு எடுத்துச் செல்ல மறந்துவிட்டாள்.

"ஏ முண்டமே! இந்த எச்சில் இலையை யார் தூக்கிண்டு போவா?" என்று எச்சில் இலையை எடுத்துப் பாட்டி தலை மீது வீசிவிட்டாள் அவள். பாட்டி வாய்விட்டு அழுதுகொண்டே இலையைப் பொறுக்கி வாசலில் எறிந்து கையை அலம்பி விட்டு அப்படியே நடுப்பிள்ளை வீட்டைப் பார்க்க ஓடிப்போய் நடந்ததைச் சொல்லி அழுதாள். நடுப்பிள்ளை ரௌத்ராகாரமாக்ச் சீறிக்கொண்டு ஓடிவந்து, "ஏ நாயே, என்ன துளுத்துப் போச்சு, கட்டை! இனிமே வாயைத் திறந்தாயோ மூட்டை கட்டி அனுப்பிச்சுடுவேன். ஏண்டா, பெண்டாட்டியை ஆள்கிறது அழகாயிருக்குடா, மானங்கெட்டவனே! பேசாம உட்கார்ந் திருக்கியே, இடுப்பிலே நாலு உதை விடறதுக்கில்லாம; கூறு கெட்டவனே; முதுகெலும்பில்லே உனக்கு?" என்று தம்பியைப் பார்த்துச் சத்தம் போட்டான். தம்பி இப்போதும் வாயைத் திறக்கவில்லை; தலையைக் குனிந்துகொண்டே உட்கார்ந்திருந் தான். இந்த மௌனத்திற்கு என்ன அர்த்தமென்றே தெரிய வில்லை. அன்று முதல், பாட்டி அந்த வீட்டில் ஓர் ஓரமாகச் சமைத்துச் சாப்பிட ஆரம்பித்தாள். ஆனால் ஆறு மாசத்திற்குள் அந்த வாழ்க்கையும் நாசமாகப் போய்விட்டது. திடீரென்று

கொட்டு மேளம் ☙ 77 ❧

உலர்த்தியிருக்கிற புடவையின் நடுவில் தானான ஒரு கஜம் கிழிந்திருக்கும். படுக்கிற இடத்தில் ஒரு முட்டுச் சாணம் இறைந்து கிடக்கும். கரண்டிகள் மறைந்துவிடும்.

பாட்டி நடுப்பிள்ளையிடம் வந்து அழுதாள்.

"அப்பா, என்னாலே ஒத்தருக்கும் தொந்தரவு வாண்டாம். கோடி வீட்டிலே ஓர் ஓரமாக நான் இருந்துக்கறேன்" என்று தழுதழுத்தாள். கோடி வீடு நடுப்பிள்ளையுடையது. நெல் சேர் கட்டி வைத்திருந்தான் அங்கே. அங்கே வாசல் பக்கத்தில் ஓர் அறை இருந்தது. அந்த அறையைத் தவிர வேறு எங்கும் வெறும் திறந்த வெளிதான். தேர் தேராக நாலைந்து சேர் இருந்தன. அந்த வீட்டில்தான் இப்பாதும் இருக்கிறாள் பாட்டி. ஆறு வருஷமாக ஒன்றியாகக் காலம் கழிந்துகொண்டு வருகிறது.

தெய்வத்தின் வழியே அவளுக்குப் புரியவில்லை. மாமியார், மாமனார், மைத்துனர்கள் எல்லோருக்கும் அவள் கொஞ்சமாகவா உழைத்தாள்? அரை மனது, கால் மனது என்றில்லாமல், கபடமில்லாமல் அவள் செய்தது பகவானுக்குத்தான் தெரியும். எல்லோரிடத்திலும் நல்ல பெயர். 'நீ செத்த இடத்திலே செங்கழுநீர் பூக்கணும்டம்மா' என்று மாமனார் ஆசீர்வாதம் செய்வது வழக்கம். ஆனால் பாட்டிக்கு இதுவரை எந்த ஆசை, எந்த ஆசீர்வாதம் பலித்தது? 'மஞ்சளும் பூவுமாகப் போகப் போகிறோம்' என்றுதான் மனப்பால் குடித்துக்கொண் டிருந்தாள். ஆனால் திடமாயிருந்த கிழவர் திடரென்று மாரடைப்பு வந்து முந்திக்கொண்டுவிட்டார். அதுவே பெரிய இடியாக இருந்தது. ஏனென்றால், 'நாம்தான் முன்னால் போகப்போகிறோம்' என்று பாட்டிக்கு நிச்சயமாக ஒரு தீர்மானம் வேரூன்றிவிட்டிருந்தது. அது எதிர்பாராத வகையில் திடரென்று பொய்த்துப் போனது பொறி கலங்கச் செய்தது.

அதுதான் நிறைவேறவில்லையென்றால் சாதாரண மாகவாவது வாழக் கூடாதா? பாபமே வடிவெடுத்தாற் போல இரண்டு நாட்டுப் பெண்கள். 'தின்கிற ஒரு பிடிச் சாதத்தைக் கூடப் பகாசுரத் தீனி தின்கிறது என்றாளே! "உங்க அம்மாவோட நீங்க குடுத்தனம் பண்ணிக்குங்கோ; இல்லாட்டா என் குழந்தைகளை அழைச்சிண்டு நான் போறேன்; என் குழந்தைகளிடம்!" அவனுக்குக் குழந்தைகள் இல்லையா? ஐய, காதுகொண்டு கேக்கவே கூசறது. என்னமோ, இப்ப அவளுக்கே வந்துடுத்து. பம்பாயிலே இருக்கிற பிள்ளை திரும்பிக் கூடப் பார்க்க மாட்டேங்கறானாம்; நாம் பெரியவாளுக்குச் செஞ்சாத்தானே நம்ம கீழ் வாரிசுகள் நமக்குச் செய்யும்? அதையுந்தான் என்னமாச் சொல்றது?

தி. ஜானகிராமன்

'இந்தக் கட்டை கொஞ்சமாகச் செஞ்சுதா? இப்ப ஏன் லோல் படறது இப்படி!'

பாட்டி என்ன என்னவோவெல்லாம் எண்ணிக்கொண் டிருப்பாள். கணகணவென்று மேற்குக் கோடியிலுள்ள பெருமாள் கோயிலிலிருந்து தீபாராதனை மணியோசை கேட்கும். உடனே திண்ணையை விட்டு எழுந்து வாசலில் வந்து நின்று, தெருவின் அந்தக் கோடியிலிருந்த அந்தப் பெருமாளை இந்தக் கோடியிலிருந்தே வணங்கிவிட்டு, பாட்டி வாசல் கதவைத் தாழிட்டுக்கொண்டு உள்ளே சென்றுவிடுவாள்.

அன்று சாயங்காலம் கணகணவென்று கோயில் மணி ஒலித்தபோது திண்ணையை விட்டு எழுந்து வந்தவளுக்கு ஏதோ கிறுகிறுவென்று தலையைச் சுற்றுவது போல் இருந்தது. அவ்வளவுதான். மறுகணம் நடு வாசலில் மயக்கம் போட்டு மடேரென்று விழுந்துவிட்டாள்.

மண்டையில் நல்ல அடி. ரத்தம் சடசடவென்று கொட்டிக் கொண்டிருந்தது. யார் யாரோ வந்து தூக்கினார்கள். நடுப் பிள்ளை வீட்டில் கொண்டுபோய்ப் போட்டார்கள். சாணார வைத்தியன் வந்து மருந்து போட்டுவிட்டுப் போனான். நடுப் பிள்ளை நன்றாகத்தான் கவனித்தான். அவன் மனைவியும் ஆஸ்த்மா இழுப்பு, இரைப்பு, இருமல் ஒன்றையும் லட்சியம் செய்யாமல் இயல்புக்கு மீறிய வேகத்துடன் சுச்ருஷை செய்து கொண்டிருந்தாள்.

இரண்டு நாள் ஆன பிறகு பாட்டியின் பெண்ணும் மாப்பிள்ளையும் வந்தார்கள் பார்க்க. மூன்று மைலில் கிழக்கே ஒரு கிராமம். அங்கேதான் பெண் வாழ்க்கைப்பட்டிருந்தாள். அவளும் சம்சாரிதான்; ஆறேழு பெண்கள்; நான்கு பிள்ளைகள்; கையில் ஒரு பெண்.

"அண்ணா, நான் அம்மாவை அழைச்சிண்டு போய் வச்சுக்கறேன்" என்றாள் பெண்.

"நானும் அதான் சொல்லணும்னு நெனச்சேன்" என்று மாப்பிள்ளையும் கூடச் சேர்ந்துகொள்ளவே, பாட்டி பெண்ணுடன் போவது என்று தீர்மானம் ஆகிவிட்டது.

பெண் வாழ்க்கையில் அடிபட்டவள்; சம்சாரி; கெட்டிக்காரி. கையும் காலும் வீங்கியிருப்பதைப் பார்த்து, மூன்று நாலு மாதத்திற்குமேல் அம்மா தரிக்கமாட்டாள் என்று நிச்சய மாகத் தோன்றிற்று. 'கடைசிக் காலத்தில் கிழவிக்குச் செய்த புண்ணியமும் கிடைக்கும்; நூற்றைம்பது இருநூறு ரூபாய்ப்

பாத்திரங்களும் கிடைக்கும் என்று புள்ளி போட்டுவிட்டாள். மறுநாள், அம்மா, அவளுடைய வெந்நீர்த் தவலை, வெண்கலப் பானைகள், ஈய ஜோட்டி, ஈயச் சொம்பு, சீனாச்சட்டி, அகப்பைக்கூடு, பித்தளைச் செம்புகள், வெண்கல டம்ளர்கள், உருளி, கால்பவுனில் ஒரு சிகப்புக்கல் மோதிரம் எல்லாம் ஒரு வண்டியில் ஏறி மாப்பிள்ளை வீட்டுக்குப் போயின.

பாட்டிக்குக் கஷ்டமெல்லாம் ஒரு மாதிரியாக விடிந்து விட்டது என்று சொல்ல வேண்டும். கடைசிக் காலத்தில் பிள்ளை வீட்டில் இராமல் பெண் வீட்டில் இருப்பது வழக்கத் திற்கே விரோதமாகத்தான் இருக்கிறது. என்ன செய்ய முடியும்! பெண்ணாவது அழைத்து வைத்துக்கொள்கிறேன் என்று சொன்னாளே, அதுவே சந்தோஷப்பட வேண்டிய விஷயம்.

இப்போது குனிந்து நிமிர வேண்டிய வேலை கிடையாது. தண்ணீர் இழுக்க வேண்டியதில்லை. வீடு பெருக்க வேண்டிய தில்லை. உட்கார்ந்த இடத்திலிருந்தே கறி நறுக்கிக் கொடுப்பாள். புளிக்குக் கொட்டை எடுப்பாள். இல்லாவிட்டால் காலை நீட்டிக்கொண்டு பெண்ணின் கைக்குழந்தையை இரண்டு கால்மீதும் மல்லாக்க விட்டு ஆராரோப் பாடி இட்டாச்சுக் காட்டிக்கொண்டிருப்பாள். ஆறு வயதிலும் பத்து வயதிலும் இரண்டு பேத்திகள். அது இரண்டுக்கும் தினமும் இருட்டியதும் கதை சொல்ல வேண்டும். பிள்ளை வயிற்றுப் பேரன்களைப் போல ஓசைப்படாமல் கிள்ளிவிட்டு ஓடத் தெரியாது அதுகளுக்கு. பாட்டிக்கு உடம்பில் புது பலம்கூட ஊறிவிட்டது. கவலை இல்லை. எப்போதும் உற்சாகம், எப்போதும் அமைதி. கண்ணாடி மேல் ஓடுவதுபோல் பொழுது ஓடிற்று. ஆடி வந்தது. பிள்ளையார்ச் சதுர்த்தி வந்தது. நவராத்திரி வந்தது. தீபாவளி, கார்த்திகை — அட வைகுண்ட ஏகாதசி வந்துவிட்டதா! 'நான் வந்து எட்டு மாசமா ஆயிட்டுது!' என்று ஆச்சரியத்துடன் கேட்டாள் பாட்டி.

"ஆனா என்னம்மா. நீ சாப்பிட்டா இங்கே ஆயிடப் போறது?" என்று பெண் வறட்டுக் குரலில், 'அப்பா குதிர்க் குள்ளே இல்லை' என்கிற மாதிரி சொல்லிவைத்தாள்.

"என்னமோ பகவான் இன்னும் அழச்சுக்க மாட்டேங் கிறான் என்று பாட்டியும் பதில் சொல்லிவைத்தாள். பெண் சொன்ன பதில் அவளுக்கு அவ்வளவாகப் பிடிக்கவில்லை. 'பாத்திரத்தையெல்லாம் இவளிடம் கொடுத்துவிட்டு இரண்டு மாசத்தில் செத்துப்போகலாம் என்று வந்தால், ஆயுசு நீண்டு கொண்டே போகிறதே' என்று கலங்கினாள்.

தி. ஜானகிராமன்

பொங்கலுக்கு ஒரு வாரம் இருக்கும். பாட்டி கூடத்தில் உட்கார்ந்து உருத்திராட்சத்தை எண்ணிக்கொண்டிருக்கையில், "அம்மா!" என்று குரல் கேட்டது. மூத்த பிள்ளையின் குரல்.

"யாரு, நீலுவா?"

"ஆமாம்மா."

"வா, உட்காரு, இப்பத்தான் வரியா?"

"ஆமாம்."

"எங்கேயிருந்து?"

"மாயவரத்திலேருந்து தான்."

"அங்கேதான் இருக்கியா! எத்தனை நாளா?"

"ஒரு வருஷமா."

"என்ன வேலையோ?"

"ஒரு செட்டியார் கடையிலே கணக்கு எழுதிண்டிருக்கேன்."

"சவுகர்யமா இருக்கா ஊரு?"

"ஏதோ இருக்கு."

"நான் இங்கே இருக்கேன்னு தெரியுமா?"

"ஊருக்கு வந்து பார்த்தேன். இஞ்ச வந்துட்டதாகச் சொன்னா. வந்தேன்; அடுத்த திங்கட்கிழமை எனக்குச் சஷ்டியப்த பூர்த்தி."

"ஓஹோ, தை மாசம்னாடா நீ பிறந்தே! அட, அறுபது ஆயிட்டுதா உனக்கு!"

"ஆசீர்வாதம் பண்ணும்மா, அதுக்குத்தான் வந்தேன்."

பிள்ளையின் குரல் கம்மித் தழுதழுத்தது.

"தீர்க்காயுசா இருடாப்பா. நல்லபடியா நூறு வயசு இருக்கணும், சௌக்யமாக் குழந்தை குட்டிகளோட விசாலாட்சி இருக்காளா?"

"இருக்கா."

பாட்டிக்குப் பிள்ளையின் அறுபதாம் கல்யாணத்தைப் பார்க்க ஆசைதான். ஆனால் அவன் அழைத்தால்தானே. ஆசீர்வாதத்தை மட்டும் பெற்றுக்கொண்டு போய்விட்டான்.

"கலியாணம்னு சாக்கு வச்சுண்டாவது அம்மாவை அழச்சிண்டு போகணும்; நாலு நாள், பத்து நாள் வச்சுக்கணும்னு

கொட்டு மேளம்

தோணித்தா பாரும்மா அண்ணாவுக்கு" என்று பெண் சொன்னாள். சொன்னது உண்மைதான். ஆனால் இவ்வளவு ஸ்பஷ்டமாக இவள்தான் இதை ஏன் சொல்ல வேண்டும்? – அம்மாவுக்கு வேதனை, பூச்சி அரிக்கிறது போல அரித்தது.

வர வர, பெண்ணும், தான் போட்ட கெடுவிற்குமேல் அம்மா பிழைப்பதைச் சுட்டிக் காட்டுவது போலப் பேசிக் கொண்டிருந்தாள்.

சூரிய நாராயண சம்புடத்திற்கு முன்னால் உட்கார்ந்து பாட்டி மனப்பூர்வமாக வேண்டிக்கொண்டாள். 'அப்பனே, உன் கை பட்டுன்னா எவ்வளவு சீக்கிரம் எல்லாம் வாடறது? பூமி, ஜலம் எல்லாத்தையும் சுட்டுக் கொளுத்தறயே! என்னையும் பொசுக்கிப்பிடேன். ஏன் என்னை வச்சு வச்சுக் கொல்றே? அப்பனே!'

அன்று மாலை தாழ்வாரத்திலிருந்து முற்றத்தில் இறங்கும் போது கால் தடுக்கிற்று. பாட்டி இசைகேடாக விழுந்தாள். உதட்டில் முற்றத்துக் கருங்கல்படி ஆழமாகக் குத்தி, ரத்தம் ஆறாகப் பெருகிற்று. மேல் உதடு நன்றாகக் கிழிந்து – ஈறு தெரியும்வரை கிழிந்தது – ரத்தம் கொட்டிற்று. மூக்கும் கிழிந்து விட்டது. 'இந்த உலர்ந்த கட்டையில் இவ்வளவு ரத்தம் எங்கிருந்து வந்தது!' என்று எல்லோருக்கும் ஆச்சரியமாக இருந்தது. அரை மணி நேரத்திற்குள் அதிர்ச்சி தாளாமல் முகம் பெரிதாக வீங்கிவிட்டது. ரத்தம் மட்டும் நிற்கவில்லை. விபூதியை வைத்து அப்பினார்கள். 'ராமா, ராமா!' என்று பாட்டி புலம்பிக்கொண்டிருந்தாள்.

ஆஸ்பத்திரி மூன்று மைலில் இருக்கிறது. இருள் கவிந்து விட்டது. வண்டியைக் கட்டிக்கொண்டு போக வேண்டும்.

"டாக்டர் இத்தனை நாழிக்குமேல் இருக்கமாட்டார். வீட்டுக்குப் போயிருப்பார்."

"வீட்டுக்கே வண்டியை ஓட்டிண்டு போயிடறது."

"இத்தனை நாழிக்கு மேல் இருக்கமாட்டார்."

"ஏன்?"

"நாழியாயிடுத்தே."

"உடம்புக்கு வர வியாதிக்கும், ஆபத்துக்கும் ஜோஸ்யமா தெரியும்; அல்லது ஆஸ்பத்திரி மூடறத்துக்குள்ளே வரணும்ணு தெரியுமா?"

"டாக்டர் பாக்கணுமே."

தி. ஜானகிராமன்

"டாக்டர் என்ன மளிகைக் கடைக்காரரா, கடை பூட்டினப் புறம் வியாபாரம் பண்ணமாட்டேன்னு சொல்றதுக்கு?"

"ம் . . ." என்று இழுத்தார் மாப்பிள்ளை.

"கட்டும் வண்டியை" என்று எதிர் வீட்டுக்காரர் துரிதப் படுத்தினார்.

மாப்பிள்ளை அசையவில்லை.

"என்னையா உக்காந்திருக்கிறே?" என்று மேலே தூண்டுதல் வரவும், 'இதோ வரேன்' என்று உள்ளே எழுந்து போனார்

"எம் பாட்டி, தாத்தா, ரெண்டு பேரும் இப்படி விழுந்து தான் செத்துப்போனா. அதே மாதிரிதான் அம்மாவுக்கும் வந்திருக்கு. பாட்டி ஆத்துக்குப் போய் ஸ்நானம் பண்ணிட்டு, வரபோது சாலையிலே மண் தடுக்கி விழுந்தா. மூர்ச்சை போட்டுடுத்து. கொண்டு கூடத்திலேயே போட்டுது. அரை மணிக்கெல்லாம் நின்று போச்சு. தாத்தா பூப்பறிச்சிண்டிருக்கும் போது மடேர்னு விழுந்து செத்துப்போனார். அம்மாவும் வம்சவழக்கத்தையே புடிச்சிண்டுட்டா" என்று பார்க்க வந்திருந்த அக்கம்பக்கத்து ஸ்திரீகளிடம் பெண் சற்று இரைந்தே சொல்லிக்கொண்டிருந்தாள்.

இதைக் கேட்டுவிட்டு மாப்பிள்ளை வண்டி கட்டும் யோசனையை விட்டுவிட்டு வாசல் பக்கம் திரும்பியவர், அங்கே எதிர் வீட்டுத் தூண்டும் புலி உட்கார்ந்துகொண்டிருப்பது ஞாபகம் வந்ததும் மாட்டுக்கொட்டில் பக்கம் போய்விட்டார்.

இரவு வெகுநேரம் கழித்துத்தான் ரத்தப்பெருக்கு நின்று கசியும் நிலைமைக்கு வந்தது. மறுநாள் மாலை அந்தக் கசியும் நின்றுவிட்டது. பாட்டி, கோயில் மணியோசை கேட்டு எழுந்துகூட உட்கார்ந்தாள். 'இந்தக் காயத்திற்குப் பலியாக மாட்டோம்' என்று ஓர் உணர்ச்சி ஏற்பட்டபோது தாங்க முடியாத வேதனை வயிற்றைக் கலக்கிற்று. பெண்ணை நினைத்தும் வருந்தினாள்.

கோயில் மணி நின்றதும் பெண்ணைக் கூப்பிட்டாள்.

"ஏம்மா?"

"சிவராத்திரி நாளைக்குத்தானே?"

"ஆமாம்."

"ஒரு காரியம் செய்யறியா?"

"என்ன, சேவை புழியணுமா, பலகாரத்துக்கு?"

"அதெல்லாம் ஒண்ணும் வாண்டாம். அறுபது வருஷமாக ஒரு சிவராத்திரி விடாமல், நம்ம ஊர் கங்காதரேசுவரரைத் தரிசனம் பண்ணிண்டு வந்திருக்கேன். இந்த சிவராத்திரிதான் கடைசி சிவராத்திரியா இருக்கும். ஒரு வண்டியை வச்சு ஊர்லெ கொண்டுவிடச் சொல்லு. போய்த் தரிசனம் பண்ணறேன். அடுத்த சிவராத்திரி எனக்குக் கிடையாதுன்னு தோன்றது."

"இந்தத் தள்ளாத உடம்பிலே போக முடியாதும்மா, உனக்கு. உன் ஆசைக்கு நான் குறுக்கே நிக்கலெ. கட்டாயமாப் போய்த்தான் ஆகணும்மனா கொண்டுவிடச் சொல்றேன்."

"போனால் தேவலை."

○

சிவராத்திரியன்று காலையில் பாட்டி நடுப்பிள்ளை வீட்டிற்குப் புறப்பட்டுவிட்டாள். வண்டியில் வரும்போதெல்லாம், வண்டி கைலாசத்தை நோக்கிப் போவதுபோல் தோன்றிக்கொண்டிருந்தது அவளுக்கு. 'ஈசனே! என்னை ஏமாற்றித் திருப்பியனுப்பிவிடாதே. வேண்டாத பூசனிக்காயை நீதான் எடுத்துக்கொள்ளணும். இவ்வளவு வயசான பிறகு உலகத்தில் மனுஷ்யர்கள் உயிரோடிருக்கலாமா? யாருக்காவது சாதகமாகச் செய்துபோட முடிகிறதா? ஒரு குடும்பத்திற்கு வீண் பாரம். அப்படித்தான் சொத்து இருக்கிறதா, கொடுத்து விட்டுப் போகலாம் என்பதற்கு? ஈசனே! உனக்கா தெரியாது?' என்று திருப்பித் திருப்பிச் சொல்லிக்கொண்டு வந்தாள்.

வண்டி நடுப்பிள்ளை வீட்டு வாசலில் வந்து நின்றது.

வண்டி நிற்கிற சத்தத்தைக் கேட்டுப் பிள்ளையும் அவன் மனைவியும், 'யார்?' என்று பார்க்க ஓடி வந்தார்கள்.

"அம்மா!"

"அம்மா!"

"ராத்திரிக் கண் முழிக்கணுமேன்னு இப்பத் தூங்கறார் போல் இருக்கு" என்றாள் அவள்.

"அம்மா, அம்மா!" என்று பிள்ளை எழுப்பினார்.

"அம்மா, அம்மா!" என்று வண்டிக்காரன் குரல் கொடுத்தான்.

அம்மா காதில் ஒன்றும் விழவில்லை. அம்மா கைலாசத்தில் சிவனாரின் மடியில் தலைவைத்து உறங்கிக்கொண்டிருந்தாள்.

தி. ஜானகிராமன்

இக்கரைப் பச்சை

முப்பத்தாறு ரூபாய் சம்பளத்தில், பால் பணம், மோர்ப் பணம், வீட்டு வாடகை, மளிகைப் பற்று எல்லாம் போக மீதியிருந்த மூன்று ரூபாயைச் செலவழிக்க முடியாமல் திண்டாடிக்கொண் டிருந்தான் அவன். எதிர் வீட்டு ராயரிடம் வாங்கின கைமாற்றைத் திருப்பிக் கொடுப்பதா? சுதந்தரக் கொண்டாட்டத்திற்கு ஐம்பமாகக் கையெழுத்திட்ட ஒரு ரூபாயைக் கொடுப்பதா? ஊரில் தேசியக் கொடி ஸ்டாக் இல்லாமல் போனதும் மத்தியான்னத்தோடு மத்தியான்ன மாகக் காடாத் துணியைச் சாயம் நனைத்து உலர்த்தி மூட்டுப்போட்டுச் சக்கரம் தைத்து முக்கால் ரூபாய் பொறாத கொடியை ஆறு ரூபாய்க்கு வியாபாரம் பண்ணின அஜீஸ்ராவுத்த ரிடம் பற்று எழுதி வாங்கிய கொடிக்குப் பணம் கொடுப்பதா? அன்றைக்கு இருந்த வெறியில் ஆறு ரூபாய் பெரிதாகத் தோன்றவில்லை. மேலும் பற்று எழுதி வாங்கியதுதானே!

பாம்பு வாயில் தவளை, தவளை வாயில் வண்டு; அந்த வண்டு எதிரேயிருந்த சிலந்தி வலையில் சிக்கின ஒரு பூவைக் கண்டு தேன் குடிக்கத் திட்டம் போட்ட சந்தோஷம் ஒன்று அவனுக்கு ஏற்பட்டது. மேலண்டை வீட்டு வேலைக்காரி ஊமைச்சி, கொல்லையில் போய்க் கொண்டிருந்தாள். அவனுக்கு உடனே முதல் நாள் வாசித்த விகடத் துணுக்கு நினைவிற்கு வந்தது. 'பெப்பே... பாவ்... ஊ. ஆ. அ. பாவ்'

என்ற பிச்சைக்காரனைப் பார்த்து, 'ஏனப்பா உனக்கென்ன வந்துடுத்து?' என்று ஒருவர் கேட்க, 'ஒண்ணுமில்லீங்க, ஊமைங்க, அவ்வளவுதான்' என்று அவன் பதில் சொன்னானாம். அதை நினைத்ததும் கைலாசத்திற்குச் சிரிப்புத் தாங்க முடியவில்லை. அடக்கி அடக்கி உடல் குலுங்க வாய்க்குள்ளேயே சிரிக்க முயன்றான். வீட்டுக் கொல்லைக் கிணற்றங்கரையில் துவைக்கிற கல்லின்மீது உட்கார்ந்திருக்கிறோம் என்ற ஞாபகம் வரவே, யாராவது பார்த்துவிட்டார்களோ என்ற சந்தேகத்துடன் நாலு பக்கமும் சுற்றிப் பார்த்தான். என்ன ஆச்சரியம்! கிழண்டை வீட்டில் அத்து நின்று சிரித்துக்கொண்டிருந்தார். சிரிப்பில்லை, புன்முறுவல்தான். ஒரு பர்லாங்குக்கு அப்பால் கவலையில்லாதவன் மாதிரி, இருட்டைக் கொட்டி வளர்ந்து கிடந்த மூங்கில் கொல்லையைப் பார்த்துப் புன்முறுவல் பூத்துக்கொண்டிருந்தார். தன்னைப் பார்த்துவிட்டுச் சிரிக்கிறாரோ என்று கைலாசம் யோசித்தான். அது இல்லை என்று படவே வியப்பாகத்தான் இருந்தது அவனுக்கு.

"என்ன ஐயா? மூங்கில் கொத்தைப் பார்த்து மந்தஹாசம் பண்ணுகிறீர்? கோவிந்த வன்னி விகடத் துணுக்கு எழுதி வச்சிருக்காரோ அங்கே?" என்று கேட்டான் அவன்.

"அட இங்கேயா உட்கார்ந்திருக்கீர்! இன்னிக்கென்ன, ஞாயிற்றுக்கிழமை லீவாக்கும்? தேவலை ஐயா உம்ம பாடு, இந்த ஆளையும் மாளையும் கட்டிண்டு மாரடிக்கறதைவிட."

"எம்பாடு இருக்கட்டும். கோவிந்த வன்னியர் கொல்லையைப் பார்த்துச் சிரிச்சுண்டிருந்தீரே, என்ன விசேஷம்?"

"யாரு? கோவிந்த வன்னியரா? யாரையா அது?"

"யாரா? என்னையா புதிர் போடறீர்? என்ன விசேஷம் சொல்லுமேன்?"

"நேத்தி மத்யானம் பன்னிரண்டு மணிவரை கோவிந்த வன்னியர் சொத்து அது. அப்புறம் –"

"அப்புறம் என்ன? நன்னாச் சொல்லுமேன். அத்துவின் கைக்கு வந்துட்டுதோ?"

"அப்படித்தான் வச்சுக்குமேன்" என்று சிரித்துக்கொண்டார் அத்து.

"ரிஜிஸ்டர்தான். நேத்திக்கிப் பன்னிரண்டு மணிக்கு. சாசனம் எழுதி ஒரு வாரமாச்சு."

"அதானா? என்னடா பாத்துப் பாத்து மகிழ்ந்து போறேன்னு பார்த்தேன்? எத்தனை ஏக்கர்?"

தி. ஜானகிராமன்

"ரண்டு வேலி சொச்சம். ஒண்ணரை வேலி நஞ்சை. மூங்கில் கொத்து முந்நூறு. தென்னந்தோப்பு நூத்தைம்பது மரம்."

"நூத்தம்பது தென்னமரமா? ம், ஹூ, ம்! உம்ம 'ஐடியலை' நெருங்கிட்டாப்போல் இருக்கே."

"நெருங்கியும் ஆச்சு. கொஞ்சம் தாண்டியும் ஆச்சு! இப்ப ஆயிரத்து இருவது தென்னமரம், ஆயிரத்து நூறு மூங்கில் கொத்து ஆயிருக்கு. நஞ்சை ஒரு ஒன்பது, பன்னிரண்டு, படுகை நாத்தங்கால் இரண்டு, பிள்ளையார் கோயில் கட்டு ஒரு பதினாலு, ஆகக் கூடிப் பத்து வேலி பதினஞ்சு மாவாச்சு, எல்லாம் மொத்தமா..." இருந்த பூரிப்பில் அத்துவால் மேலே பேச முடியவில்லை. நெஞ்சுக்குள்ளேயே இந்த ஆனந்தத்தை நிறுத்திப் புன்சிரிப்புப் பூத்துப் பூத்து அநுபவித்தார்.

"விலை என்ன?"

"அதான் கூடிப்போச்சு. சகட்டுமேனிக்குக் குழி அஞ்சரை ரூபாய்னு கொடுத்துட்டேன். ஒரேயடியாய் இழுத்துண்டு போயிடுத்து."

"ஓய், அஞ்சரை ரூபாய்க்கு லாட்டரிச் சீட்டு அடிச்சாப் போல வாங்கிப்பிட்டு வலிக்கிறதோ உமக்கு! விலை கூடிப் போச்சாம், மலைமுழுங்கி!"

ரொம்ப மலிவாக வாங்கிவிட்டால் மேற்படி பாணியில் அதைக் குறிப்பிடுவதில் அத்துவுக்கு ஒரு திருப்தி. அத்துவின் விசேஷ பாணியே அதுதான்.

அவர் சொன்னார். "'ஏ ஒன்' நிலங்கள்! இருபோகமும், நாற்பது கலத்துக்கு எந்தப் பஞ்சத்திலும் குறையாது."

"உமக்கென்னையா! கனகாபிஷேகம் பண்ணியிருக்கீர்; அடிக்கிறது!"

"போன ஞாயித்துக்கிழமைக்கு முந்தின ஞாயித்துக்கிழமை அக்ரிமண்ட் ஆச்சு. ஆன மறுநாள் விடிய விடியக் கண்ணுப் பத்தர் ஆத்துக்கு வந்தார்; மேலே ஐயாயிரம் கொடுத்துடறேன். அக்ரிமெண்டை என் பேருக்கு மாற்றி விடுங்கோன்னார். த்ஸ. ஆமாம். ஐயாயிரம், பதினாயிரம்! கொல்லையிலே இருக்கு நிலம். மொட்டை மாடியிலே நின்னுண்டு பார்த்தேன்னா வயல்லே ஓரோர் அங்குலமும் கண்ணில் படும். ஒரு எட்டிலே நடந்தால் போச்சு. நெனச்ச போது போய்ப் பார்க்கக் கொள்ளச் சௌகரியமாயிருக்கும். 'சரிதான் போய்யான்'னு கழிச்சு

கொட்டு மேளம்

விட்டுட்டேன். ஐயாயிரம் ரூபாயை வாங்கி என்னையா பண்றது? பொட்டிலே வச்சுத் திறந்து திறந்து பார்த்திண்டிருக்க வேண்டியதுதானே. ஏன்? நான் சொல்றது என்ன?"

"ஆமாம்."

"போனவருஷம் பெருமாள் கோயில்கிட்ட ஒரு ஸ்தலம் வாங்கினேனோல்லியோ? ஒரே தாக்கா இரண்டரை வேலி, இதே மாதிரிதான். வாங்கிப் பத்து நாள் ஆச்சு. ரொட்டிக்கார யூசுப்பு ராவுத்தர் வந்தார். ரொக்கத்தை வச்சிண்டு திண்டாடிண்டிருந்தவர் அவர். ஒரு நாள் காலமே ஒம்பது மணி இருக்கும். ஆத்துக்கு வந்து குழி பதினஞ்சு ரூபாய் மேனிக்கு அப்படியே அந்தத் தாக்கைக் கொடுத்துங்கோன்னார். குழி பதினஞ்சு ரூபாய்! நான் வாங்கினது ஏழு ரூபாய்; பார்த்தேன். எழுபத்தி ஐயாயிர ரூபாய், முக்கால் லக்ஷமா? மலைப்புத் தட்டிது. ஏன்?"

"ஆமாம்."

"இல்லையோ, முக்கால் லக்ஷம்னா! முக்கால் லக்ஷமும் என்ன? கைமேலே ரொக்கம். பேசிண்டேயிருக்கச்சே, குனிஞ்சு குல்லாயைக் கையில் எடுத்தார் சாய்பு. பச்சை நோட்டா எழுபத்தஞ்சு கட்டி வச்சிருந்தான் மனுஷன். பார்த்தேன். செச்சே, இப்பத் தளரப்படாதுன்னு தீர்மானம் பண்ணிண்டேன். வாண்டாம், நான் விற்கலைன்னுட்டேன்."

"முக்கால் லக்ஷத்தையா! நீரா!"

"ஆமாம்யா, நான்தான். என்ன சொன்னேன் தெரியுமோ; 'சாயபு, உம்ம பணத்தை மடிச்சுப் புடிச்சா உள்ளங்கைக்குள்ளே அடக்கிப்பிடலாம் காணும். கட்டுக் கரையோரமாய் நின்னுண்டு ரண்டரை வேலி ஸ்தலத்தையும் ஒரே இடத்துலே, பச்சேப் பசேர்னு, கண் குளிர, மனசு குளிர ஒரு தடவை பாக்கறத்துக்கு ஈடாகுமாங்காணும், உம்ம முக்கால் லக்ஷம்! பொட்டி மூலையிலே, இடுக்கிலே மடிஞ்சு தூங்கற உம்ம முக்கால் லக்ஷம்'னு கேட்டேன். ஏன்? நான் கேட்டது சரிதானே?"

"பேஷா."

"சாய்பு அப்படியே மூக்கிலே விரலை வச்சார். நீங்கன்னா ஆளான்னார்."

"ம்?"

"ஆமாம். அப்புறம் கஜகர்ணம் போட்டுப் பார்த்தார். ஆயிரம் சிபார்சு வச்சார். சப் ஐட்ஜ் சீமா ராகவையங்காரைத்

தி. ஜானகிராமன்

தெரியுமாம் அவருக்கு. அவர் வந்தார் சிபார்சுக்கு. எங்க அத்தான் சுப்புணி இருக்கானே, டிவிஷனல் ஆபீசர், அவன் சிபார்சு பண்ணினான். போடா ஜாண்டான்னுட்டேன்."

"நீர் இடமே கொடுக்கலை?"

"கொடுப்பேனோ? இதுமாதிரி எத்தனையோ ரூபாயைப் பாத்தாச்சு, தள்ளும். அதே நிலம் போன தையோடே, குறுவையும் சம்பாவுமா ரண்டாயிரம் கலம் கண்டுது. செலவு செத்தாயம் போகக் கலம் அஞ்சு ரூபாய்னு வித்தேன் – எண்ணாயிர ரூவா கிடைச்சுது. நாலு வருஷம் ஆச்சுன்னா போட்ட முதல் முப்பத்திரண்டு ரூபாயையும் எடுத்துடறேன். அப்பறம் லாபம் தானேய்யா? அகவிலை என்ன குறைஞ்சாலும் முக்கால் வட்டிக்குக் குறையுமா? அகவிலை குறையறபோது பாத்துப்போம். ஏன்?"

"ஆமாம்."

"என்ன சிரிக்கிறீர்?"

"உம்ம அதிர்ஷ்டத்தை நினைச்சுத்தான். சும்மா உட்கார்ந் திருக்கிறவனைக் குத்திக் குத்தி, 'இந்தா எடுத்துக்கோ'ன்னு கொடுக்கிறது உம்ம அதிர்ஷ்டம். ஆயிர ரூவாய்க்கு ஏதாவது பழைய வீட்டை வாங்கி, பிரிச்சு, சாமானை ஆயிர ரூவாய்க்கு வித்து, கல்லையும் விக்கிறீர். மனைக்கட்டை ஆயிர ரூவாய்க்கு கேட்கிறான். தகராறு பண்ணீர்."

"நீர் ஒண்ணு. கொஞ்ச அவஸ்தையா பட்டோம், அப்ப. நாங்களாம்! தொளாயிரத்தி முப்பது, முப்பத்தி ஒண்ணுலேருந்து முப்பத்தெட்டு வரைக்கும் கொஞ்சக் கஷ்டமா? கொஞ்ச நஷ்டமா? 'ஸ்லம்ப்' வந்து எங்கலை அதல பாதாளத்திலே அழுத்திப்பிடுத்து ஐயா. கலம் முக்கால் ரூவாய்க்கு வாங்கறத் துக்கு ஆள் கிடையாது. நெல்லைக் கொண்டு வீடுவீடாகத் தலையிலே கட்டி, பணத்தை மொள்ளக் கொடுங்கோன்னு சந்திலே நின்னோம் ஐயா, சந்திலே நின்னோம்! இந்த வீட்டைப் பிரிச்சு வேலை செய்ய ஆரம்பிச்சுட்டேன். இப்பன்னா ரட்டை மாடியா விளங்கறது. பிள்ளைகள் கால்மேலே கால் போட்டுண்டு படிக்கிறத்துக்கு ஒரு உள்ளு, படுக்கறத்துக்கு ஒரு உள்ளுன்னு. அப்பத் துளியூண்டு ஒட்டு வீடுதானே. கையை வச்சா இதோ இதோன்னு எண்ணாயிர ரூவாயை முழுங்கிப்புட்டுது. வரும்படி யென்ன? நானூறு கலம் – காசு முந்நூறு ரூபா, அந்தக் கடனை அடைக்கப் பத்து வருஷமாச்சே எனக்கு. நல்ல வேளையா இனாம் கிராமமா இருக்கோ, பொழச்சோமோ! இல்லாட்டாத் தலை தூக்க முடியுமா? எங்கப்பா ஆறு ரூபாய் சம்பளத்துக்கு

முதலியார் பண்ணையிலே காரியம் பார்க்கப் போனாராம் முப்பதாவது வயசிலே. விவகாரத்துலெ மகா சூரர். செத்துப் போறபோது ஆறு வேலி நிலம் வச்சுட்டுப் போனார். அண்ணன், தம்பி மூணு பேரும் பிரிச்சுண்டு, கடன் போக ஆளுக்கு ஒண்ணரை வேலி மிஞ்சித்து. பெரிய அண்ணா நிலத்தை வித்துட்டு உத்தியோகத்துக்குப் போயிட்டான். சின்ன அண்ணா பாட்டு, தேவடியான்னு ஆடி, சொத்தைத் துவம்சம் பண்ணிப் பிட்டு வாயைப் பொளந்துட்டான். நானும் உத்தியோகத்துக்குப் போகலாம்னுதான் ஆசைப்பட்டேன். நல்ல சான்செல்லாம் வந்தது. போயிருந்தா இந்த அம்பது வயசிலே நூறு ரூபாய் வாங்கிண்டு ரேஷனுக்கு ஓடிண்டிருக்கணும். ஏன்?"

"ஆமாம்."

"என்னமோ பகவான் நல்ல புத்தி கொடுத்தான். ஊரோடே உட்கார்ந்தேன்."

"அதிருஷ்டமும் அடிச்சுது."

"ஆமாம் அதிருஷ்டம். எதோ போமேன். எல்லாம் நம்ம செயலிலா இருக்கு?"

"யார் செயலோ? கடைசியிலே லக்ஷயத்தைப் போய்ப் புடிச்சிப்பிட்டீர். அதென்ன சொல்லும்? தம்பிடி கிஸ்தி யில்லாமல் பத்து வேலி நஞ்சை. ஆயிரம் தென்ன மரம், ஆயிரம் மூங்கில் கொத்து. அதானே?"

"ரெண்டு ஏக்கர் கறி காய்க் கொல்லை."

"ஓகோ, அதை விட்டுட்டேனே."

"இவ்வளவும் இருந்துட்டா, ஒரு மனுஷன் யாரை ஐயா லக்ஷயம் பண்ணணும்? நெல்லுக்கு நெல்லாச்சு. காசும் ஆச்சு. மூங்கில் அப்படியே பணம். கறிகாய்க் கொல்லை ஏழு குடும்பத்துக்கு நாலு வருஷத்துக்கு இலையும் கறியும் கொடுக்கும். உத்தியோகம் பாக்கறான்களாம், உத்தியோகம்! கையைக்கட்டி வாயைப்பொத்திண்டுதானே நிக்கணும் ஒத்தன்கிட்ட. கவர்னர் ஜெனரலே ஒத்தனுக்கு அடங்கியவன் தானேய்யா!"

"ராஜாவே பார்லிமென்டுக்குக் கட்டுப்பட்டவன்தான்."

"ம் . . ."

அத்துவின் வாதத்தைக் கைலாசம் இன்னும் சற்றுத் தொடர்ந்து பார்த்ததில் கடவுளுக்குத்தான் அவர் சமம் என்று தோன்றிற்று. பாழுங்கிணற்றில் விழுந்து விகடத் துணுக்குத்

தேன் சொட்டை நக்கி நப்புக் கொட்டிக்கொண்டிருந்தவனுக்குப் பொறாமைப்படாமல் இருக்க முடியவில்லை. சம்பளத்தில் மிஞ்சின மூன்று ரூபாயை வைத்துக்கொண்டு யாருக்கு எப்படிச் சாக்கு சொல்வதென்று அவன் வாசகம் தேடும்போது அத்துவுக்கு லக்ஷியசித்தி கிடைத்துவிட்டது.

எதிர்த்த வீட்டுப் பழைய காலத்து எம்.ஏ.எல்.டி. ராம லிங்கத்தின் பெண்ணுக்கு மூன்று வயசிலேயே 'டயாபிடீஸ்' வந்துவிட்டதாம். டாக்டர் கண்டம் கண்டமாகக் கழித்துவிட்டு இன்ஸுலின் இன்ஜக்ஷன் நாள் தவறாமல் கொடுக்கச் சொல்லி விட்டான். ராமலிங்கம் நடுக்கமில்லாமல் இன்ஜக்ஷன் பண்ணுவார். தொண்ணூறு ரூபாய் சம்பளம் வாங்கிக்கொண்டு மூவாயிர ரூபாய் பெண்ணுக்குச் செலவழித்து விட்டாராம்.

நாலாவது வீட்டு மகாலிங்கம் பி.ஏ. வரையில் மூன்று பிள்ளைகளையும் வாசிக்க வைக்கப்போக, அவர்கள் உத்தியோகம் பார்க்க ஸ்வர்க்கத்திற்குப் போய்விட்டார்கள்.

அதே தெரு, பெரிய பண்ணை சேஷசாயி இப்போது எல்லாம் தொலைந்து சவடால் மாத்திரம் போகாமல் கடைத் தெருவில் உட்கார்ந்து காபி சாப்பிட ஆள் தேடுகிறான்.

அத்துவின் வளர்ச்சியும் கைலாசத்திற்கு நன்றாகத் தெரியும். பத்து வருஷத்துக்கு முன் சூனா பானா கடையில் அவன் கணக்குப் பிள்ளையாக வந்தபோது அத்துவுக்கு இரண்டு வேலியும் ஒட்டுவீடுந்தான். இப்போது ஒட்டுவீடு இரட்டை மாடிக் கிரீடம் வைத்துக்கொண்டு வானொலி ஏரியலைத் தரித்து நிற்கிறது. தெருவில் ஏழெட்டு வீட்டுக்கு மேல் அத்துவின் உடமையாகிவிட்டன. இரண்டு வேலி, பத்துவேலி, ஆயிரம் மூங்கில் வகையறாவாயிற்று. மூங்கில் கொத்தைப் போலவே அதிருஷ்டமும் கால தேசம் பாராமல் வெடித்து வெடித்துப் பெருகிவிட்டது.

கைலாசத்திற்கும் ஒன்றும் குறைச்சல் இல்லை. பன்னி ரண்டு ரூபாய் சம்பளம், முப்பத்தாறு ரூபாயாகத் தாண்டிக் குதித்திருக்கிறது. கல்யாணமாகி மூன்று குழந்தைகள். இரண்டுக்குக் கட்டி. மருந்தும் ஆரஞ்சும் மாசம் தலைக்கு ஐந்து ரூபாயாகச் சாப்பிட்டு வருகிறது. ஆரஞ்சைக் குழந்தை களுக்கு உரித்துக் கொடுத்துவிட்டுக் கடைசியில் அவன் விரலை நக்கிப் பார்ப்பதுண்டு.

"சாமி!" குரல் அடுத்தவீட்டில். முத்துக் கொத்தனார் அத்துவைக் கூப்பிட்டுக் கொண்டுவந்தார்.

"யாரு, முத்துவா? வா, சித்தாள் அழைச்சிண்டு வந்திருக்கியா?"

"ம்."

"கூடத்திலே சிமிண்டு மூட்டையிருக்கு. செங்கல் வாசல்லே கிடக்கு, சட்டுனு முடி."

"முடிக்காமெ? இதென்னங்க, அரை மணி வேலை."

"என்னையா? என்ன வேலை?" என்று கேட்டான் கைலாசம்.

"ஒண்ணும் இல்லை. கிணத்தோரமா ஒரு மேடை கட்டலாம்னு."

"எதுக்கு?"

"உக்காந்துக்கும்படியா ஒரு மேடை. அதிலேயே ஒரு தாம்பாளம் மாதிரி குழிவாக் கட்டிப்பிடறது. ஒரு அமாவாசை, திதி, கிதின்னா உட்கார்ந்து தர்ப்பணம் பண்ணலா மோல்லியோ?"

"ஏன்?"

"பேஷாச் சொந்த லக்ஷ்யத்தை அடைஞ்சு திருப்தி யடைஞ்சாச்சு. இனிமே பாட்டன்மார்களைத் திருப்தி பண்ண வேண்டியதுதானே!"

"ஓய், நீர் பொல்லாத ஆளுங்காணும்!"

"என்னது? தர்ப்பணம்னா என்ன அர்த்தம் தெரியு மோல்லியோ?"

"ம்..."

"திருப்தி பண்ணுகிறதென்று அர்த்தம்."

"தன்னைத் திருப்தி பண்ணிண்டாச்சு, இப்பப் பித்ருக்களைத் திருப்தி பண்ணக் கிளம்பிவிட்டேன் என்கிறீர். அதானே?"

"அதென்ன சாதாரணக் காரியமா? செய்ய வேண்டியது தானே."

அத்து அப்படியே பூரித்துவிட்டார்.

"அப்பா, அப்பாவ்!"

கைலாசத்தின் மூத்த பெண்ணின் குரல்.

"அம்மா காபி சாப்பிடக் கூப்பிடறா."

தி. ஜானகிராமன்

"போட்டாச்சா?"

"அப்பவே போட்டாச்சு."

பல்லைத் தேய்த்தான் கைலாசம்.

"ஏனய்யா, உனக்குக் காபி ஆயிடுத்தா?"

"இனிமேல்தான்."

அப்போதுதான் அத்துவின் சம்சாரம் செம்பையும் சாம்பலையும் எடுத்துக்கொண்டு தூக்கம் தெளிந்ததும் தெளியாததுமாக வந்தாள்.

கைலாசம் உள்ளே வந்தான்.

"காபி போட்டாச்சா? இப்பத்தான் அடுத்தாத்து மாமி எழுந்திண்டு வரா. இனிமே எப்ப அடுப்பு மூட்டப் போறா?"

"பணக்காராளுக்குப் பசி பொறுக்க முடியும். நீங்க சாப்பிடுங்கோ. ராஜாவுக்குப் பசி தாங்காது."

கைலாசம், 'ராஜா'ப்பட்டம் பெண்ணின் காதில் விழுந்து விட்டதோ என்று திரும்பிப் பார்த்தான். பெண் புத்தக மூட்டையுடன் வாசல் திண்ணைக்குப் போய்விட்டாள். சங்கீத சாதகத்திற்கு இரண்டு குழந்தையும் போயிருந்தது.

"அத்து சமாசாரம் கேட்டியா? நேத்திக்கு இரண்டு வேலி சொச்சம் படுகையோரமா நிலம் வாங்கியிருக்கு."

"போனால் போயிட்டுப் போறது, பாவம்!"

"என்னடி பாவங்கறே!"

"இப்படி அநாவசியமாகச் சேர்த்துக் கவலையை வளர்த்துக் கறதே பிராமணன்னுட்டுத்தான்."

"கவலையா? அவர் ரொம்ப நாளாச் சொல்லிண்டிருந்த ஆஸ்தை – பத்துவேலி, ஆயிரம் தென்னமரம், ஆயிரம் மூங்கில் கொத்து, ரெண்டு ஏக்கர் கறிகாய்க்கொல்லை – இந்த ஆஸ்தை நேத்திக்கித்தான் கை கூடித்துன்னு கவலை நீங்கிப் பெருமூச்சு விட்டுண்டிருக்கார். கவலையை வளத்துக்கறார்ங்கிறியே?"

"இனிமே சொத்துலே ஆசையே கிடையாதாமோ?"

"அப்படித்தான் இருக்கும்போல் இருக்கு. இல்லாட்டாப் பித்ருக்களைக் கரை ஏத்தக் கிளம்புவாரா?"

"என்னது?"

"தன் கவலை தீர்ந்து போச்சுன்னு, தர்ப்பணம் பண்ணிப் பித்ருக்களைக் கரையேத்தக் கிணத்தடியிலே ஒரு தர்ப்பண மோடை கட்டப் போறார். கொத்தன் வந்திருக்கான்."

"தர்ப்பண மோடையா?"

"ஆமாம்."

"அதானா? நேத்துச் சாயங்காலம் ரெண்டு பேரும் தகரார் பண்ணிண்டிருந்தா. எதோ கட்டணும்னார் அவர். அவ, 'படாது, அழகாயிராது'ன்னா. 'இல்லை, கட்டியாகணும்'னார் அவர். 'கட்டினாத் தெரியும் சேதி'ன்னு அதட்டினா அவ."

"கொத்தன் வந்துட்டான்."

"ஒண்ணிலேயும் குறைச்சல் இருக்கப்படாது, அவருக்கு."

"நீ பாரு, என்னை, 'ராஜா ராஜா'ன்னு கூப்பிட்டிண்டிருக்கே."

"ராஜாவுக்கு என்ன குறைச்சலாம்?"

"இரண்டுதான் குறைச்சல். ராஜ்யம், காசு!"

"ராஜ்யம் இல்லாட்டா என்னவாம்? உங்களுக்குத்தான் போட்டிப் பந்தயம் இருக்கே. அந்த ராஜாக்கள் குதிரைப் பந்தயத்துக்குப் போறா. நீங்க, தலை தடையா, குலை குடையா, நாக்கு நாதேவியா, மூக்கு மூதேவியான்னு கேட்டுண்டு மண்டையை உடைச்சுக்கறேளே; நீங்களும் ராஜாதான்."

"போக்கிரி!" என்று அப்படியே அவளை ஆட்டுக்குட்டி மாதிரி தூக்கி அவன் கொஞ்சினான்.

"விடுங்கோன்னா, குழந்தைகள் வந்து தொலைக்கப்போறது. நல்ல புருஷாடெம்மா இவா!" என்று குதித்துக் கன்னத்தைத் துடைத்துக்கொண்டு விரைந்தாள் அவள்.

ராஜா கூடத்தில் உட்கார்ந்து 'பயர், பியர், டயர்' என்று முணுமுணுத்துக்கொண்டே இங்கிலீஷ் அகராதியை ஆதிக்கும் அந்தத்திற்கும் புரட்டிவிட்டு இரண்டு மணி நேரத்தில் மூளை சோர்ந்து மனம் சேர்ந்து உடலும் சோர்ந்தவுடன் குளிப்பதற்காகக் கொல்லைப்பக்கம் எழுந்து சென்றான்.

○

அடுத்த வீட்டுப் பக்கம் பார்த்தபொழுது, கொத்தன் வேலையை முடித்துவிட்டுப் போயிருந்தான். கிணற்றுக்கு நாலடி தூரத்தில் ஒரு மேடை; மேடைமீது ஒரு குழிவு;

தி. ஜானகிராமன்

அதற்கு முன் ஒரு ஆள் உட்கார இடம்; குழிவிலிருந்து ஒரு வடிகால். வேலை கச்சிதமாக, அழகாக இருந்தது.

மனுஷனுக்குத்தான் என்ன அதிருஷ்டம்! என்ன வாய்ப்பு! எள்ளிறைக்கக் கூடப் பிரத்தியேகமாக ஒரு இடம். அதுவும், ஊர் முழுவதும், ஆபீசுக்கு வருவது போலப் பத்து மணிக்கு வந்துவிட்டு நாலு மணிக்குக் கொத்தர்கள் திரும்புகிறார்கள். இருட்டு விடிய விடிய வந்துவிட்டுப் போய்விட்டான். நினைத்த லட்சியம் நிறைவேறிவிட்டது. பத்துவேலி, ஆயிரம் தென்னை, ஆயிரம் மூங்கில்! என்ன விரைவு! இது போதாதென்று மாட்டுத் தரகில் சம்பாத்யம்! இன்சூரன்ஸ் ஏஜன்ஸியில் சம்பாத்யம்! நிலத் தரகு, வீட்டுத் தரகு, நகைத் தரகுகளில் சம்பாத்யம். தெருவில் ஏழெட்டு வீடு. அந்த வாடகை வேறு. காய்கறி விற்றுமுதல். இன்னும், திண்ணையில் உட்கார்ந்து வீதியில் போகிற எள்ளு, பயறு மூட்டைகளைச் சும்மாவாவது பணத்தைப் போட்டு வாங்கி வைத்து, எட்டு, பத்து என்று லாபத்தில் விற்கிறது. ஏதாவது ஒரு வீட்டை விலைக்குப் பேசி ஒப்பந்தம் எழுதி, கூட நானூறு, ஐந்நூறு வாங்கிக் கொண்டு ஒப்பந்தத்தை யாருக்காவது மாற்றிவிடுகிறது. தனக்கென்று வாங்கின வீடுகளில் தலைமுறை தலைமுறையாக மூன்று, நாலு என்று வாடகை கொடுத்து வந்தவர்களை மிரட்டி இருபது ரூபாய்க்குக் கொண்டு விட்டுவிடுகிறது. அத்துவாலேயே ஊரில் வீட்டு வாடகை உயர்ந்துவிட்டதாம். கைலாசம் வந்த புதிதில் கொடுத்த ஒன்றரை ரூபாய் இப்போது ஆறாகிவிட்டது.

எல்லாவற்றையும்விட, சிகரம் வைத்தாற்போல், அத்துவிற்கு பெண்டாட்டி வாய்த்திருந்தாள். கொன்னைப் பூ நிறம். கண்ணை நிறுத்திவிடும் வனப்புள்ளவள். கருகருவென்று சிற்றலையிட்ட கூந்தல். பூசனிக்கொடி நுனிபோல, நெற்றியில் இரண்டு சுருள் தொங்கி ஆடிக்கொண்டிருக்கும். அவள் சாதாரணப் புடவையே உடுத்துவதில்லை. ஆனால் எந்த நிறமும் எந்த மட்டமும் அவளுக்குப் பொருந்தித்தான் இருக்கும். எண்ணெய் தேய்த்து நுனி முடிச்சுப் போட்டு, நகையில்லாமல் பழம் புடவையுடன் அவள் காட்சியளிப்பதும் யாருக்கும் கிட்டாத ஒரு மோகன நிலைதான். நாலு பெண்ணும் நாலு பிள்ளையும் பெற்றுவிட்டாள். முதல் பிள்ளை இஞ்ஜினியரிங் மாணவன்; இரண்டாவது வைத்யம்; சின்னஞ் சிறுசுகளாக ஐந்தாறு. இவ்வளவுக்கும் அவளை முப்பது வயதிற்கு மேல் மதிக்க முடியாது. பிரமித்து நின்றான் கைலாசம். அத்துவையும் தன்னையும் ஒத்துப் பார்த்தான். குழம்பினான்; வருந்தினான். கடையில், 'கடவுள் மடப்பயல்' என்று தைரியமாகப்

கொட்டு மேளம்

பரம்பொருளை மட்டந்தட்டிவிட்டுத் தோண்டிஜலத்தைத் தலையில் கவிழ்த்துக்கொண்டான்.

○

மாலை ஆறு மணிக்குக் கருவடாம் உலர்த்துகிற ஈச்சம் பாயை மொட்டைமாடியில் போட்டு, 'ராஜா' சேம்பர்ஸ் அகராதியை வைத்துக்கொண்டு உட்கார்ந்திருந்தார்.

'பயர், பியர் போடலாமா, டயர் டியர் போடலாமா? பயர் செயப்படு பொருள் கொண்ட வினைதானோ?...'

பலவகை முணுமுணுப்பு; இலக்கண ஆராய்ச்சி; ஆண் பெண் மனோதத்துவ ஆராய்ச்சி; கொச்சை மொழி ஆராய்ச்சி.

இதையெல்லாம் முடித்து எதிரே கிடந்த அச்சிட்ட சதுரத்தில் அதிர்ஷ்ட தேவிக்குக் காதல் கடிதம் எழுதியாக வேண்டும். அவள் என்ன செய்கிறாளோ!

'பயர், பியர்...'

திடீரென்று ஒரு மைலுக்கு அப்பாலிருந்த மாதா கோயிலிருந்து மாலை மணி ஒலித்தது.

'பேஷ், பியர்தான். பயமில்லை' என்று முடிவுகட்டி ஒரு கட்டத்தைப் பூர்த்தி செய்தான் அவன். 'ராகு காலத்தில் எழுதவேண்டாம்; சும்மா யோசிப்போம்' என்று வந்து உட்கார்ந்தவனின் ஞாபகத்தை மணி கேட்ட சந்தோஷம் சாப்பிட்டுவிட்டது. அதோ தாது புஷ்டியுடன் கைக்கு வந்த எழுத்துக்களைக் கொண்டு இன்னும் நாலைந்து கட்டங்களைப் பூர்த்தி செய்தான்.

"ஏன்னா!"

அவள் கூப்பிட்டாள்.

"என்ன?"

"கொஞ்சம் வரேளா? ஒரு வேடிக்கை."

"எங்கே?"

"வாங்கோளேன். வந்தால் தானே தெரியறது."

"என்ன விசேஷம்? சொல்லேன்."

"வந்தான்னா தெரியும்."

அவன் எழுந்தான்.

தி. ஜானகிராமன்

கொல்லைத் தாழ்வாரத்தை அடைந்ததும், "இங்கேயே நில்லுங்கோ" என்று எச்சரித்தாள் அவள்.

அடுத்த வீட்டுக் கொல்லையிலிருந்து டங் டங் என்று சத்தம் கேட்டது.

"என்னன்னா, தெரியறதா?"

"தர்ப்பண மோடைன்னா இடியறது! யாரு இடிக்கறா? சிங்காரமா?"

"சிங்காரம், தானா இடிப்பானா?"

"அம்மாமி உத்தரவோ?"

"பின்னெ, காலமே கட்டினதைச் சாயங்காலம் அவரா இடிக்கச் சொல்லுவர்?"

"மாமா எங்கே?"

"ஆத்தில் இல்லை."

"அவர் வந்தால்?"

"அதை அப்பப் பாத்துக்கறது."

"இப்ப வயலுக்குப் போயிருக்கும் அது."

"வருகிற சமயந்தான்."

"ஏன் இடிக்கிறா?"

"அதான் காலமே சொன்னேனே"

"என்ன?"

"அவளுக்குப் பிடிக்கலை. கட்டினாத் தெரியும் சேதின்னு சொன்னான்னேனே."

"கட்டறத்துக்கு முந்தியே தடுக்கப்படாதோ?"

"அவளைத்தான் கேட்கணும்."

"நல்ல பொம்மனாட்டி!"

"நல்ல பொம்மனாட்டிதான்... இருக்கட்டும். நான் இப்படிச் செஞ்சா என்ன பண்ணுவேள்?"

"நீ இப்படிச் செய்யமாட்டியே."

"செஞ்சா?"

"அப்படியே பக்கத்திலே இருக்கிற கிணத்திலே குதிச்சு உசிரை விட்டுடுவேன்."

"ரொம்பச் சமத்துத்தான் போங்கோ."

"ஏண்டி?"

"ஏண்டியா, இழுத்து வச்சுப் பளீர் பளீர்னு கன்னத்திலே நாலு விடுவேன்னு சொல்லுவேளா, கிணத்திலே விழறாளாம்! புருஷாளைப் பாரு!"

"அத்து அப்படிச் செய்யமாட்டார் என்கிறாயா?"

அவள் யோசித்துப் பதில் சொல்ல வாயெடுப்பதற்குள், "இரு இரு" என்று நிறுத்தினான் கைலாசம்.

அத்து கொல்லையில் வந்திருந்தார்.

"என்ன இது?" என்று அத்து கத்தினார்.

ஸ்ரீமதி அத்து பதில் சொல்லவில்லை.

"என்ன இது?" – ஸ்வரம் கொஞ்சம் உயர்ந்தது. பதில் இல்லை.

"என்ன இது?" – இன்னும் உரக்க.

". . ."

"சொல்றயா, மாட்டியா?"

ஸ்ரீமதி அத்து வாயைத் திறந்தாள்.

"பார்த்தாத் தெரியலியோ?" என்று பதில் கேள்வி.

"என்ன?"

"இடிக்கிறது."

"ஏன் இடிக்கிறே?"

"எனக்குப் பிடிக்கலை."

"உனக்குப் பிடிக்காததெல்லாம் நாசமாய்ப் போயிடணுமா, இந்த லோகத்திலே!"

"ஆமாம்."

'பளார்' என்று நல்ல அறை ஒன்று ஸ்ரீமதியின் கன்னத்தில் விழுந்தது.

தி. ஜானகிராமன்

ஸ்ரீமதி அத்து பதில் சொல்லவில்லை.

"ஏய் சிங்காரம், காமாட்டிக் கழுதை, நிறுத்து, போ வெளீலே."

ஸ்ரீமதிக்கு இன்னொரு அறை, இன்னொன்று, இன்னொன்று, நாலு, ஐந்து.

"பிசாசே, இடங்கொடுத்தா மடத்தையா பிடுங்கறே?" அத்துவின் தொண்டை நரநரத்தது.

ஸ்ரீமதி அத்து விர்ரென்று உள்ளே நுழைந்தாள்.

பளீர் என்று கொல்லைத் தாழ்வாரத்தில் இன்னும் இரண்டு அறை.

"ம்ஹம்..." என்று அத்துவின் ரௌத்ராவஸ்தை உறுமிற்று.

கைலாசம் தம்பதிகள் சற்றுநேரம் மண்டையில் ஓங்கி அடித்தாற்போல் நின்றுகொண்டிருந்தார்கள். காதும் மனதும் ஒரு சுவரைக் கடந்து லயித்திருந்தன.

"நாயே, வெளியிலே போ, இந்த வீட்டிலே உனக்கு இடமில்லே."

"நீ போ."

"ஹாம். ஹம். நீயா, நீயாயிட்டேனா நான்?"

அடி.

சிறிது நிசப்தம்.

நணநண, மட்டுமட்டு – தட்சட் – டின், பாத்திரங்கள் உருண்டு ஓடும் சப்தம். குழந்தைகளின் ஓலம்.

"பார்ரா உங்க அம்மாவை!"

வெளியே போயிருந்த முதல் பிள்ளை இன்ஜினியரிங் மாணவன் – வந்துவிட்டான்போல் இருக்கிறது.

ஐந்து நிமிஷம் கழித்து ஒன்றும் கேட்கவில்லை. ஸ்ரீமதி அத்துவின் கனத்தொண்டை அழுகை, குழந்தைகளின் ஓலம் விசும்பல்களின் நடுநாயகமாகக் கேட்டது.

○

"ரொம்ப அடிச்சுட்டார், பாவம்."

"ரொம்ப மாஞ்சு போறேனே. மென்னியைத் திருகிப் போட்டுடாமே இருக்கே, அந்தப் பிராமணன், அதைன்னா

சொல்லணும்! என்ன நெஞ்சழுத்தம்! ஒரு புருஷன் மெனக்கெட்டுக் கட்டியிருக்கான், கல்லும் கூலியும் போட்டு, ஆசையா; இடிக்கறாளே இவ, காள கண்டி!"

"உன்னை இதுமாதிரி அடிக்கணும்!"

"ஏனாம்?"

"உனக்கு வாய் ஜாஸ்தியாயிருக்கோல்லியோ?"

"ஏன்! இப்பத்தான் அடியுங்களேன். எனக்கும் அடி வாங்கணும் போல ஆசையாத்தான் இருக்கு."

சாப்பிட்டுவிட்டுக் கைலாசம் வெற்றிலை போட்டுக் கொண்டிருந்தான். ஒன்பதரை மணி இருக்கும்.

"ஐயா!"

"யாரு?"

"நான்தாங்க."

சிங்காரம் உள்ளே வந்தான்.

"என்னடா சேதி? சாப்பிட்டாச்சா? எங்கே ஐயரு? படுத்துட்டாரோ?"

"படுக்கிறதா, வயிறு காயுது... படுக்கையாம்!"

"ஏண்டா, என்ன? ஐயருக்குப் பலகாரமா?"

"காரந்தான். பலகாரம் இல்லே. நீங்க ஒண்ணு. ஒண்ணுமே தெரியாததுபோல!"

கைலாசம் மெதுவாகச் சிரித்தான். "நீ சாப்பிடலையாடா?"

"பூசாரி சாப்பிட்டுல்ல நாக்குட்டிக்கி."

"ஐயருக்கு இன்னும் கோவம் தணியிலியா?"

"அம்மா கோவமில்லெ பெரிசா இருக்கு!"

"என்ன?"

"இப்படி அடிச்சா?"

"பின்னே இடிக்கச் சொல்லலாமா அவங்க? நல்லாத் தான் அடிப்பாரு."

"அய்யரு அடி கிடக்கட்டுங்க. அம்மா அடியில்லே பார்க்கணும்."

தி. ஜானகிராமன்

கைலாசத்திற்குத் தூக்கிப் போட்டது.

"ஏய், என்ன உளர்றே?"

"உளர்றதா? நீங்க என்னா செய்வீங்க? எங்கேயாவது நடக்கிற காரியமாயிருந்தா நம்புவாங்க. இல்லாட்டி உளர்றேன்னுதான் சொல்லுவாங்க."

"என்னடாது, நெஜம்மாவா?"

"ஆமாங்க."

"இவர்தானேடா அடிச்சார்!"

"அது கொல்லையிலே. அடி வாங்கிக்கிட்டு அம்மா உள்ளார வந்தாங்க. அய்யரும் உறுமிக்கிட்டே கூட வந்தாரு. கொல்லைத் தாவாரம் வந்ததும் திரும்பிக்கிட்டு பட்பட்னு அம்மா இளுத்தாங்க பாரு, அய்யரு அப்படியே உலுங்கிப் போயிட்டாரு!"

"என்னடா இது!"

"அய்யரு ஹாம் ஹாம்னு சத்தம் போட்டாரு; நாயேன்னாரு பேயேன்னாரு; கடாசிலே கையலம்பற சின்னச் சொம்பை எடுத்து ஓங்கி ஒரு மொத்துமொத்தினாங்க பாரு, அவ்வளவு தான்! அம்மா விர்ரென்னு உள்ளே போனாங்க. சாவியை எடுத்துப் பீரோவைத் துறந்தாங்க. வெள்ளிப் பிளேட்டு, டவரா, தம்ளரு, கிண்ணம், பேலா எல்லாம் அய்யரு மூஞ்சியைக் காட்டிப் பறக்க ஆரம்பிச்சிடிச்சு. மூஞ்சியிலே சாரலடிச்சாக் குனியுவமே, அது மாதிரி குனிஞ்சு எல்லாத்தை யும் தடுக்கப் பாத்தாரு அய்யரு, ...பீரோலெ உள்ள சாமானெல்லாம் தீந்து போனதும், அய்யரு மடமடன்னு அடுக்களைக்குள்ள போயி அலமாரி, தட்டு ஸ்டாண்டுலெ இருக்கிற வெங்கலத் தம்ளரு, அலுமினியம் தட்டு, கரண்டி எல்லாத்தையும் எடுத்து வீச ஆரம்பிச்சிட்டாங்க—"

"அப்பக்கூடத் திருப்பி அந்த வெள்ளிப் பாத்திரங்களையே எடுத்து வீச மனசுவல்லெ பாத்தியா அய்யருக்கு!"

சிங்காரம் சிரித்தான்.

"ம்! அப்பறம்?"

"அப்பறம் என்னா? நாணா வெளியிலே போயிருந்துது வந்திரிச்சு. பாத்திரமும் பாடியும் இறைஞ்சு கிடக்கிறதைப் பாத்திச்சு. பொலபொலன்னு கண்ணாலெ ஜலம் விட்டிடுச்சு. அய்யரு கிடுகிடுன்னு வெளியிலெ போயிட்டாரு. அம்மா

லைட்டை அணைச்சு அடுக்களையிலெ படுத்திட்டாங்க. நானும் நாணாவும் சேந்து பாத்திரத்தையெல்லாம் எடுத்துப் பீரோலெ வச்சிப் பூட்டினோம். குளந்தைங்களெல்லாம் பட்டினி. அரை நாளி முன்னாடி கடைசிக் குளந்தையிருக்குல்ல பேபி – அதுக்கு இருக்கிற புத்தியைப் பாருங்க – அம்மாகிட்டப் போகாமெ, மாடிக்குப் போயி, 'அண்ணா பசிக்கிலது, பசிக்கிலது'ன்னு நாணாகிட்ட அளுதிச்சு. 'வா சாதம் போடறேன்'னு நாணா அதைத் தூக்கிட்டுக் கீளே வந்தாரு. அடுக்களை லைட்டைப் போட்டு வெங்கலப் பானையைத் துறந்தாராம். தொறந்த சாதத்து மேலே ஒரே சாணித் தண்ணியாக் கிடந்திச்சாம். ஒரு பானை சோத்திலேயும் சாணியைக் கரைச்சு ஊத்திட்டுப் படுத்திருக்காங்க அம்மா."

"பாவி பாவி! கேக்கறதுக்கே முடியலியே!" என்று பெருமூச்செறிந்தாள் கைலாசத்தின் மனைவி.

"அப்பறம் நாணா சில்லரை எடுத்துக்கிட்டுக் கோயிலுக்குப் போயிருக்காரு, உண்டக் கட்டி வாங்கி வார புள்ளைங்களளாம் வாசலெப் பாத்துக்கிட்டு நிக்கிது. அளுக்கிட்டு."

"அய்யரு?"

"அய்யரைக் காணோம்."

"உண்டக் கட்டி வந்துதான் உனக்கும் சாப்பாடோ?"

"என்னமோ தெரியலியே!"

"இஞ்ச சாப்பிட்டுடு."

"அடேயப்பா, வாணாங்க. அய்யருக்குத் தெரிஞ்சா மண்டையை உடச்சிடுவாரு."

ரொம்ப நிர்ப்பந்தம் செய்த பிறகு நாலு தோசை தின்றான் அவன்.

கைலாசம் பெருமூச்சு விட்டான்.

"என்னடி, எப்படியிருக்கு கதை?"

"எப்படியிருக்கா? எனக்கு என்னமோ பண்றது."

○

பத்து மணிக்குப் பிறகு 'புல்லட்டின்' கொடுக்கவந்தான் சிங்காரம். குழந்தைகள் உண்டைக் கட்டியைத் தின்று தூங்கி விட்டனவாம். அம்மா இன்னும் அப்படியே படுத்திருக்கிறாள். அத்து – போன ஆள் இன்னும் வரவில்லை. அப்பா வந்தால்

சாப்பிடச் சொல்லச் சிங்காரத்திடம் சொல்லிவிட்டு, அவனுக்கு நாலணாச் சில்லறையையும் கொடுத்துவிட்டு மாடிக்குப் படுக்கப் போய்விட்டான் நாணா.

○

பதினோரு மணி இருக்கும். அத்து வாசல் கதவைத் தட்டினார். (ரேழி உள்ளிருந்து கைலாசம் தம்பதிகள் பார்த்தது) – உள்ளேயிருந்து பதில் இல்லை.

இன்னொரு குரல் கூப்பிட்டார்.

இன்னொரு குரல்.

பதில், கதவு திறப்பு ஒன்றும் நடக்கவில்லை.

அரை மணி கழித்து, கைலாசம் வாசலில் வந்தான். திண்ணையில் துண்டை விரித்துப் படுத்திருந்தது அத்து.

"என்னையா, என்ன இன்னிக்கு வெளியிலே?"

"சும்மாத்தான். உள்ளே ஒரேயடியா வேகறது, காற்றாடக் கொஞ்சம் இருக்கலாம்னு வந்தேன்."

"வேகறதா? சிலுசிலுன்னு அடிக்கிறது காத்து!"

"நீர் இந்தக் காலத்துப் பிள்ளை. இந்தக் காத்தைக்கூடத் தாங்க முடியலை உமக்கு. எனக்கு இது போதவே இல்லை" என்று அந்தப் பசியிலும் சொந்தப் பாணியை விடாமல் பதில் சொல்லிவிட்டு, அப்பால் திரும்பி ஒருக்களித்தார் அத்து. பேச விருப்பமில்லை போல் இருக்கிறது.

○

காலை நாலு மணி இருக்கும். கைலாசம் வெளியே எழுந்து வந்தான். அதே இடத்தில்தான் அத்து படுத்திருந்தார். ஆனால் நல்ல தூக்கம். திண்ணைக் கோடியில் சிங்காரத்தின் சிணுக்குக் குறட்டை கேட்டது.

சற்று நின்று நக்ஷத்திரத்தைப் பார்த்துவிட்டு உள்ளே திரும்பி வந்தான் கைலாசம்.

"என்ன?" என்று அவள் கேட்டாள்.

"நீ முழிச்சிண்டிருக்கியா?"

"சொப்பனம் கண்டு பயந்து முழிச்சுண்டுட்டேன்."

"ஏன் சுவப்னம்?"

"யாரோ வாசல் கதவைத் தட்றாப்போல் இருந்தது. எழுந்து போய்க் கதவைத் திறக்கிறேன். யாரோ ஓர் ஆள் கறுப்பா, தாடி வச்சிண்டு, 'நான்தான், அத்துவின் அதிர்ஷ்டம்'னு சொல்லிண்டே உள்ளே வரப் பார்க்கிறான். தடார்னு கதவுச் சாத்திண்டு உள்ளே ஓடிவந்து படுத்துண்டுட்டேன். அப்புறம் முழிப்புக் கொடுத்துப்போச்சு... வாசக்கதவைத் தாப்பால் போட்டேளோ?"

"போட்டுட்டேன். பயப்படாதே! அவன் உள்ளே வர மாட்டான். அதிருக்கட்டும்; தூங்காமெயே மனுஷா ஸ்வப்னம் காண்றதும் உண்டோ?"

அவள் சிரித்தாள் "போறது, சேம்பர்ஸ் டிக்ஷனரியைப் பாத்தோ கீத்தோ இதானும் கண்டுபிடிக்கத் தெரிஞ்சதே, என் ராஜாக்கு!"

"அத்து இன்னும் திண்ணையிலெதான் படுத்திண்டிருக்கு. ஊதல் காத்தா அடிக்கிறதே."

"பொம்மனாட்டியை ஆளத் தெரியாட்டா அப்படித்தான். கிடக்கட்டுமே ஒரு நாளைக்கு."

"பரிதாபமாயிருக்கு!"

"பொண்டாட்டிகூட இப்படிக் கவலைப்படலை?"

"அம்மாமி ஒண்டியாயிருப்பாளே. குளுராது?"

"இன்னிக்கு ஒருநாள் தானே. எப்பவும் இப்படியே இருந்துடப் போறாளோ? இல்லை, நாணாவுக்கு இன்னும் நாலஞ்சு தம்பி தங்கைகள் பிறக்காமல் போயிடப்போறதோ?"

"உனக்கு இரக்கமே கிடையாதுடி."

"இல்லாட்டாப் போறது. போர்வை முழுக்க நீங்களே இழுத்துக்கொண்டுவிட வாண்டாம். எனக்குக் கொஞ்சம் இருக்கட்டும்."

கைப் போர்வையும் மூச்சுக் காற்றும் பட்டு, குளிர், அத்து, அவர் அதிர்ஷ்டம் எல்லாவற்றையும் மறந்துவிட்டுத் தூங்கினான் கைலாசம்.

தி. ஜானகிராமன்

நானும் எம்டனும்

இந்தப் பஞ்சப்பாட்டுப் பாடிப் பாடி அலுத்துவிட்டது. இல்லையே இல்லையே என்று ஏங்கிக்கொண்டே இருப்பதற்காகவா ஜன்மம் எடுத்தோம்? சாருதத்தன் தூக்குமேடைக்குப் போகும்பொழுது, 'வறுமையே, நான் செத்துப் போவதைப் பற்றிச் சற்றுக்கூட வருந்தவில்லை. உன்னை நினைத்தால்தான் எனக்குத் துன்பம் உண்டாகிறது. ஐயோ, நான் போய்விட்டால் உனக்கு நெருங்கிய நண்பன் வேறு யார் இந்த உலகத்தில் கிடைக்கப்போகிறான்?' என்று, தாரித்திரியத்தை அநாதையாக விட்டுவிட்டுப் போவதை நினைத்துப் புலம்பினான். 'சாருதத்தா, உனக்கு ஏன் கவலை? நான் வந்துவிட்டேன். நீ போய்விட்டால் சிநேகத்திற்கே பஞ்சம் வந்துவிடுமென்று நிலைவந்துவிட்டாயே.'

"என்னங்க யோசிக்கிறீங்க?"

"ஒண்ணுமில்லை."

"பின்னே ஒண்ணுமில்லாமையா யோசனை பண்றீங்க? எனக்கு நாளியாச்சில்ல?"

"வேறு எல்லார்கிட்டேயும் வாங்கிட்டு வாங்களேன்; அப்புறம் பாத்துக்கலாம்."

"எல்லாரும் கொடுத்துட்டாங்க. நீங்கதான் பாக்கி."

"யாரு கொடுத்தா?"

"பின்னே நான் பொய்யா சொல்றேன்!... நோட்டுப் பேசுதா இல்லையா?"

நோட்டு நன்றாகத்தான் பேசுகிறது. கண்ணுச்சாமிப் பிள்ளை இருநூறு ரூபாய், மகாலிங்க மழவராயர் இருநூறு ரூபாய், வைத்தியநாதக் கண்டியர் நூற்றைம்பது, கருப்பையாக் கோனார் நூற்றைம்பது, லேண்டு லார்டு குப்புசாமி ஐயங்கார் நூற்றைம்பது, நெல் மிஷின் நடேசையர் நூறு, காபி ஹோட்டல் அம்பி ஐயர் நூறு, மிலிட்டேரி ஹோட்டல் குப்புராவ் நூறு. கெடிகார வியாபாரம் ஜானகிராம் நாயுடு நூறு – இப்படி நூறு ரூபாய்ப் புள்ளிகளே இருபது இருந்தன. பிறகு ஐம்பது, நாற்பது, இருபது – பத்துத்தான் கடைசித் திட்டம்.

நோட்டு நன்றாகத்தான் பேசுகிறது. எனக்குத்தான் பேச முடியாமல் நாக்கு உள்ளே போய்விட்டது.

"இருக்கட்டுமே, இன்னும் நாலு பேரைப் பாத்துட்டு வாங்களேன்."

"நாலு பேரைப் பாத்திட்டு உங்க கிட்ட வரணும். நீங்க அஞ்சு ரூவாயைக் கொடுத்திட்டுப் போடான்னு என்னை விரட்டிராணும். அதானே சொல்றீங்க?"

"அப்படீன்னா – நீங்க என்னை அஞ்சு ரூபாய் கொடுக் கணும்னு எதிர்பார்க்கறேளா?"

"உங்களுக்குக் கொடுக்கறத்துக்கு இஷ்டம் இல்லைன்னா சொல்லிடுங்க, நறுக்குன்னு. எழுந்திரிச்சுப் போயிடறேன். ஏன் வீண் பேச்சு?"

பட்டென்று, 'இஷ்டமில்லை' என்று சொல்லிவிடலாம். அவ்வளவு தைரியமும் கண்டிப்பும் இருந்திருந்தால், பத்து வருஷமாகவா மளிகைக் கடைக் குமாஸ்தாவாக இருக்க வேண்டும்? இத்தனை நாள் தனிக் கடையே வைத்திருக்கலாமே.

'என் நிலைமைக்கு அஞ்சு ரூபாய் கொடுக்க முடியுமா, நீங்களே யோசித்துப் பார்த்துச் சொல்லுங்கோ?'

"ஐயா, பத்து ரூபாய்க்குக் குறைச்சலில்லாமே வாங்கிக் கிட்டுப் போகலாம்ன்னு வந்திருக்கேன். நாட்டியமா, டீ பார்ட்டியா? வெள்ளத்திலே அடித் துண்டைக்கூடப் பறி கொடுத்திட்டு நிக்கிறாங்கையா. நீங்கள்ளாம் இப்படிச் சண்டித்தனம் பண்ணினா அப்புறம் எங்கையா போறது நான்?"

"நீங்களாம்னா என்ன? இங்கே என்ன கொல்லையிலே காய்க்கிறதா?"

"சரி, கடையிலே காய்க்கிறதுன்னு வச்சிக்குங்களேன். எளுந்திருங்க, போய்க் கொண்டாங்க சொல்றேன்."

"இப்பக் கையிலே தம்பிடி கிடையாது."

"என்னது!"

"ஆமாம்."

"தம்பிடி கிடையாதா?"

"தம்பிடின்னா தம்பிடிகூட இல்லை."

"நீங்கதான் பேசறீங்களா?"

"நான்தான், கைலாசந்தான் பேசறேன்."

"என்னையாது, பிரளி பண்றீங்க?"

"பிரளி என்ன? இருக்கறத்தைச் சொல்றேன். கையிலே காலணா இல்லை."

"சரி, எப்ப இருக்கும்?"

". . ."

"சரி, இதிலே கையெழுத்துப் போடுங்க. நாளைக்கு வந்து வாங்கிக்கறேன்."

"நாளைக்கு மாத்திரம் ஆகாசத்திலேருந்து குதிச்சுடப் போறதா?"

"உங்களுக்குக் குடுக்கணும்னு மனசு இருந்தா எங்கேருந்தாவது குதிச்சுருமையா."

"ம், ம், குதிக்கும் குதிக்கும்!"

"ஐயய்ய. பெருத்த மோசமாப் போயிடிச்சே. ஏது ஏது!... போடுங்கையா கையெழுத்தே."

பிள்ளை நோட்டை நீட்டும்பொழுது அது நோட்டாகத் தோன்றவில்லை எனக்கு. ஆந்திர தேசத்து கிருஷ்ணா நதியே கரைபுரண்டு அலையெறிந்து, என்னை என் உண்டிப் பெட்டியில் உள்ள பத்து ரூபாய் நோட்டுடன் அடித்துப் போக வருவதுபோல் இருந்தது. வேதனையுடன் நோட்டை வாங்கிக் 'கைலாசம், மளிகைக் கடை ரூ. 5-0-0' என்று போட்ட

பொழுது, 'இவ்வளவுதான் தெரியுமா உங்களுக்கு?" என்று பிள்ளை அதட்டினார்.

"இந்தாங்கோ. பேசாமே நோட்டை வாங்கிக்குங்கோ."

"அஞ்சுக்கு முன்னாடி ஒரு கோட்டை இளுங்க சொல்றேன்."

"ஏன், பின்னாடி இழுத்தால் சந்தோஷக் குறைச்சலா இருக்கப் போறதோ உங்களுக்கு?"

"சந்தோஷமாகத்தான் இருக்கும். ஆனா இதுக்கேதான் ஊர் கூடிச் செக்குத் தள்ளவேண்டியிருக்கே. சரி, நான் திருத்திரட்டுமா?"

"என்ன திருத்தப் போறேள்?"

"பதறாதீங்க," என்று 5க்கு முன் ஒரு கோட்டைப் போட்டு 5ஐச் சுழியாகத் திருத்தினார் பிள்ளை.

"பேஷாகத் திருத்திக்குங்கோளேன். கொடுத்தாத்தானே?"

"கொடுக்காட்டிப் போனா யாரு வுடப்போறாங்க... சரி, நாளைக்குக் காலமே பத்து மணிக்கு வரேன்."

பிள்ளை ரப்பர் பூட்ஸை மாட்டிக்கொண்டு கிளம்பினார். வாசல்வரையில் அவரைக் கொண்டுவிடப் போனேன்.

'கிடுகிடு, கிடுகிடு, கிடுகிடு, கிடு' என்று, ஹோட்டல் அம்பி ஐயர் பையன் எம்டன் மூச்சுப் பிடித்துக்கொண்டே, கட்டிக்கொண்டு தொங்கின நான்கு பையன்களையும் நாய்க் குட்டியை இழுக்கிறார்போல, தரதரவென்று இழுத்துக்கொண்டு போய் கோட்டைத் தொட்டுவிட்டான். கோலாகலம் காதைப் பிளந்தது.

"எலே, எம்டன்டா!" என்று எம்டன் கட்சிப் பையன்கள் ஓர் ஓரத்தில் நின்றுகொண்டு கால் கீழே படாமல் குதித்தார்கள்.

இதைப் பார்த்து ரசித்தார் பிள்ளை. அவர் எம்டனை விட்டுக் கண்ணெடுக்கவில்லை. எம்டனுக்குப் பதின்மூன்று வயசு இருக்கும். மஞ்சள் நிறம். பூதாகாரமான தேகம். கைகள் தொடையளவு இருக்கும். நீல நிக்கர், கூடை மாதிரி இடுப்பு, சட்டி மண்டை, செம்பட்டை மயிர், மேலெல்லாம் மினுமினு வென்று தங்க மயிர். இந்த உடம்பைத் தூக்கிக்கொண்டு அவன் நடக்கிறதே ஒரு பெரிய சாதனை. ஆனால் அவன் பூனைக் கண்ணால் பார்த்துக்கொண்டே குண்டு குண்டென்று ஓடிக்கொண்டிருந்தான்.

தி. ஜானகிராமன்

"ஐயரே, எனக்கு ஒரு யோசனை தோணுது. இந்தப் பையனை சலாங்குடு ஆடவைச்சு டிக்கட் வைச்சோம்னா, உங்க மாதிரி மூஞ்சியைத் தூக்காமே எல்லாரும் காசைக் கக்குவாங்க. இது யார் பையன்?"

"ஹோட்டல் அம்பி ஐயர் கொடுக்கு."

"அப்படிச் சொல்லுங்க. அதானே! என்னடான்னு பாத்தேன். உளுத்த மாவு சேராட்டி உடம்பு இப்படியா மினுக்கும்?"

"பிள்ளைவாள் கண் பட்டுடப் போறது. ஒரே பிள்ளை அவன்."

"ஏலே டில்லி, ஏந்திர்றா. நீ பொழச்சுட்டே!" என்று எம்டன் குரல் கொடுத்ததும், திண்ணையிலிருந்து வந்தான் டில்லி. அவனுக்குப் பிழைத்துவிட்டதில் எல்லையில்லாத சந்தோஷம். ஆனால் அவன் உடம்பில் எலும்புதான் இருந்தது. ஆறு மாசம் பட்டினி கிடந்தவன் மாதிரி முட்டிக்கால் தட்டிக்கொண்டே அவன் வந்து நின்றான்.

"வாங்க வாங்க. டில்லி மட்டம் வரது பார்றா" என்று எதிர்க்கட்சி, இரைக்கு நப்புக் கொட்டிற்று.

"ஏலே, டில்லி! நீ சும்மா இர்றா. நான் போய்ட்டு வறேன். நான் போகச் சொன்னாத்தான் நீ போகணும்" என்று உத்தரவு போட்டுவிட்டு எம்டன் கிளம்பினான்.

பளபளவென்று திரண்டிருந்த மஞ்சள் துடைகளில் நாலு தட்டுத் தட்டிவிட்டு, 'கிடுகிடு, கிடுகிடு'வென்று எதிர் வியூகத்தில் புகுந்துவிட்டான். உணே, பாய்ந்து கவ்வுவதற்குத் தயாராக முறைத்துக்கொண்டிருந்த புலிகள் தாறுமாறாகச் சிதறி ஓடின. கையை நீட்டிக்கொண்டே ஓர் ஆளைத் தட்டி விட்டு எம்டன் கோட்டுக்கு வந்துவிட்டான்.

"ஏலே, ராஜா, நீ எழுந்திர்றா, நீ பொழச்சுட்டே."

ராஜா வந்தான். அதாவது நோஞ்சான்களுக்கு ராஜா இவன். டில்லியைப்போல இவனுக்குச் சூணா வயிறு இல்லை. ஆனால் எலும்புகள் டில்லியின் எலும்புகளோடு போட்டி போட்டுக்கொண்டு தோலை முட்டின.

எதிர்க் கட்சி படையெடுத்தது.

"நாலு பக்கம் பாத்தாலும் நாதியத்த வீடுதான் நாம தாண்டா இந்த இடிஞ்சு நாதியத்த வீட்டுக்கும்

வளைகளுக்கும் மகாராஜா என்று சொல்லி வந்துதாம் சுண்டெலீ, சுண்டெலீ, சுண்டெலீ, சுண்டெலீ!"

திடீரென்று பாட்டு நின்றுவிட்டது. பின்பக்கமாக ஒரே பிடி. எம்டன் எதிர்பாராமல் திடீரென்று அமுக்கிவிட்டான். மூச்சு நின்றுவிட்டது.

"சுண்டெலீ மாட்டிக்கிச்சுறா பொறியிலே. கத்து, கத்து, கீச்சு, கீச்சினு" என்று டில்லி எம்டனை வந்து கட்டிக் கொண்டான். அவனைக் கட்டிக்கொண்டால் எதிரியைக் கட்டிக்கொள்வதாக அவன் பாவனை.

"ஏலே சம்பத்து, ஏந்திர்றா, நீ பொழச்சுட்டே" என்று எம்டன் கத்தினதும், ஒரு பையன் – ஏழு வயதிருக்கும் – ஓடி வந்தான்.

"என்னாங்க இது. எம்டன் ஆளுங்க எல்லாம் ம்யூஸியத்திலேருந்து ஓடி வந்தாப்பலே இருக்கே!" என்று கேட்டார் பிள்ளை.

"எம்டன் ஒத்தன் போறாதா எங்க கட்சிக்கு?" என்று செத்துப்போய்த் திண்ணையில் உட்கார்ந்திருந்த ஒரு பையன் பதில் கொடுத்தான்.

"நீ எம்டன் கட்சியா?" என்று கேட்டார் பிள்ளை.

"ஆமாம்."

"உன் பெயரென்ன?"

"சோனி. பள்ளிக்கூடத்திலே அட்டண்டென்ஸிலே வீர ராகவன்னு கூப்பிடுவா."

"பள்ளிக்கூடத்திலே சோனீன்னு கூப்பிட மாட்டாங்களா?"

"ம்ஹ்ரம்."

"ஏன்?"

"கூப்பிட்டா ஒரே குத். இப்படி ஒரு குத் விட்டேன்னா" என்று இடது கையை முருங்கைக்காய் மாதிரி ஓங்கினான் அவன். "அப்பாடியோவ்!"

பிள்ளையோடு சேர்ந்து பையனும் சிரித்தான். "ஏலே, சோனி, எழுந்திர்றா, நீ பொழச்சுட்டே."

"ம்ஹ்ரம், பலே! யார் செத்தா?"

தி. ஜானகிராமன்

"எல்லாம் போயிடிச்சி, ஐயா ஒத்தர்தான் பாக்கி" என்று எதிர்க் கட்சியில் நின்றுகொண்டிருந்த ஒரே பையனைப் பார்த்து எம்டன் சிரித்தான்.

தனிப்போராட்டம் நடத்தப் போகும் எதிர்க்கட்சியின் கடைசி நம்பிக்கை, முன் ஜாக்கிரதையாகத் தூரத்தில் நின்று கொண்டிருந்தது.

எம்டன் புறப்பட்டான் "கிடுகிடு, கிடுகிடு!"

"ஏலே எம்டன்! என்ன நீயே வந்திண்ட்ருக்கே; நானும் ஒரு நாழியாப் பாக்கறேன்."

எம்டன் கோட்டுக்குத் திரும்பி வந்து சொன்னான். "ஏண்டா, என் கட்சியிலே வாண்டு நண்டுகளையெல்லாம் போட்டுண்டிருக்கேன். அவங்க வெறும்னே வெறும்னே வர முடியுமா? இந்த அழுகுணிப் பேச்செல்லாம் பேசக்கூடாது."

"ஏலே, யாரைச் சொல்றே அழுகுணீன்னு? இனிமே சொன்னயோ தெரியுமா?"

"நீ இப்ப என்ன சொல்றே?"

"வேறே யாரையாவது வரச் சொல்லு."

"சரிடா – இதோரு அழு மூஞ்சி – ஏய், நீ போடா டில்லி."

குடு குடு நாதா, குளஞ்சி நாதா
கொட்டையில்லாப் பழம் என்ன பழம்?
வாழைப்பழம். தோலைக்கடி
பூசணிக்காய், காம்பைக் கடி
உங்கப்பனுககம ஆயிக்கும் ஒரு பணம்
தண்டம்
தண்டம் தண்டம் தண்டம்

என்று பெரிய பாட்டாகப் பாடிக்கொண்டு கோட்டுக்கு ஒரு சாண் தூரத்திலேயே நாட்டியமாடிவிட்டுத் திரும்பி விட்டான் டில்லி.

"ஒன்ஸ்மோர்."

"ஏன், சிங்கம் களைச்சுப் போச்சோ?" என்று நையாண்டி செய்தான் டில்லி.

"ஆமாண்டி சிங்கி. உனக்கு ஆறுபேர் கூட இருக்காங்க, நீ பேச மாட்டியா?"

"எலே சும்மாயிருடா டில்லி" என்று சொல்லிவிட்டு எம்டன் கஜேந்திரன் மாதிரி புறப்பட்டு ஒரு கை வீச்சில் எதிரியைத் தொட்டுவிட்டுக் கோட்டுக்கு வந்துவிட்டான்.

அவ்வளவுதான், "கேம், கேம்" என்று எம்டன் கட்சி ஈர்க்குச்சிகள் முழுதும் ஆகாசத்தில் குதித்தன. டில்லி முட்டிக் காலைத் தட்டிக்கொண்டு குதித்தவன் கீழே விழுந்துவிட்டான். ஒரே ரகளைப் பட்டது.

பிள்ளை விழுந்து விழுந்து சிரித்தார். எதிர்க் கட்சிச் சிங்கத்திற்கு எரிச்சல் வந்துவிட்டது. "எலே எம்டன் என்ன, ப்ரமாதமாக் குதிக்கிறே? படிப்பிலே ஒரு மார்க் வாங்கறத்துக்கு யோக்யதை இல்லை. கணக்கிலே ஸைபர், ஹிஸ்டிரிலே ஒண்ணரை, இங்கிலீஷிலே ஸுட்டா. பள்ளிக்கூடத்திலே ஐயராம் நாயுடுகிட்ட நீ வாங்கற உதை எங்களாலே எண்ண முடியல்லே; என்ன குதிக்கறே?"

"எலே நானா குதிக்கறேன். எங்க கட்சிப் பசங்களெல்லாம் குதிக்கறாங்க. அதுக்கு நான் என்ன பண்றது?"

"அதெல்லாம் இருக்கட்டும்; படிப்பிலெ நாலு மார்க் வாங்கறத்தெப் பாரு."

"நீ போடா, நீ படிச்சுக் கிழிச்சுட்டயே. இவர் பெரிய ஸி.வி. ராமன்! போடா; தோக்கறதையும் தோத்துட்டு அநாவசியப் பேச்சுப் பேசறான். நீ இப்ப மார்க் வாங்குடா இதிலே. பள்ளிக்கூடத்து மார்க்கை அப்புறம் பாத்துப்பம்."

"எலே, என்ன ஜாஸ்தி பேசறே?"

"சரி, நீ விளையாடப் போறயா இல்லையா? போங்கடா எல்லாரும் அந்தப் பக்கத்துக்கு."

"முடியாது."

"நீ ஆடலியா?"

"இல்லே."

"அப்ப நீ அந்தண்ட போ."

"போக முடியாது."

"முடியாதுன்னா?"

"முடியாதுன்னா முடியாது. நீ யார் சொல்றத்துக்கு?"

112 தி. ஜானகிராமன்

"ஏண்டா வீம்பு பிடிக்கிறே?"

"நான் வரேன். காலையிலே பத்து மணிக்கு வரேன்" என்று சொல்லிவிட்டுப் பிள்ளை இறங்கிப் போனார்.

"நீ போறயா மாட்டியா?"

"மாட்டேன்."

"இழுத்துப் போட்டுடுவேன்."

"அடி சிங்கம், எங்கே போடு பாப்பம்?"

அவ்வளவுதான். அவனை அப்படியே குண்டுக் கட்டாகத் தூக்கி என் வீட்டுத் திண்ணையில் கொண்டு வைத்துவிட்டான் எம்டன். கூச்சலும் கரகோஷமும் மறுபடியும் எழும்பின.

"ஏலே, ஏலே!" என்று அகற்றப்பட்டவன் ஆத்திரத்துடன் ஒரு பாய்ச்சல் பாய்ந்து எம்டனின் ஆடு சதையைப் பல்லால் கவ்விவிட்டான். "ஏய் விடு விடு, கடிக்காதே!" என்று கத்திப் பார்த்தான் எம்டன். பயனில்லை. கடைசியில் வீசி ஒரு உதறு உதறியதும் அப்பால் போய் விழுந்தான் பையன்.

"நாய் மாதிரி கடிக்கிறாண்டா."

"வைடா நாலு" என்று பையன்கள் ஆளுக்கு ஒன்றாகச் சாத்தினார்கள்.

"ஏலே, அடிக்காதிங்கடா. பாருங்கோ மாமா, நாய் மாதிரிக் கடிக்கிறதை" என்று என்னிடம் வந்தான் எம்டன்.

"ஏலே, என்ன நாய் நாய்ங்கறே? பல்லை ஓடைச்சுப் பிடுவேன்; தெரியுமா?" என்று உதை வாங்கினவன் மீண்டும் கிளம்பினான்.

"ஏ, காலி, நீ சும்மா இருக்க மாட்டே?" என்று நான் அதட்டிய பிறகுதான் அவன் அடங்கினான். முழுவதும் அடங்கிவிடவில்லை. "பூசணிக்கா, சித்தானைக் குட்டி, சைனா குண்டு!" என்று எம்டனை நோக்கி வாய்ப்பாணமாக எறியத் தொடங்கினான்.

"ரத்தம் வரது மாமா" என்றான் எம்டன்! பார்த்தேன். பல் ஆழப் பதிந்து ரத்தம் கசிந்துகொண்டிருந்தது. பக்கத்துத் தெருவிற்கு டாக்டர் வீட்டிற்கு அழைத்துப் போனேன். அவர் ஒரு இன்ஜக்ஷனைப் போட்டு, மேலுக்கும் மருந்து போட்டு அனுப்பினார். கூட வந்த பட்டாளத்தைச் சிரமப்பட்டுத்தான் கலைக்க வேண்டியிருந்தது.

"இந்தப் பயலுக்கு நாலு குடுத்தாத்தான் புத்தி வரும்" என்று வரும்போது சொன்னேன்.

"எதுக்கு மாமா? ஒரு அடி தாங்கமாட்டான் இந்தப் பய. ஆனா ஒரு அடி அடிச்சுட்டா, கப்பிக்கல்லு, உலக்கை எது ஆப்பிட்டாலும் எடுத்து மேலே வீசிப்பிடுவான். அடிக்கறதை அடிச்சிட்டு அழ வேறு அழுவான். அவன் அப்பா இருக்காரே சுப்பண்ணா அவருக்குக் கோவம் வந்துதோ இவனைக் கொன்னு குழியை வெட்டி மூடிப்பிடுவார். அன்னிக்கிச் சம்பத்தை அடிச்சுட்டான் இந்தப் பய. அவன் சுப்பண்ணா மாமாகிட்ட அழுதுண்டே போயி, 'அடிச்சிப்பிட்டான், உங்க நாராயணன்'னு சொல்லிப்பிட்டான். அவ்வளவுதான். அன்னிக்கு ஒரு விசிறிக் காம்பு முறிய முறிய அடிச்சிருக்கார் பாருங்கோ, பாவமாயிருந்தது. முதுகு மூஞ்சியெல்லாம் பூரான் கடிச்சாப்பலெ தடிச்சுப் போயிடுத்து" என்றான் எம்டன்.

○

டாக்டர் வீட்டுக்குப் போனதில் அரை மணி காபிக்குத் தாமதமாகிவிட்டது.

"இன்ஜக்ஷன் பண்ணணுமா இதுக்கு? அவ்வளவுக்கு என்ன?" என்று கௌரி கேட்டாள்.

"ஏதாவது விஷம் கிஷம் இருக்கலாம். முன்னாடி ஜாக்கிரதை பண்ணிக்கிறது நல்லதுதானே."

"இந்த டாக்டருக்கெல்லாம் இன்ஜக்ஷன் போடாட்டாத் தூக்கம் வராது. அந்தக் கடியையும் வாங்கிண்டு பேசாமெ இருந்துதே இந்த எம்டன், அந்தச் சமத்தை எங்க போய்ச் சொல்றது..! சாயங்காலம் யாரு வந்திருந்தா?"

கடைசிக் கேள்வியைக் கேட்டதும் என்னை அறியாமல் மறைந்திருந்த சோகம் திடீரென்று வயிற்றைப் புரட்டிக் கலக்கிற்று.

"உண்டிப்பெட்டியைக் கொண்டா."

"எதுக்கு?"

"கொண்டாயென்."

உண்டிப்பெட்டி வந்தது. சின்னப் பெட்டி. பரம்பரையாக வந்த குடும்பக் கஜானா. திறந்தேன். பத்து ரூபாய் நோட்டுக் கிடந்தது.

தி. ஜானகிராமன்

"இதோ பார்க்கிறார் பார், ஜார்ஜ் ராஜா. என்ன ராஜா வேண்டியிருக்கு? நமக்கு வேஷ்டி சட்டை வாங்கிக் கொடுக்கக் கூட மனசில்லை அவருக்கு."

"என்ன, சுத்திச் சுத்தி மூக்கைத் தொட்டாறது?"

"ஒண்ணுமில்லே. ஒரு வருஷமா, ஒரு நல்ல நாலு முழத்தையும் ஒரு கிழிசல் நாலு முழத்தையும் கட்டிண்டு காலத்தை ஓட்றேனா? இப்பவும் அப்படியே இருங்கிறார் இவர்."

"ஏனாம்?"

"ஆந்திராவிலே புயலடிச்சு வெள்ளம் வந்து அரைத் துணிகூட இல்லாமல் பறக்கிறாளாம் ஜனங்கள். அங்கே போகணுங்கறார். என்னத்தைச் சொல்றது?"

"கொடுக்க முடியாதுன்னு சொல்றது."

"எப்படிச் சொல்றது?"

"தனக்கு மிஞ்சித்தான் தர்மம். நம்ப கஷ்டத்தைத் தீர்க்க யார் கொடுக்கப் போறா? உங்க வேஷ்டிக்கு மூட்டுப்போட, தையக்கூலி ஓர் அணாவுக்குப் பிரயோஜனமுண்டோ இந்த மனுஷாளாலே?"

"அது அவாளுக்குத் தெரியலியே. முதலாளி பண்ற ப்ளாக் மார்க்கட்டிலே எனக்கும் பங்குண்டுன்னு நெனச்சிண்டிருக்கா எல்லாரும். எதாவது பங்குன்னு வாயைத் திறந்துடுவ மோன்னு பயந்துண்டு, சம்பளத்தை நாப்பது ரூபாயிலேருந்து அறுபதா உசத்திப் போட்டுட்டார் முதலாளி. அவர் பண்ற அகட விகடமெல்லாம் ஊருக்கா தெரியப்போறது?"

"சரி, இப்ப என்ன பண்ணப் போறேள்?"

"கையில் தம்பிடி இல்லைன்னு சொல்லி அனுப்பிச் சுட்டேன்."

"போறது. அதாவது சொல்லத் தெரிஞ்சுதே."

"அதுக்குக்கூட வாயில்லையா எனக்கு? எட்டு வருஷமா எந்தச் சாமான் கேட்டாலும் இல்லை இல்லேன்னு குறவன் மாதிரின்னா பழக்கமாயிருக்கு."

"நல்ல வேளையாப் பொழச்சேள்."

"யாரு?"

கொட்டு மேளம்

"என்ன?"

"நானா பொழச்சேன்? நாளைக்கு வரேன்னு சொல்லி விட்டுப் போயிருக்கார்ரீ. கையெழுத்துப் போட்டுட்டேன். இப்ப சத்தியாச் சொல்லியனுப்பிச்சிருக்கேன். அவ்வளவுதான்."

"கையெழுத்துப் போட்டுட்டேளா, எத்தனைக்கு?"

"5ன்னு போட்டேன். 10ன்னு திருத்திண்டிருக்கார்."

"அப்ப நீங்க ஏன்னு இளிச்சுண்டிருந்தேளா?"

"இளிக்கலை. கொடுக்க முடியாதுன்னேன்."

"யாரு அந்தத் தடியன்?"

"தடியனா? பர்மா ஷெல் கண்ணுசாமி பிள்ளை! மூணு லக்ஷம் சொத்து இருக்கு அவருக்கு! ஊரிலேயே அவர்தான் பணக்காரர்."

"மூணு லக்ஷம் உள்ளவன், உங்க பத்து ரூபாயையும் சேர்த்துப் போட்டுடறதுதானே?"

"அப்படி எல்லாருக்கும் போட்டா, நம்ம மாதிரி கடையிலே கணக்கு எழுதலாம்."

"சரி, அந்தப் பத்து ரூபாயி இப்படிக் கொடுங்கோ!"

"ஏன்?"

"கொடுங்கோ, சொல்றேன்."

கொடுத்தேன்.

"நாளைக்கு அவன் வரட்டும். போடா வேலை மெனக்கட்டவேன்னு நாலு பாட்டுப் பாடி அனுப்பறேன்."

"அம்மா, பரதேவதே!"

"பின்னே என்ன?"

"உங்கிட்டச் சொன்னதே தப்பு."

"பின்ன யார்கிட்டச் சொல்லி அழப் போறேள்? தூக்கிக் கொடுத்துட்டு, இப்படிப் பரதேசி மாதிரி கந்தலைக் கட்டிண்டு அலையுங்கோ. அய்யர்வாள், அய்யர்வாள்னு ஊரெல்லாம் கெட்டிமேளம் அடிக்கிறது. இந்த மடிச்ச வேஷ்டியை வீசி எறிய நாள் வரலை. எதுக்கு இந்த ரெண்டுங்கெட்டான் செல்வாக்கு?"

தி. ஜானகிராமன்

"சேது உடையார் ஜாதகம் பார்த்துட்டு அதைத்தான் சொன்னார்; 'உங்களுக்கு ஐவேஜி இராது. ஆனா லக்ஷ்மீ பிரபுவுடைய செல்வாக்கு இருக்கும்'னு."

"அதை நெனச்சுண்டு பூரிச்சுண்டிருந்தா சரியாப் போயிடும்! ஐய, இந்த ஜாதகப் பேச்சை எடுக்கறபோது எனக்கு வயத்துலே மொளகாயை அறச்சுத் தடவினாப்பல இருக்கு. இந்த அதிசயத்தை ஜோஸ்யனா சொல்லணும்! நமக்குத்தான் தெரிஞ்சிருக்கே, ஜாதகம்! நான் சொல்றேன். நீங்களும், இந்த அசடு இருக்கே எம்டன் அதுவும் ஒண்ணு. கால்லே கடியை வாங்கிண்டு, திருப்பி நாலு வாங்கத் தெரியாமே முழிச்சுதே. அதுவும் நீங்களும் ஒண்ணு. ஊரிலே இருக்கிறவன்லாம் உங்க தலையிலே மொளகாயை அறச்சுத் தடவட்டும். நீங்க அசையாம கட்டிண்டு நில்லுங்கோ. எனக்கென்ன? குழந்தைக்குப் புதன்கிழமை பள்ளிக்கூடத்துச் சம்பளம் கட்டணும். நீங்க எக்கேடு கெட்டுப் போங்கோ."

"அப்படீன்னு ரூபாயைச் சுருட்டிண்டு போறியே இஞ்ச போட்டுடு அதை."

"முடியாது."

○

ராத்திரித் தூக்கம் வரவில்லை. எண்ணெய் தேய்த்துக் கொண்டு நாளாகிவிட்டது. கண்ணெல்லாம் பொங்கிற்று. புரண்டு புரண்டு படுத்ததுதான் மிச்சம் தலையணைக்கு அடியிலிருந்த பொடி மட்டையை எடுத்து எடுத்து எத்தனை தடவைதான் போடுகிறது? ராத்திரிக்குப் பொடி காணுமோ காணாதோ என்று பயம் வந்துவிட்டது.

மனோராஜ்யம் விரிந்தது. 'தனியாக பிஸினஸ் பண்ண வேண்டும். நம்மை நம்பி இரண்டாயிர ரூபாய் யாராவது கடன் கொடுத்தால் போதும். ஒரு மளிகைக்கடை, ஒரு சிமிண்ட் ஏஜன்ஸி, ஒரு சர்க்கரை ஏஜன்ஸி, ஒரு இரும்புக் கடை, ஒரு 'ஷாப்பு'க் கடை, பேப்பர் வியாபாரம். ஒரு ஜில்லாவுக்குத் தனி உரிமை போதும். ஒரு ஒன்பது வால்வ் ரேடியோ; ஒரு கார்; ஒரு சினிமா எடுக்க வேண்டும்; சம்பளத்தை வாரியிறைக்க வேண்டும்...'

தரித்திரங்களின் மனோராஜ்யத்திற்குக் கரையேது?

மணி பன்னிரண்டுக்கு மேல் இருக்கும். தென்னங்கீற்றுத் தான் சலசலத்துக்கொண்டிருந்தது.

வாய் கடுக்கத் தொடங்கிவிட்டது. சினிமாக் கொட்டகைப் பக்கம் போய், ஒரு ஆவர்த்தனம் வெற்றிலைச் சீவல் போட்டுக் கொண்டு வந்து மறுபடியும் படுக்கையில் உட்கார்ந்தேன்.

"அந்த எம்டனும் நீங்களும் ஒண்ணு."

எனக்குச் சிரிப்பு வந்தது. என்னையும் எம்டனையும் பக்கத்தில் பக்கத்தில் சேர்த்து வைத்து மனசில் பார்த்துக் கொண்டேன். கொழுகொழுவென்று தொந்தி வளைய, மஞ்சள் முகத்தில் எண்ணெய் வழிய, நீல நிக்கருடன் எம்டன்! பக்கத்தில் கச்சலாக, கறுப்பாக, உயரமாக, பித்த நரைத் தலையுடன், வெற்றிலை வாயுடன் நான்.

எம்டன் மண்டு. கணக்கில் சைபர், இங்கிலீஷில் ஸுட்டா, ஹிஸ்டரியில் ஒண்ணரை.

நான் ஜகப்புரட்டுகள் பண்ணி இன்கம்டாக்ஸ் மோப்ப நாய்களை ஏமாற்றி முதலாளிக்கு லக்ஷக்கணக்கில் பணம் சேர்த்துக் கொடுத்தவன்.

நானும் எம்டனும் ஒன்று.

போட்டோ பிடித்துக்கொள்வதற்காக நானும் எம்டனும் நிற்கிறோம். எதிரேயுள்ள காமிராவுக்குப் பின்னால் கறுப்புத் துணியில் தலையை விட்டுக்கொண்டு நிற்கிறாள் கௌரி.

விடியற்காலையில் விழிப்புக் கொடுத்துவிட்டது. பத்து நிமிஷத்திற்கு ஒரு முறை விழித்துப் பூனைத் தூக்கம் தூங்கியதில் அலுப்புத் தட்டிவிட்டது. எரிச்சலுடன் பாயைச் சுருட்டினேன்.

○

காபி ஆயிற்று. எட்டு மணி இருக்கும்.

"மாமாவ்."

ஓ, சனிக்கிழமையா!

உள்ளே எம்டனும் கோஷ்டியும் வந்தார்கள். வால் கிண்ணத்தில் எண்ணெயும் ஓர் அரப்புப்பொட்டலமும் ஏந்தி வந்தான் எம்டன். கூட வந்த சைனியம் அலுமினியம் பித்தளைக் கிண்ணங்களில் எண்ணெயும், மரவைகளில் அரப்புமாகக் கூச்சல் போட்டது.

"இதோ வந்துட்டேண்டாப்பா." நானும் எண்ணெய் சீயக்காயுடன் கிளம்பினேன். நாராயணன் – கடித்த பையன் –

என்னிடம் பேச்சுக் கொடுத்துக்கொண்டே, தன்னை நல்லவனாக்கிக்கொள்ளப் பிரயத்தனம் செய்துவந்தான்.

நாவல் மரத்தை உலுக்கிப் பழம் தின்றுவிட்டு மீண்டும் கிளம்பிற்று, படை.

மேலெல்லாம் தாறுமாறாக எண்ணெயை வழிய விட்டுக்கொண்டு, காவேரியை இரண்டு பண்ணத் தொடங்கி விட்டன எல்லாம். ஒரே பாட்டு, கூத்து, நீச்சல், குதியல். காவேரிக்கு வாயிருந்தால் அழுதுதான் இருக்கும். கற்றுக் குட்டிகள் துறையோரமாகச் சுற்றிச் சுற்றி வந்துகொண்டிருந்தன.

"ஏய் எம்டன் குதிக்கறாண்டோய்!" பார்த்தேன். அத்தி மரத்தில் பட்டாளத்தில் பாதி அமர்ந்திருந்தது.

எம்டன் குதித்தான் பர்வதம் மாதிரி.

"ஹேய் ஹேய்!"

வரிசையாகக் குதித்துக்கொண்டிருந்தார்கள். "மாமா, ஏக், க்ஊ, மாமா!"

"மாமா, மாமா, நாராயணன் ஆத்தோட போறான். மாமா, மாமா, கைலாச மாமா!"

திரும்பிப் பார்த்தேன். நாராயணனைக் காணவில்லை.

"எங்கேடா போறான்?"

"அதோ முழுகறான்."

"இப்பக் கத்தினான்."

"அதோ தெரியறான்."

நாராயணன் கால் அண்டாத ஆழத்தில் போய்க்கொண்டிருந்தான்.

என் உடல் துடித்தது. பரந்தது. கால் துடித்தது.

நீந்தத் தெரியாது எனக்கு.

பக்கத்தில் ஆள் யாருமில்லை.

"நாராயணா!" என்று சத்தம் போட்டேன்.

"நான் போய் இழுத்துண்டு வரேன் இருங்கோ" என்றான் எம்டன்.

"உனக்கு முடியுமாடா?" என்றேன். அவனுக்கு முடியுமா? முடியும் என்றுதான் எனக்குத் தோன்றிற்று.

எம்டன் நீந்திப் போனான். போய்க்கொண்டே இருந்தான். நாங்கள் பார்த்துக்கொண்டே இருந்தோம்.

○

நாலு பெற்றோர்களும் அலறினார்கள்.

"குழந்தே, சங்கரா!"

"நாராயணா, இப்படி விட்டுட்டு போயிட்டியேடா."

தெரு அல்லோலகல்லோலப்பட்டது.

"கௌரீ, எம்டன் ஆத்தோட போயிட்டாண்டி!" என்று வீட்டு வாசலில் வந்து கத்தினேன். என் தொண்டை உடைந்தது. குழந்தை மாதிரி அழுதேன்.

"துறையிலே பெரியவாளே இல்லியா?" என்று சற்று நாழிகை கழித்துக் கேட்டாள் கௌரீ.

"நான்தான் இருந்தேன்."

"நீங்க பெரியவாங்கறது தெரிஞ்சிருக்கே. நீஞ்சத் தெரிஞ்சவா இல்லியா?"

"ம் ஹ்ம்."

சோனிகளை வைத்துக்கொண்டு ஐயக்கொடி நாட்டுகிற எம்டன் போய்விட்டான். "யாரோ, பாசத்திற்கு அப்பாலுள்ள உயிரை மீட்கப் போய்விட்டான் எம்டன். இவனுக்கு யார் இந்த வித்தை சொல்லிக்கொடுத்தார்கள்?"

"எம்டனும் நானும் ஒண்ணுன்னியே."

சொந்த குழந்தை செத்துப் போயிருந்தால்கூட அவள் அவ்வளவு ஏங்கியிருக்கமாட்டாள்.

"உசிரையே பலி கொடுத்துட்டானே, ஆளை இழுத்துண்டு வரேன்னுட்டு. அவனும் பெரியவனாய்ப் போய், சம்பாதிச்சால் பத்து ரூபாயைப் பெரிசாய் மதிச்சிருப்பானோ?"

"அதான் பெரியவனா ஆகாமலே தப்பிச்சுனுட்டான்."

அத்துவின் முடிவு

"சார், இவளை நான் ஒரு நாளைக்குச் சந்தியிலே நிறுத்தி வைக்காட்டா, என் பேர் அத்து இல்லை – அது எப்படி நிக்க வைக்கப் போறேனோ, எனக்குத் தெரியாது. ஆனால் கட்டாயமா ஒரு நாளைக்கு நிறுத்தத்தான் போறேன், அவ ரொம்பக் கஷ்டப்படப் போறா, பாரும்..."

"ஓய், அப்படியெல்லாம் பேசாதிரையா! நீர் என்ன, தாலி கட்டின புருஷனாகவா பேசுகிறீர்? என்னையாது தத்துப் பித்துன்னு."

"தத்துப் பித்துன்னா? ஓய், இந்த உப்புமாவைத் தின்னு பாருங்காணும். அப்பாமங்கலம் அர்த்த நாரீச்வரையர், அப்பா செத்துப் போனபோது வச்சுட்டுப் போன ஆறு ஏக்கரைப் பத்து வருஷத்தில் அறுபத்தினாலு ஏக்கராவாகப் பெருக்கின அர்த்த நாரீச்வரையர், ஒளரோரா இன்ஷூரன்ஸ் கம்பெனிக்கு ஐம்பது லக்ஷம் ரூபாய் பாலிஸி ஒரு வருஷத்தில் சேர்த்துக் கொடுத்த அர்த்த நாரீச்வரையர், அப்பாமங்கலம் பர்மனென்ட் பண்ட் டைரக்டர் அர்த்தநாரீச்வரையர் – இந்த உப்புமாவைத்தான் திங்கணுமா? நீர் கொஞ்சம் இதைத் தின்னு பாருமே. பாருமேன்னா பார்க்கணும், ம், பாரும், சொல்றேன்" என்று ஒரு பிடி உப்புமாவை என் கையில் வைத்து அழுத்தினார் அத்து.

"என்னையா, பேசாமல் கையில் வச்சுண்டு உட்கார்ந்திருக்கிறீர். சாப்பிட்டுப் பார்த்துச் சொல்லும். நான் உம்மை உபசாரம் பண்ணலை.

நடப்பைத் தெரிஞ்சுக்கணும்னுதான் சொல்றேன். போட்டுண்டு பாரும்" என்று மேலும் மேலும் தூண்டவே, உப்புமாவை வாயில் போட்டுக்கொண்டேன்.

அரிசி உப்புமா. களி களியாக நெஞ்சைப் போய் அடைத்தது. ஒரே ஜல பக்குவம். எண்ணெய் வாசனை, ஜன்மாந்தர வாசனையாக மிகச் சிரமப்பட்டுக் கண்டுபிடிக்க வேண்டிய அளவுக்கு வீசிற்று.

"ஓய், கைலாசம், உம்ம மனச்சாட்சிக்கு விரோதமில்லாமல் சொல்லும். அதுலே ஏதாவது கடுகு, கருவேப்பிலை இதுகளுடைய நிழல் விழுந்திருக்கான்னு – ஏனய்யா, எனக்கு இருக்கிற சொத்துக்கு இந்த உப்புமாவை ரெண்டு முட்டை நெய்யை ஊத்திப் பண்ணினாத்தான் என்ன? பாங்கிலே இருக்கிற பணச் சுவரு திடுதிடுன்னு இடிஞ்சா விழுந்திடும் ..? சம்பா திச்சாப் போராது ஐயா! சாப்பிடக் கொடுத்து வைக்கணும்" என்று சொல்லிக்கொண்டு வந்த அத்துவின் நெஞ்சு அடைத்துத் தழுதழுத்தது. கண்களில் இரண்டு சொட்டுக் கண்ணீர் மல்கி நிறைந்தது. சட்டென்று அவர், மேல் வேஷ்டியால் கண்ணைத் துடைத்துக்கொண்டார். 'இத்தனை பலவீனமான நெஞ்சா!' என்று எனக்கே ஆச்சரியமாயிருந்தது. சமாதானப்படுத்த முயன்றேன்.

"போனால் போகிறது ஐயா. இதுக்காக ஒருத்தர் மனசைப் போட்டு அலக்கழிச்சுப்பாளா? வீட்டிலே பண்ணிக் கொடுக் காட்டா, 'சீ, நாயே போ, நீ பண்ணிப் போடக் கொடுத்து வைக்கலை'ன்னு நெனச்சுண்டு ஹோட்டல்லேருந்து வர வழைத்துச் சாப்பிட்டுப் போவீரா? இதுக்காகக் கண்ணாலே ஜலம் விடறீரே, பச்சைக் குழந்தை மாதிரி. மனுஷ்ய வாழ்க் கைன்னா எல்லாம் பொருந்தியிருக்குமா? ஒண்ணு இருந்தா ஒண்ணு இராது, ஒண்ணு பாதியாயிருக்கும். எல்லாம் சகஜந்தானே. இப்ப என்ன நடந்துடுத்து, பிரமாதமா நெனச்சு உருகி, இளகிக் கஷ்டப்படறதுக்கு! ஏனய்யா!"

"இல்லையா, சொல்றேன் உமக்கு – 'இவ்வளவு இருந்தும் வீட்டிலேருந்து சாப்பிடக் கொடுத்து வைக்கலை பாரும்' என்கிறதுக்காகச் சொல்ல வந்தேன். நீர் சொல்றாப்போல, 'சீ நாயே, எனக்குப் பண்ணிப் போடக் கொடுத்து வைக்கலை நீ'ன்னு சொல்லிப்பிட்டு ஹோட்டல்லெ வாங்கிச் சாப்பிடத் தான் போறேன். இருந்தாலும் ஒரு பேச்சுக்குச் சொல்ல வந்தேன். மனுஷ்யனுக்குச் சுகங்கிறது பணத்திலா இருக்கு? நீரும் இருக்கீர். மளிகைக்கடை குமாஸ்தாதான். அறுபது ரூபாய்தான் சம்பளம். இருந்தாலும் புடலங்காயை இளசாப்

தி. ஜானகிராமன்

பொறுக்கி வாங்கி, நெய்யிலேன்னாய்யா பொறிச்சுப் போடறாள், உம்ம சம்சாரம்... அன்னிக்கிக் கொடுத்தீரே, என்னமா இருந்தது தெரியுமோ! ஓய், உம்ம சம்சாரம் தங்கக் கம்பியய்யா! ரொம்ப அடங்கின சரக்கு. நான் அன்னிக்கு அந்தப் பொறியலை எடுத்துண்டு உள்ளே போய்க் காமிச்சேன். அந்தப் பிசாசு என்ன சொல்லித்துத் தெரியுமோ? 'சம்பாதிக் கிறது அம்பி அரணாக் கயிற்றுக்கு போராட்டாலும் இந்தத் திமிருக்குக் குறைச்சல் இல்லை'ன்னு சொன்னாய்யா அவ! எனக்கு அப்படியே மென்னியைத் திருகிப் போட்டுடலா மான்னு வந்துடுத்து. பாரும், "தனக்குப் பண்ணிப்போடத் துப்பில்லைன்னாலும், பிறத்தியாருக்கு நொட்டை சொல்றதை... ம். பணமா சொத்து? பக்கத்திலே இருக்கிற மனுஷாள்ளா சொத்து" என்று முடித்தார் அத்து. அத்துவுக்கு, 'பணமா சொத்து' என்று சொல்லுகிற அளவுக்கு ஞானோதயம் ஆகி விட்டதா என்று வியப்பாகத்தான் இருந்தது எனக்கு. உடனே கேட்டேன். "அப்படியானால் இந்தப் பர்மனண்ட் பண்ட் மானேஜிங் டைரக்டர் வேலையைக் கொடுத்துடும். இந்த இன்ஷ்ரன்ஸ் ஏஜண்ட் உத்தியோகத்தையும் விட்டுடும்" என்று.

அத்து சிரித்துக்கொண்டார். "விடாமலா போகப்போகிறேன்? அதுக்கு ஒரு டயம் வரணும் என்று எதிர்பார்த்துண்டுதான் இருக்கேன்" என்று சொன்னார். (அப்புறம் இரண்டு வீடு வாங்கிவிட்டார் அவர்.)

பர்மனண்ட் பண்ட் ஆபீஸில் ஏதோ 'செக்' மாற்றப் போனபோது இந்தப் பேச்சு நடந்தது. அப்போது இடைவேளை. இரண்டு குமாஸ்தாக்களும் காபி சாப்பிடப் போயிருந்தார்கள். அத்து உப்புமாவைச் சுவைக்க ஆரம்பித்தவர் தம் வேதனைகளைக் கொட்டித் தீர்த்துவிட்டார்.

சற்றுக் கழித்து – இடைவேளை முடிந்ததும் – பியூன் ஒரு பெரிய – இரண்டு மூன்று மணு எடையுள்ள – நோட்டை அவர் முன்னால் கொண்டு வைத்தான். அத்து அதில் முனைந்து விட்டார்.

அவர் சொன்னதில் என்ன தப்பு இருக்கிறது? பணம் சொத்தா? மனுஷ்யர்கள் சொத்தா?

அத்துவுக்கு மைதாஸின் ஸ்பர்சம் இருந்தது. அவர் தொட்டதெல்லாம் பொன்னாகத்தான் கொழிக்கும். அவர் தலைப்பட்டு, பிதிரார்ஜிதமான ஒன்றரை வேலி நிலத்தைப் பத்துவேலி நிலமாக ஆக்கிவிட்டார். அவர் அடிக்கடி கனவு

கண்டுகொண்டிருந்த லக்ஷ்யமும் அவருக்குக் கிடைத்து விட்டது – "பத்துவேலி நன்செய், ஆயிரம் மூங்கில் கொத்து, ஆயிரம் தென்னை மரம், இரண்டு ஏகர் கறிகாய்க் கொல்லை! இவ்வளவும் இருந்தால், ஒரு மனுஷன் யாரை ஐயா லக்ஷ்யம் பண்ணணும்? லக்ஷம் ரூபாய் சம்பளம் வாங்கினாலும் உத்தியோகம்னா கைகட்டிச் சேவகந்தானே?" என்று உலகத் திலுள்ள உத்தியோக வர்க்கத்தையே மட்டந் தட்டிக்கொண் டிருப்பார். அத்துவுக்குப் பல வழிகளில் சம்பாத்தியம் – மாட்டுத் தரகு, கமிஷன், வியாபாரம், இன்ஷூரன்ஸ் ஏஜன்ஸி, முத்திரை ஸ்டாம்பு விற்பனை, வீட்டு வாடகை – இன்னும் எவ்வளவோ சம்பாத்தியங்கள். அப்பாமங்கலத்தில் அவருக்குப் பதினைந்து வீடு இப்பொழுது.

எனக்குப் பிரமிப்பாகத்தான் இருந்தது. பத்து வருஷம் முன்னால் நான் மளிகைக் கடை குமாஸ்தாவாகப் பதவி ஏற்றபோது அத்துவிற்கு ஒன்றரை வேலி நிலந்தான். இப்போது அத்துவிற்கு ஐந்தாறு 'லகாரம்' என்று ஊரெல்லாம் சொல்லிற்று. அவரே நான்கு லகாரத்திற்குக் குறையாது என்று புன்சிரிப் புடன், பூரிப்புடன், சொல்லியிருக்கிறார். சாமர்த்தியத்திற்கும் அதிர்ஷ்டத்திற்கும் இனிமேல் அவர் மாதிரி பிறந்து வந்தால் தான் உண்டு.

சொல்லிக்கொண்டே போகலாம். அவருக்குச் சொத்துச் சேரும் அதிர்ஷ்டத்தைச் சொல்வதா? மனைவி வாய்த்த அதிர்ஷ்டத்தைச் சொல்வதா? பிள்ளைகள் பிறந்த அதிர்ஷ் டத்தைச் சொல்வதா?

"ஐயா" என்று யாராவது வாசலில் கூப்பிடுகையில், "யார்?" என்று அவள் கேட்டுக்கொண்டு வரும்போது யாரும் திகைத்துத்தான் போவார்கள். பளீர் என்று ஒரு சிவப்பு; கருகருவென்று சிற்றலையிட்ட கூந்தல்; கறுப்புப் பட்டுப் புடைவை; மத்தாப்பூவாகப் பூரிக்கும் தோடு; ஏதோ தேவதை வருவதுபோல்தான் இருக்கும். ஏழெட்டுக் குழந்தைகளுக்குத் தாய் என்று சத்தியம் செய்தால்தான் நம்ப முடியும். முதல் பிள்ளை இன்ஜினீயரிங் வாசிக்கிறானே, அவனுக்கு இருபத் தொரு வயது – அடுத்த பிள்ளை, வைத்தியக் கல்லூரி – பதினெட்டு வயது. அப்புறம் சின்னஞ் சிறியதாக ஐந்து. ஆனால் இத்தனை பேருக்கும் மூத்த சகோதரி மாதிரி, இப்போது தான் மணமாகிப் புக்ககம் சென்ற மூத்த சகோதரி மாதிரி இருப்பாள் அவள்; அந்த அம்மா. அந்த வம்சத்திற்கே கட்டு விடுகிறது, கிழடு என்கிற செய்திகளே தெரியாதாம்! இப்பேர்ப் பட்ட மனைவி.

தி. ஜானகிராமன்

பிள்ளைகள்? நடக்கிற நடையும், பேசுகிற பேச்சும், பழகுகிற தோரணையும் பெரிய மனுஷன் வீட்டுக் குழந்தைகள் என்று நூறு கஜத்தில் சொல்லிவிடலாம். முதல் பையனும் அடுத்த பையனும் அடுத்தடுத்து இண்டர் பரீட்சையில் மாகாண முதல்வர்களாகத் தேறிப் பிரமிக்க அடித்தார்கள். ஊர் எரிச்சலைக் கிளப்பிவிட்டார்கள்.

இப்பேர்ப்பட்ட அத்து, அதிர்ஷ்டமே வடிவெடுத்து வந்த அத்து!

இந்த அத்துவுக்கு மற்றப் பணக்காரர்கள் மாதிரி சொத்தை அநுபவிக்க முடியாமல் நீர் ரோகமா, வயிற்றுவலியா, ஒன்றும் இல்லை. நிறையச் சாப்பிட வேண்டும். மல்கோவாவும் ஆப்பிளும் பால்கோவாவும் பாதுஷாவுமாகச் சாப்பிட வேண்டும் என்ற ஆசை. அவரும் சாப்பிடத் தயார்தாம்.

கொடுக்கிறவர்கள்தாம் இல்லை! அந்தத் தேவதைக்குச் சமைத்துப்போட முடியாது என்று ஒரு சமையற்காரன் இருக்கிறான். அத்துவின் நோக்கம் அவளுக்கு முடியாது என்று அல்ல. சமையற்காரன் வந்தால் இரண்டு கறி, இரண்டு கூட்டு, மத்தியானன டிபன் – இப்படி ஏதாவது கிடைக்கும் என்றுதான். ஆனால் தேவதை ஒரு யுக்தி செய்துவிட்டது. சமையற்காரன் சமையலுக்கு அடுப்பு மூட்டும்போது, இரண்டு முட்டை நல்லெண்ணெய், நாலு கடுகு, வெந்தயம் – இந்தச் 'சாமான்'களைக் கொடுத்துவிட்டுக் கூத்திற்கு வாரப்பத்திரிகைகள் வாசிக்கப் போய்விடும். ஆக, அத்துவிற்குக் கிடைப்பது கொத்தவரைக்காய் வதக்கல், அவரை வற்றல் குழம்பு, இந்த இரண்டுந்தான். குழம்பும் ரசமும் சேர்ந்து ஒரே வேளையில் வரா – இரண்டு எதற்காக? இரவு பட்ஜட் – கொல்லைக் கத்திரிக்காயைச் சுட்டு ஒரு தொகையல், மிளகு ரசம், காய்ச்சின அப்பளம். தேவதையின் அப்பாவே ஊரிலிருந்து வந்தால் கூட அந்த ராத்திரி பட்ஜட்டில் பருப்போ, குழம்போ சேர்ந்து விடாது.

இதற்குப் பயந்துகொண்டே சின்ன விடுமுறைகளுக்கெல்லாம் மதராஸ் ஹாஸ்டலிலேயே தங்கிவிடுவார்கள் முதல் இரண்டு பையன்களும். கோடை விடுமுறை வந்தால், வந்து நாலைந்து நாள் இருந்துவிட்டு, எங்காவது போய் விடுவார்கள்.

இதுவும் ஓர் அதிர்ஷ்டந்தான். யாருக்குக் கிட்டும்?

"இந்தாரும், எண்ணிப் பாரும். ஐந்நூறு இருக்கா பாரும்?" என்று அந்த ரொக்கத்தை மீண்டும் எண்ணிக் கொடுக்க

ஆரம்பித்தார் அத்து. பணத்தை எண்ணுவதில் என்ன சுருக்கு! என்ன லாவகம்!

ஆறு மாதம் ஆகவில்லை இது நடந்து. எனக்கும் ஞாபகம் இருக்கிறது. ஒவ்வொரு பேச்சும் கண்ணீரும் அப்படியே ஞாபகம் இருக்கின்றன.

ஒரு மாதம் லீவு எடுத்துக்கொண்டு போய் எங்கெங்கேயோ சுற்றி வந்தேன். போகும்போது பாங்கிற்குப் போய் அத்துவிடம் சொல்லிக்கொண்டுதான் போனேன்.

"பழனிக்குப் போறீரா? எனக்கு ஒரு சேர் பஞ்சாமிர்தம் வாங்கிண்டு வாரும்" என்று பணமும் கொடுத்தார் அத்து.

பஞ்சாமிர்தம் வாங்கிக்கொண்டுதான் வந்தேன்.

ஆனால் பஞ்சாமிர்தம் சாப்பிடும் நிலையில் இல்லை அத்து. அவருக்கு டி.பி.யாம். பத்து நாளாகப் படுத்த படுக்கையாம். நாலு நாளைக்கு ஒரு முறை அரைப்படி, கால்படி என்று ரத்தமா வாந்தி எடுக்கிறாராம். எக்ஸ்ரே எடுத்ததில் இடது பக்கம் முழுவதும் அரிக்கப்பட்டு, வலது பக்கத்திலும் பாதி பிடித்துவிட்டது. மனுஷ்யன் பிழைத்தால் புனர்ஜன்மம். பிழைக்கிறது எங்கே?

இரண்டு வருஷமாகவே வியாதி இருந்திருக்கிறாற்போல் இருக்கிறது. மனுஷன் வெளியே சொல்லவில்லை. டாக்டரைக் கேட்டேன்.

"கொல்லையில் கத்தரிக்காய் காய்க்கிறது என்று கத்தரிக் காய்த் தொகையல், எலுமிச்சங்காய் காய்க்கிறது என்று ஒருநாள் பார்த்தாற்போல டிபனுக்கு எலுமிச்சங்காய்ச் சாதம், அல்லது அரிசி உப்புமா. ஓர் உத்தரணியாவது, பாலும், தயிரும் உடம்பில் சேரவேண்டாமா, சார்? அந்த அம்மா குறும்பை வாங்கியினாலேதான் நெய் போடுவாங்களாம். மனுஷ்யனுக்கு டி.பி. ஏன் வராது? இந்தச் சொத்து நமக்கு இருந்தா நம்மைக் கட்டிப் பிடிக்க முடியுமா, ஏன் சார்?"

"அதுதான் நமக்குக் கொடுக்கலை."

டாக்டர் சிரித்தார். அத்துவைப் போய்ப் பார்த்தேன். ஆறுதல் சொன்னேன்.

"ஓய், நீர் ஒண்ணும் கவலைப்படவாண்டாம். டாக்டர் போடற இன்ஜக்ஷன் டி.பி.க்காகப் புதிசாகக் கண்டுபிடிச் சிருக்காளாம். இன்னும் ஒரு மாசத்திலே உடம்பு கல்லு மாதிரி ஆயிடும், கவலைப்படாதீர்."

தி. ஜானகிராமன்

"என்னமோ நீங்களெல்லாம் பகவானைப் பிரார்த்திச்சுக்குங்கோ."

"பேஷா. ஸ்வாமி கட்டாயம் உம்மைக் காப்பாத்துவார். நிறையப் பாலும் தயிரும் சாப்பிடும்."

"சாப்பிடாமலா? இப்ப ஒரு பசுமாடு வாங்கிக் கட்டி யிருக்கேன். நீர் பாக்கலையே, முந்தாநாள்தான் சிங்காரம் கொடவாசல்லேருந்து ஓட்டிண்டு வந்தான். நானூறு ரூபாய். காலமே பதினாலு சேர், ராத்திரி பன்னிரண்டு சேர் கறக்கறது. பாதிப்பாலை நான்தான் சாப்பிடறேன்."

"எல்லாப் பாலையும் சாப்பிடும், நீர் கவலைப்பட்டுண்டு இன்னும் உடம்பைக் கெடுத்துண்டோதீர். ஒரு பயமும் இல்லை. நான் வரட்டுமா?"

"சரி, அடிக்கடி வந்து பார்த்துட்டுப் போங்கோ. உங்களுக்கு நான் சொல்ல வேண்டியதில்லை. உம்ம மாதிரி மித்ராள்தான் எனக்கு ஆறுதல்."

இதைச் சொல்லும்போது நான் அவரைப் பார்த்தேன். எல்லையில்லாத வேதனை எழும்பு முட்டும் அந்த முகத்தில் படர்ந்திருந்தது.

வெளியில் போய் ஜன்னல் வழியாக ஒருமுறை பார்த்து விட்டுப் போனேன். எத்தனை ஹார்லிக்ஸ், ஓவல்டின் டப்பாக்கள், எத்தனை ஆரஞ்சு ஆப்பிள்கள்! இதெல்லாவற்றை யும் அப்பொழுதே சாப்பிட்டிருந்தால்...? சாப்பிட யார் விட்டார்கள்?

இந்தத் தகப்பனாரைப் பார்க்க, மதராஸிலிருந்து பையன்கள் வரவில்லை. இதைப் பற்றி அவர்களுக்குச் செய்தியே போக வில்லையாம். "அதுகள் வந்து என்ன பண்ணப் போறது? படிக்கிறபோது இந்தக் கவலை வேறா?" என்று தேவதை சொல்லிவிட்டது.

இரவு காமிரா உள்ளில் உட்கார்ந்து பேப்பர் படித்துக் கொண்டிருந்தேன். சங்கரி வந்தாள்.

"உங்க சிநேகிதருக்கு என்னமா இருக்கு உடம்பு?"

"ஏதோ இருக்கு. டாக்டர் இன்ஜக்ஷன் கொடுத்துண்டு வரான். ரத்தவாந்தி நின்னுருக்காம். ஆரஞ்சா உரிச்சுத் திங்கறார் மனுஷன்."

"அவர் சிக்காப் படுத்துண்டதிலேருந்து அந்த மாமி அவரைப் பார்க்கவே இல்லையாம்."

கொட்டு மேளம் 127

"பார்க்கவே இல்லைன்னா?"

"அவளுக்கு அம்மாஞ்சி யாரோ திருச்சினாப்பள்ளியிலே டாக்டராய் இருக்கானாம். அவன் அவரைப் பார்க்க வந்தானாம். ஊருக்குப் போகச்சே, 'இது ஒட்டுவாரொட்டி, அதிகமா நெருங்கப்படாது. குழந்தைகளை ஜாக்கிரதையாய் பார்த்துக் கணும்'னு சொல்லிவிட்டுப் போனானாம். அம்மாமி அதைக் கெட்டியாய் பிடிச்சுனூட்டா. ஒரு மாசமா அந்த மாடிப்படியே ஏறலியாம் அவ."

"சாதம் யாரு போடறா?"

"சிங்காரந்தான். மாமி சாதத்தைப் பிசைஞ்சு ஒரு பாத்திரத்தில் அவன்கிட்டக் கொடுத்தனுப்பறாளாம்."

"சே சே, இராது."

"அப்படித்தான் நடக்கிறதாமே!"

"சும்மா? யாராவது சொல்லுவா! ஒண்ணுன்னா பத்துச் சொல்லும் ஊரு. உனக்கு யார் சொன்னா?"

"அந்த மாமிதான்."

"யாரு, மாமியா!" எனக்குத் தூக்கி வாரிப் போட்டது.

"மோர்ப் பணம் கொடுக்கப் போனேன். அப்ப அந்த மாமிதான் சொன்னா."

இப்பொழுது நம்பாமல் என்ன செய்வது? சங்கரி பொய் சொல்ல மாட்டாள். வீண் வம்பு பிடிக்காது அவளுக்கு.

"அந்த மாமி ரொம்ப வைதீகமாச்சே?"

"அதுக்காக உயிர் மட்டமாய் போயிடுமா!"

"சிங்காரம் மட்டும்?"

"அவன் வேலைக்காரன். அவன் போனா யாருக்கு நஷ்டம்? அவளும் செத்துப் போனாக் குழந்தைகளை யார் காப்பாத்துவான்'னு எண்றாளோ, என்னமோ?"

எனக்கு வயிற்றைக் கலக்கிற்று. 'வாழ்க்கையில் இவ்வளவு கொடுமை தென்படுமா?' என்று நினைக்கும்போது உடல் சிலிர்த்தது.

இரவுத் தூக்கம் பிடிக்கவில்லை. வெகுநாழிகை கழித்துத் தூங்கினாலேயே, அதிகாலையில் விழிப்புக் கொடுத்துவிட்டது. இருள் பிரியவில்லை. எழுந்து பல் தேய்ப்பதற்காகக் கொல்லைப்

பக்கம் போனபொழுது, அடுத்த வீட்டுக் கொல்லையில் வெந்நீர் அடுப்பு, திகுதிகுவென்று எரிந்துகொண்டிருந்தது.

சிங்காரம் ஓலைகளை உள்ளே தள்ளித் தள்ளி நெருப்பை ஒங்க விட்டுக்கொண்டிருந்தான்.

"யார்றாது, சிங்காரமா?"

"சாமி!"

"என்னடா பண்ணிண்டிருக்கே?"

"ஒண்ணுமில்லைங்க. ஐயருக்குக் கஞ்சி வச்சிக்கிட்டிருக்கேன். ரொம்பப் பசிக்கிறதுன்னாங்க."

"நீ எதுக்காக வைக்கணும்?"

"பின்னே யாரு வப்பாங்க?"

"என்னடாது? சேதியை நல்லாச் சொல்லு. அம்மா தூங்கறாங்களா?"

"அம்மா முளிச்சுக்கிட்டிருந்தாலும் நான்தான் வக்கணும். ஐயருக்காக ஒரு செட்டுப் பாத்திரம் எடுத்துக் கொடுத்து, அன்னனிக்கித் தேவையான பாலு, விறகு, அரிசி எல்லாம் கொடுத்திருவாங்க. இந்த அடுப்பிலே அதெல்லாத்தையும் வச்சுக்கிட்டு ஐயருக்கு வேணுங்கறத்தை நான் பண்ணிப் போட வேண்டியது. இந்தப் பாத்திரங்களை வேறு பாத்திரங் களோடு கலகக்கூடாது. கொல்லையிலேயும் இதை வைக்கக் கூடாது. ஆத்தங்கரைக்குப் போய்த்தான் வெளக்கிட்டு வரணும். பதினஞ்சு நாளா நான்தான் ஐயருக்குச் சமையல்காரன்."

"ஏன் இப்படி?"

"அது என்னமோ!"

"இது ஐயருக்குத் தெரியுமோ?"

"நான் சொல்லலே. ஆனா, சாப்பிடுகிறபோது ஐயருக்குத் தெரியாமலா இருக்கும்?"

வாழ்க்கையில்தான் நம்ப முடியாத நிகழ்ச்சிகளெல்லாம் நிகழ்கின்றன. அந்த அம்சத்தில் கதையோ கற்பனையோ வாழ்க்கைக்கு உறைபோடக் காணாது என்றுதான் தோன்றிற்று.

சங்கரியிடம் இதைச் சொன்னேன். பொறி கலங்கிவிட்டாற் போல் சிறிது நேரம் சூன்யத்தைப் பார்த்துக்கொண்டு

நின்றுவிட்டு, "நாம் இந்த வீட்டைக் காலிபண்ணி விடணும். பக்கத்து வீட்டிலே இந்த மாதிரி தெய்வத்துக்கு அடுக்காத சேதி நடக்கறபோது, எப்படிச் சகிச்சிண்டிருக்கிறது? கட்டின பெண்டாட்டி இப்படி இருக்கிற இடத்துக்கிட்ட வாழறதே பாவம். நீங்க வேறு வீடு பாருங்கோ" என்று தழுதழுத்தாள்.

"எனக்கு எப்படி வயத்தைக் கொதிக்கிற தெரியுமோ? அப்படியே அவளைப் பிடித்து இரண்டாகக் கிழிச்சுப் போட்டுடணும்போல் பத்திண்டு வரது. நீங்க போய் அவரோட பேசறது கூட அவளுக்குப் பொறுக்காதே" என்றாள் மேலும்.

அவள் சொன்னது உண்மைதான். அன்று அத்துவைப் பார்க்கப் போனபோது, மாடிப்படி ஏறுமுன், "டாக்டர் அதிகமாப் பேச்சுக் கொடுக்க வாணாம்னாராம். அம்மா சொல்லச் சொன்னா" என்று அத்துவின் மூன்றாவது பையன் சொன்னான்.

"சரி, சும்மாப் பாத்துட்டு வந்துடறேன். ரொம்ப நெருங்கிப் பழகிவிட்டோம்டாப்பா. மனசு கேக்க மாட்டேங்கறது. இதோ வந்துடறேன்" என்று சற்று இரைந்தே சொல்லிவிட்டுப் போனேன்.

அத்துவின் முகத்தில் மனுஷ்யக் களையே இல்லை. மரவட்டையாகச் சுருண்டு கிடந்தார். என்னைக் கண்டவுடன் தட்டுத்தடுமாறி எழுந்து தலையணைமீது சாய்ந்துகொண்டு உட்காரும்படி நாற்காலியைக் காட்டினார். குரல் கம்மி விட்டிருந்தது. "நெஞ்சு பாறையாகக் கட்டியிருக்கு" என்று மட்டும் சொல்லிவிட்டுப் பேசாமல் இருந்தார்.

"பசி இருக்கா?"

தலையாட்டல்.

இருக்கிறது என்ற அர்த்தத்தில் தலையாட்டல்.

"இருமல்?"

"கைலாசம், ஒண்ணொண்ணாக் கேக்கிறீரே என்ன? இருமல் தணிஞ்சா என்ன, டெம்பரேச்சர் குறைஞ்சா என்ன? நான் பிழைச்சு யாருக்கு என்ன சாதிக்கப் போறேன்? நான் சீக்கிரமாப் போகணும்னு நீங்களாம் பகவானைப் பிரார்த்திச்சுக்குங்கோ."

"அப்படியெல்லாம் பேசாதீர்யா. டாக்டரைப் பார்த்தேன். ரொம்பக் குணமாயிருக்குன்னு சொன்னார்."

தி. ஜானகிராமன்

"ஏன் வீண்பேச்சு? நான் சொல்றபடி பகவானைப் பிரார்த்திச்சுக்குங்கோ. ஒரு மாசமா அவள் என்னை வந்து பாக்கலை. மாடிக்கு ஏறமுடியாமல் அவளுக்கும் டி.பி. வந்துடுத்துப் போல் இருக்கு. அவளுக்கு வந்து பாக்கணும்ன்னு தோணினாலும் தோணும். அதுக்கு முன்னாலே நான் போயிடணும்..."

அவர் கண்களில் கரகரவென்று நீர் வழிந்துகொண்டிருந்தது.

என்ன பேசுகிறது? பேசாமல் உட்கார்ந்திருந்தேன்.

"இப்பவே எனக்கு ஈச்வர தரிசனம் கிடைக்கணும்" என்று சொல்லிவிட்டுப் படுத்துக்கொண்டார் அத்து. நான் எழுந்து வந்தேன்.

உடம்பு மிகவும் கேவலமாகிவிட்டது. டாக்டர் ஆஸ்பத்திரிக்குத் தூக்கிப் போகச் சொன்னான். கும்பகோணத்திற்குத் தூக்கிக்கொண்டு போனார்கள். நிலைமையைப் பார்த்துவிட்டு, "இடமில்லை" என்று திருப்பி அனுப்பிவிட்டான் கும்பகோணத்து டாக்டர். மோட்டார் அத்துவுடன் திரும்பிற்று. ஆனால் அவரை மாடிக்கு ஏற்ற முடியவில்லை. கீழேயே கூடத்தில் போட்டார்கள். மீண்டும் வந்த உள்ளூர் டாக்டர் இரண்டு, மூன்று நாள் கெடு வைத்துவிட்டான்.

இப்போது சமையல் உள்ளைத் தாண்டி வருவதில்லை தேவதை.

மூன்று நாள் கெடுவைக் கேட்டதும், தெருவில் உள்ளவர்கள் கடைசிமுறையாக, ஒவ்வொருவராக வந்து பார்த்துவிட்டுப் போனார்கள். வாசல் நிலை ஓயவில்லை. வெளியே வருபவர்கள் மனம் போனபடி "இன்னும் அஞ்சுநாள்", "ஏதுய்யா காலமே வரையில் தாங்கினால் போறாதா?", "அப்படிச் சொல்றதுக் கில்லை" என்று தவணை சொல்லிக்கொண்டே போய்ச் சேர்ந்தார்கள்.

தந்தி பறந்தது. மதராஸிலிருந்து பையன்கள் வந்து விட்டார்கள்.

கோவிந்தவன்னி, சுப்பட்டா உடையார், பஞ்சாயத்துத் தலைவர் கண்ணுசாமி எல்லோரும் பார்த்துவிட்டுப் போனார்கள். அவர்களுக்கு ஏதோ கடன் கொடுக்க வேண்டுமாம் அத்து.

அன்று காலை சிங்காரம் வந்தான். அழுதுகொண்டே நின்றான்.

கொட்டு மேளம்

"என்ன சமாசாரம். ஏன், முடிஞ்சு போயிடுத்தா?"

"இல்லீங்க. காலமே ஐயா வாயிலே ஈ மொச்சுக்கிட்டிருந்தது. விசிறினேன். 'என்னடா விசிறல், இன்னும் செத்தக் கழிச்சு இழுத்துப் போடணும், விசிறல் என்ன வேண்டிக்கிடக்கு?'ன்னு ஒரு சத்தம் போட்டாங்க அம்மா. அப்புறம் உத்தரணியாலெ ஒரு வாய் தண்ணி ஊத்தினேன். 'ஏய் பாவி, உன்னாலெதான் நல்லாப் போகிற உசிரும் நின்னு நின்னு கஷ்டப்பட்டண்டு போறது. ஏன் தண்ணியைக் கொடுத்து, போகிற உசிரை, வச்சு வச்சுக் கொல்றே. நீ போ வெளியே'ன்னாங்க அம்மா. நானும் சும்மா இருக்கலை, 'ஏ பிசாசே, அந்த மவராசன் காசை வாங்கிப் பொளச்சேன். தண்ணி கொடுக்கிறேன். நீ சும்மாக் கிடன்னு சொல்லிப்பிட்டு நான் வெளியே வந்திட்டேன். புள்ளைங்களைக் கூப்பிட்டு, 'அப்பாக்கு ஆளுக்கு ஒரு வா தண்ணி ஊத்துங்க'ன்னு சொல்லிவிட்டு வந்திட்டேன்" என்று அழுதாள் சிங்காரம்.

சங்கரியும் நானும் வாயடைத்து நின்றோம்.

பிற்பகல் மூன்று மணிக்கு அழுகைச் சத்தம் கேட்டது. வாசலுக்கு ஓடினோம்.

ஸ்ரீமதி அத்து வாசலில் விழுந்து அழுதுவிட்டு, தான் இனிமேல் ஸ்ரீமதியில்லை என்று காண்பித்துவிட்டு அலங்கோலமாக உள்ளே சென்றாள்.

சவம் புறப்பட்டது. ஏகக் கூட்டம். அப்பாமங்கலமே திரண்டு பின்னால் போயிற்று.

ஆற்றங்கரை முக்கில் குடியானவர் தெருவே திரண்டு நின்று கதறிக்கொண்டிருந்தது. தாய்கள் அழுததைக் கண்டு சேய்கள் சேர்ந்து கதறின.

சேரியிலிருந்து ஒரு கூட்டம் கூடி நின்று அழுதுகொண் டிருந்தது. அத்துவுக்கு வியாதிக் காலத்தில் சுச்ரூஷை செய்த, தோட்டி பேச்சிமுத்து மயானப் பாதையை ஒரு சருகில்லாமல் சுத்தம் செய்து வைத்திருந்தான்.

மனித வெள்ளம் மௌனமாக மயானத்தை நோக்கி ஊர்ந்தது.

அப்பாமங்கலத்தில் யாருக்கும் இப்படி நடந்ததில்லை. ஈமக்கிரியைகள் முடிந்தன.

ஒரு மாசம் ஆயிற்று.

தி. ஜானகிராமன்

அத்துவின் கடன் மூன்று லக்ஷமாம்! அவர் வாங்கின வீடுகள், நாலுவேலி நிலம் எல்லாம் கடன் வாங்கி வாங்கினவை யாம். ஆறு வருஷ வட்டி விஷமாக ஏறியிருந்தது.

ஒரு மாசக் கடைசியில் ஆயிரம் தென்னையும், ஆயிரம் மூங்கில் கொத்தும் பத்துவேலியும் சேர்ந்து நிர்மாணம் செய்து வைத்த லக்ஷயம் இடிந்து விழுந்தது. ஒரு வீடு மிச்சம். மேல் படிப்பை முடிக்க அதையும் விற்க யோசனை செய்துகொண் டிருந்தான் பெரிய பிள்ளை.

"அவளைச் சந்தியிலே நிறுத்தி வைக்காட்டா என் பேர் அத்து இல்லை" என்று பாங்கியில் சொன்னாரே அத்து!

அத்து சாமர்த்தியசாலிதான்!

பொட்டை

"பொட்டை, ஏ பொட்டை... யாரு உள்ளார? பொட்டை இருக்கானா?"

"யார்றாது கட்டை?"

முதல் குரல் வாசலிலிருந்து வந்தது.

இரண்டாவது உள்ளேயிருந்து வந்த பதில். சன்னாசி, சாப்பிட்டுக்கொண்டிருந்தவன் ஆத்திரமாகப் பதில் கொடுத்தான்.

"ஏ பொட்டை?"

"யார்றா பய மவன்! உத்தண்டியாரு தத்துப் பய குரலால்ல இருக்கு? திமிரு பிடிச்ச கழுதை!" என்று சன்னாசி முணுமுணுத்தான்.

"ஏ சன்னாசி, காது கூடவா அடைச்சிப் போச்சு!"

"ஏண்டா?"

"ஏண்டாவா? ம்ஹும், யாருன்னு தெரியலே போல் இருக்கு!"

"தெரியுமே கட்டையின்னிட்டு!" என்று ஒரு புன்சிரிப்புடன் சன்னாசி வெளிப்பட்டான். அந்தப் புன்சிரிப்புக்கு என்ன பொருள் என்று தெரியவில்லை. புன்சிரிப்புக்கு பொருள் கொடுப்பது கண்டான். ஆனால் சன்னாசியின் முகத்தில் கண் இருந்த இடந்தான் இருந்தது.

தி. ஜானகிராமன்

கண் இல்லை. உண்மையாகவே அவன் பொட்டைதான்.

"கட்டையுமில்லை, மொட்டையுமில்லை!"

"என்ன சேதி?"

"பெரிய உடையாரு வரச் சொன்னாருடா! முள்ளு அறுக்கணுமாம். போறியா?

"சரி, போறேண்டா."

"போறேண்டாவா? என்னடா, 'டா' எல்லாம் வலுத்துப் போச்சு. இன்னமும் யாருன்னு தெரிஞ்சுக்கலியாடா?"

"அதான், தெரியுதேடா, கட்டென்னிட்டு."

"யாரு?"

"அதான், புத்திகட்டை. இல்லாட்டி நேத்து ரவைக்கிப் பொறந்த பய இப்படிப் பேசுவானா? உத்தண்டியாரு வீட்டுத் தத்துச் சோறுல்ல இப்படிப் பேசச் சொல்லுது. நானும் பார்த்துக்கிட்டே இருக்கேன். வாற போதே, 'பொட்டை'ன்னுக் கிட்டே வந்தே. அப்பறம் டாங்கிறே, டேய்ங்கறே. ஏண்டா தம்பி, நாலு வேலிப் பங்குக்குத் தத்துப் போயிட்டா, நாக்கைக் கூடப் போன போக்குக்கு நீட்டிக்கலாம்னு நெனச்சிட்டி யாக்கும்! நீ ஒண்டிப்பயலாப் பொறந்திருந்தா, உன்னை எவண்டா தத்துக் கொடுத்திருப்பான்? அதுவும் உத்தண்டியாரு பொஞ்சாதிக்கு ஒரு தம்பி இருந்தான்னா, அவங்க தத்து எடுத்துக்க உட்டுப்புடுவாங்களா? என்னமோ தரையிலே கெடக்க வேண்டிய பய, பாயிலே கிடக்கே! அதுக்காக, நிதானங்கூடத் தலைகீளாப் போயிடணுமா? மரியாதையைக் கூடக் காத்திலே பறக்க விட்டுரணுமா? ஏண்டா தம்பி, உங்கப்பன் பாட்டனை எல்லாம் தெரியாதுன்னு நெனச்சுக் கிட்டா பேசுறே? எனக்கு வயசு என்னா ஆச்சு தெரியுமா? நல்ல கண்ணோட போய்க் கும்மாணத்துலே ரெண்டு மாமாங்கம் பாத்தேன். பொட்டக் கண்ணோட அஞ்சு மாமாங்கம் பாத்தாச்சுடா, தம்பி. அடாவாம்; டேய்யாம். நுக்கினியூண்டு பய நீ. மட்டு மரியாதையெல்லாம் பணத்துக்குத் தான் உண்டுன்னிட்டு எண்ணிக்காதே. வயசுக்கும் உண்டு, தெரியுமில்ல? பொட்டை பொட்டைன்னு கூப்பிடுறியே, யாரு பொட்டை? வயசு வந்தவனெத் தக்குப் பிக்குனு பொட்டைக் கார்வார் பண்றியே. நீ பொட்டையா, நான் பொட்டையா? ஏண்டா எல?"

"சர்த்தாண்டா, சரி, நீ பாட்டுக்குப் பேசிக்கிட்டே போறியே என்ன? கொட்டிக் கொட்டியளந்தா பொட்டைக் கண்ணு தாமரைக்கண்ணாப் போயிடும்னு நெனப்புப் போலேருக்கு."

"தம்பி, நிறுத்திக்க. இன்னமேப் பேசினியோ சின்னத்தனமாப் போயிடும்...ம்! உன்னைச் சொல்லி என்ன? உத்தண்டியாரு உன்னைப் போய்த் தத்து எடுத்துக்கிட்டாரே! உலகத்துலே புள்ளேயே இல்லே பாரு. தூது வந்த பய சேதியைச் சொல்லிப் பிட்டுப் பளிச்சின்னு போவானா! வம்பு வளத்துக்கிட்டே நிக்கிறியே, என்னடா? போடா, வாரேன்னு சொல்லுடா."

"நான் தூது வல்லேடா. வய வெளிக்குப் போறேன். போறப்போ கண்டு சொலச் சொன்னாரு உடையாரு; சொன்னேன். திருதராட்டிர மவாராசா பாரு, உங்கிட்டத் தூதுல்லே வருவான். கழுதை பொட்டையா இருந்தாலும்னிட்டு என்னமோ சொல்லுவாங்களே, அப்படில்ல இருக்கு கதை!" என்று சொல்லிக்கொண்டே உத்தண்டியாரின் தத்துப் பிள்ளை முத்துக்கிட்டன் போய்விட்டான்.

"பய மவனுக்கு ஆண்மையைப் பாத்தியா? தப்புப் பண்ணிட்டேன். போனாப் போவுது. மாப்புவிட்டுடுங்கன்னு சொல்லிட்டுப் போகவேண்டிய பய, கனவெறைப்பால்லே போறான்? யாருடா தம்பி அங்கே? சுப்பிரமணியனா!"

"ஆமாம், தாத்தா!"

"கேட்டுக்கிட்டுத்தானே இருந்தே. உத்தண்டியார் கொள்ளி போட மவன் புடிச்சார் பாத்தியா? தத்தாரிப்பய. என்னை வந்து பொட்டைங்கிறான்!"

"உடுங்க தாத்தா. தொலையறாரு, எல்லாம் வயசானாச் சரியாப் போயிடுது."

"ஏன், இப்ப என்ன வயசு கொறைச்சலோ அந்தப் பயலுக்கு? இருபத்தெட்டு ஆவுதாம். பய படுகைப் பச்சை மூங்கி மாதிரி வளர்ந்திருக்கானாம். வயசானாச் சரியாய்ப் போயிடுங்கிறியே. பொட்டைப் பயன்னு சொன்னானே, அது மட்டும் சரியா?"

"பொட்டைன்னு சொல்லாதே, கண்ணு குருடு, கண்ணு இல்லாதவரு, பாவம்னு சொன்னா சும்மாத்தானே இருப்பீங்க?"

"யாரு? நானா சும்மா இருப்பேன்? எனக்குக் கண்ணுத் தெரியறாப்ளே உங்களுக்கெல்லாம் தெரிஞ்சாப் போதும்டா. இந்த எம்பத்திரண்டு வயசுக்கட்டை நடக்கிற நடை அவன்

தி. ஜானகிராமன்

நடப்பானா? இல்லே, நீதான் நடப்பியா? சொல்லேன். ஒரு அடி அடிச்சேன்னா இந்தக் கையாலெ, அவன் தாங்குவானா? இல்லெ நீதான் தாங்குவியா? சொல்லேன். போன வருசம் மன்னார்குடிக்குப் போயிட்டு வந்தேனே, இந்தத் தடிதானே கூடவந்திச்சு. ஒரு பயலைப் பாத்து, "யேப்பா, கண்ணு குருடு, கொஞ்சம் அப்பாலே கொண்டு விட்டிடேன்னு சொன்னதுண்டா? இனிமேத்தான் சொல்லப்போறேன்? யோகாம்பா செத்துப்போயி வருசம் முப்பத்தேழு ஆச்சு. அன்னைலேந்து இப்ப வரைக்கும் நான்தான் பொங்கித் திங்கறேன்! எந்தப் பயமவடா ஆக்கிப் போட்டா? நான் சம்பாரிக்கிறதுதான் உன்னாலெ சம்பாரிக்க முடியுமா? என்னாடா தம்பி, பேசாம நிக்கிறே. இப்படி வாயேன், ஒரு சேதி."

சுப்பிரமணியன் அருகில் நெருங்கினான். நெருங்கியதுதான் தாமதம், "ஐயையோ, தாத்தா, விடுங்க தாத்தா" என்று வலி பொறுக்க முடியாமல் கூச்சல் போட்டான். தாத்தாவின் எலும்புக் கையின் இரும்புப் பிடியில் அவனுடைய ஐந்து விரல்களும் சிக்கி நொறுங்கிக்கொண்டிருந்தன. தாத்தா பிடியைத் தளர்த்தினார்.

"இல்லேடா தம்பி. என்னைப் பாத்து பொட்டைப் பயன்னு சொல்றானே! பொட்டப்பய பிடியா இதுன்னு கேக்கறத்துக்காவத்தான் பிடிச்சேன். எனக்கே தெரிஞ்சுக்கணும் பாரு" என்று பொட்டை முகம் புன்முறுவல் புரிந்தது.

"போங்க தாத்தா, திருடராட்டி இரும்புத் தூணைக் கட்டிக் கிட்டாப் போலத்தான் இருக்கு. உங்க மாதிரி ஆளுங்களுக்கெல்லாம் நெஞ்சு இப்படித்தான் இருக்கும்போல் இருக்கு! யேப்பப்பா, மொளவா அரைச்சுத் தடவினாப்பலல்ல இருக்கு."

சன்னாசி சிரித்தான். "பார்றாலே! பேசிக்கிட்டே நளுவிப் பிட்டானே பயமவன். கிட்ட நின்னுல்ல பேசியிருக்கணும்."

சன்னாசிக்கு எந்தத் திட்டையும், எந்த வசவையும் பொறுத்துக்கொள்ள மனத்தில் வலுவுண்டு. 'பொட்டை' யென்றால் மட்டும் ரோசம் பீறிக்கொண்டு வந்துவிடும்.

மேலத்தெருவில் பத்துப்பன்னிரண்டு குடிசைகள் இருந்தன. மேலக்கோடிக் குடிசையில்தான் சன்னாசி எண்பத்து நான்கு வருஷமாக வாழ்ந்து வருகிறான். அவனுக்கு விவரம் தெரியும் போது ஆடு தின்னும் பொட்டலாகக் கிடந்த திட்டு இப்போது வெயிலே அறியாத புளியந்தோப்பாக மாறியிருக்கிறது. தெரு வாசலைத் தவிர மற்றப் பக்கங்களெல்லாம் ஒரே நிழல்தான்.

சிறு பயலாக இருந்தபோது உடையார் வீட்டு மாடுகளை மேய்த்துக்கொண்டிருந்தான் சன்னாசி. பதினாறு வயதுவரையில் அந்த வேலைதான் அவனுக்கு. அந்தச் சித்திரை மாதம் வெயில் தீயாகக் கொளுத்திற்று. தெருவுக்குப் பின்னால் இருந்த வெகு காலத்து வேப்பமரங்கூட இலை பழுத்துச் சருகாகி, முக்கால் மரம் பட்டுப்போய்விட்டது. வேம்பு வாடுவதென்றால் எப்படிப் பட்ட வெயிலாக இருக்க வேண்டும்! சன்னாசிக்குப் புளியம் பழம் பலாப்பழம் மாதிரி. பத்து அரைக்கல்லை எடுத்து வீசினால் ஒன்றரைத் தூக்குப் புளியங்காய் சடசடவென்று தரையில் கொட்டும். பொழுது சாய்ந்து மாடுகளைத் திரும்பி ஓட்டிப் போவதற்குள் அத்தனை புளியும் அரைக்கால் படி கல்லுப்பும் சன்னாசி வயிற்றில் ஜீரணமாகிக்கொண்டிருக்கும். அமாவாசையன்று சன்னாசி அப்பனுக்கு விரதம் இருந்து பொழுது சாய்த்தான் சாப்பிடுவான். சோறு அப்போதுதான் ஆக்குவாள் ஆத்தாள். சன்னாசிக்குக் கூடவா பட்டினி! அரைக்கல்லின் உதவியால் தூக்குப் புளியையப் பலகாரம் பண்ணிவிட்டான். வெயிலில் தலைமயிரே எரிந்துவிடும் போல் இருந்தது. உடம்பெல்லாம் எரிந்தது. நன்றாக அமிழ்ந்து முழுக வேண்டும்போல் இருந்தது. தண்ணீரைத்தான் காணோம். மேலத்தெருக் குட்டை பாளம் பாளமாக வெடித்து வறண்டு கிடந்தது. கீழத்தெருக் குட்டையில் இருந்த முழங்கால் நீரில் உத்தண்டியார் உடையார் வீட்டு எருமைகள் புதைந்து தண்ணீர்ச் சூடு தாங்காமல் பெருமூச்சு விட்டுக்கொண்டிருந்தன. குளிக்க இடம் எங்கே? பிடாரி கோயில் ஆலந்தோப்புக்குப் போனான் சன்னாசி. ஆல நிழலில் இருந்த கிணற்றில் இறங்கினான். அப்பாடா! ஜில்லென்றிருந்தது தண்ணீர். துடைமட்டுத் தண்ணீர்தான். உட்கார்ந்தால் தலை முழுகும். ஐந்தாறு நாழிகை அப்படியே கிடந்தான். அல்லி இலைகளைப் போட்டுப் படுத்தாற் போல ஜிலுஜிலுவென்று இதமாக இருந்தது.

"ஏலே, யார்றா அது?" என்று இருள் கவிகிற நேரத்திற்கு ஒரு குரல் கேட்டது.

"ட்ரூவ், நான்தான் தண்ணிப் பிசாசு" என்று குரலை மாற்றிப் பயங்கரக் குரல் கொடுத்தான் சன்னாசி.

"ஓகோ, தண்ணிப் பிசாசா! தண்ணிப் பிசாசுங்களை விரட்ட இந்தத் துணி தோய்க்கிற கல்லுதான் ஆயுதம்" என்றார் பூசாரி. "ஏ பிசாசே! போடட்டுமா இந்தாப் பாரு கல்லை?"

சன்னாசி திடுக்கிட்டு நிமிர்ந்தான். தலை நொறுங்கியே போய்விட்டது மாதிரி இருந்தது. சாலையிலிருந்து கிளம்பி,

தி. ஜானகிராமன்

பிடாரி கோயில் துணி தோய்க்கிற கல்லாக மாறிய அம்புக் குறியிட்ட சர்க்கார் வைத்த கருங்கல் கிணற்றுக் கட்டையில் பாதிக்கு மேல் நீட்டி நின்று விழக் காத்துக்கொண்டிருந்தது.

"ஐயையோ, போட்டுராதையா, ஐயா ஐயா, ஏறிடறேன்" என்று பயக்குரல் கெஞ்சிற்று.

"யார்றா பய, சன்னாசியா, இஞ்ச வாடாலே" என்று ஏறினவன் கையை உடும்பாகப் பிடித்துக் கொண்டார், பூசாரி.

"என்னடா பண்ணிட்டு இருந்தே?"

"குளிச்சேன், மாமா!"

"டெலே எருமை, முழுகிக்குளிக்க என் கோவில் கிணற்றையா பாத்தே? ஏண்டாலே!" என்று மாக்கு மாக்கு என்று முதுகில் குத்துகளாகச் சொரிந்தார். வேறு யாரும் தாங்க முடியாத குத்து.

"எங்க அப்பன்கிட்டே சொல்லாதீங்க மாமா, என்னை அப்படியே பலி வச்சிடுவாரு, உங்களுக்கு அடிமையாகக் கிடக்குறேன்" என்று காலில் விழுந்தான் சன்னாசி.

"சீச்சீ, களுதே! ஓடு களுதே."

சன்னாசி எடுத்தான் ஓட்டம்!

கொளுத்தும் சூட்டில் அலைந்த அலைப்பு, புளியங்காய்ப் பலகாரம், ஐந்து நாழிகை கிணற்று முழுகல் – சன்னாசி காய்ச்சலென்று படுத்தான். ஐந்தாறு நாள் காய்ச்சல் அடித்தது; உடலல்லாம் சிவந்தது; முத்துக்கண்டது. பிறகு ஒவ்வொரு முத்தும் பெரிதாயிற்று. ரத்தின வைத்தியர், "அடி தாயே, காப்பாத்தணும்; யப்பா இது மாரியாத்தா விளையாட்டு. அம்மை, பெரியம்மை. ஆமாம், நான் போறேன்" என்று வந்த சுருக்கில் எழுந்து போய்விட்டார். வேம்பு வாடுகிற வெயிலில் ஊர் முழுவதுமே பெரிய அம்மை சூறையாடிக் கொண்டிருந்தது. சன்னாசியின் கண்ணை புண் மறைத்தது. இறக்கம் கண்ட போது, கண்ணைத் திறக்க முடியவில்லை.

"ஆத்தா, ஒண்ணுமே தெரியலியே!" என்றான். கண் திறந்துதான் இருந்தது; ஆத்தாள் பார்த்தாள். ஓங்கி வயிற்றிலே அடித்துக்கொண்டாள். அலறினாள். பிள்ளைக்குக் கண் ணிரண்டும் போய்விட்டன. போன கண்கள் திரும்பி வர வில்லை. போயே போய்விட்டன. கண்கள் இருந்த இடத்தில்

இரண்டு ஆழ்ந்த குழிகள்தாம் மிஞ்சியிருந்தன. புருவத்திலிருந்து சுவரெடுத்தாற் போல் செங்குத்தாக விழுந்தன இமைகள். சவத்தின் முகத்தைக் கழுத்தில் ஒட்ட வைத்தாற்போலத்தான் இருந்தது.

சன்னாசி நல்ல உயரம். இப்போது பாக்கு மரத்திற்கு முட்டுக் கொடுத்ததுபோல அவனத்தனை உயரத்திற்கு ஒரு கழியைத் தேடிக்கொண்டான். அந்தக் கழி இன்னும் அவனை விட்டுப் பிரியவில்லை. அதுவும் கூலி, சோறு கேட்காமல் ஐம்பத்தெட்டு வருஷம் சேவகம் பண்ணிவிட்டது அவனுக்கு. உயிர் இருந்தால் வேலையிலிருந்து ஓய்வு பெற்று மூன்று ஆண்டு ஆகியிருக்கும். கழி சாமானியக் கழியில்லை. மூங்கில் கழி. கால்கட்டை விரலால் ஒன்றரை விரல் பருமன் இருக்கும். சன்னாசியின் மோவாயைத் தொடும். அதாவது குறையாமல் நாலு முழம். கண் இரண்டு போனதற்கு மாற்றாக் கண் இரண்டாயிரமாக அது மாறிவிட்டது. எத்தனை குருடர்கள், கைக்கோலின் ஒரு நுனியைப் பற்றிக் கொண்டு, பெயர் தெரியாத ஆளிடம் இன்னொரு கோடியைக் கொடுத்து சாலையையும் ஊரையும் கடக்கிறார்கள்! சன்னாசியின் கைத்தடி இந்தக் கபோதித் தடிகளைப் பார்த்துத் தனக்குள் சிரித்துக்கொண்டது. குருடனுக்கு ஒரு கோலாம், அந்தக் கோலுக்கு ஓர் ஆளாம். தனக்கோ தன்னுடைய சன்னாசிக்கோ இந்த இழிவைத் தேடித்தர அது விரும்பவில்லை. அவனுக்கு ஓர் ஆண்மையைக் கொடுத்தது அது! அது வந்த நாளாக அவன் எந்த மனிதனையும் எதிர்பார்த்ததே இல்லை.

கண் போனதற்காக எந்த வேலை நின்றுவிட்டது அவனுக்கு?

அறுபது வயது வரையில் தடியைக் கரையில் வைத்து விட்டு ஆற்றில் நீச்சல் அடிப்பான். ஆறு வற்றிய கோடையில் கீழ்க்குளத்தை நீச்சலடித்து, இரண்டு பண்ணிவிடுவான். தடியை ஊன்றிக்கொண்டு இருபத்தொரு வயல் கடைகளை வரப்பில் கால் இடராமல் கடந்து, அப்பன் பயிர்ச்செலவு செய்த அரசாணியிலும் ஓலையாத்தானிலும் இறங்கிக் களை பிடுங்குவான். அப்படியே சுமந்த கட்டாக ஒரு கட்டுப் புல் அறுத்துச் சுமந்து வந்து மாட்டுக்குப் போடுவான். காலையில் அலக்கை எடுத்துப் பிள்ளையார் கோவில் அரச மரத்தில் தழை பிடுங்கி ஆட்டுக்குப் போடுவான். அப்பன் வாதம் வந்து இரண்டு மாதம் படுக்கையாகக் கிடந்தபோது நிலத்தை உழுதது யார்? அவன்தான்! ரெயிலில் வேலை பார்க்கிற ஆலங்குடியார் மகன் ஆறுமாதத்திற்கு ஒரு முறை

தி. ஜானகிராமன்

நிலத்தைப் பார்க்க வருவான். பதினாலு வருஷமாகியும் இன்னும் தன் பங்கு எங்கே இருக்கிறதென்று அவனுக்கு நிச்சயமாய்ச் சொல்ல முடியாது. "தம்பி, உங்க லட்சுமணன் எங்கே இருக்கு? சொல்லு பார்ப்போம்" என்று அவனைப் பல்லைப் பிடித்துப் பார்ப்பான். இந்த வெட்க்கேட்டைச் சிரித்து மழுப்பி முழுங்குகிற ஆலங்குடிப் பையன் மூஞ்சி சன்னாசிக்கு வெட்ட வெளிச்சமாகத் தெரியும். "இஞ்சேருந்து மூணாவது கட்டளை, தம்பி. உடமைக்காரங்கள்ளாம் இப்படி யிருக்கிறீங்க" என்று சன்னாசி, தெரியாது கண்ணைச் சிமிட்டிச் சிரிப்பான். ஆலங்குடிப் பையனுக்கு எல்லா வயலும் தன் வயல் மாதிரிதான் இருக்கும்.

சன்னாசி அலக்குக் கழியைப் பிடித்து மாமரத்தில் ஏறித் தடவினால் ஒவ்வொரு வடுவையும் கையால் அந்த அலக்கு மூலமாகவே பார்த்த அதிசயத்தை மனிதன் செய்கிற வேலையென்றா சொல்ல முடியும்? அவன் மரத்தில் ஏறி உலுக்கின புளியங்காயை எல்லாம் சேர்த்தால் நாலு வைக்கோல் போர் இருக்கும்.

கடைசியில் சர்க்காரே அவன் பார்வையை ஒப்புக் கொண்டது. அதாவது மணியக்கார வாண்டையார் அவனை வெட்டியானாகப் போட்டு ஏழரை ரூபாய் சம்பளம் கொடுத்தார். விடிந்து எழுந்து, ஒன்பது கல், சாலையோடு நடந்து தாசில்தாரிடமிருந்து தபால் வாங்கி வருவான். நாற்பது வயது வரையில் அந்த உத்தியோகம் நிலைத்துவிட்டது. மணியக்காரர் வேட்டியை ஒழிந்த நேரத்தில் தோய்த்துப் போடுவதற்கும் அவன் முகத்தைச் சுளிக்கவில்லை. இரண்டு மைலில் நெல் மிஷின் இருந்தது. நாலு நாளைக்கொரு முறை குடமுருட்டி ஆற்றைக் கடந்து ஆறு மரக்கால் நெல் அரைத்துக்கொண்டு வந்துவிடுவான்.

அவ்வளவும் செய்கிறவனைப் பொட்டையென்று யார் சொல்வது? ஆகவே, வெட்டி வேலை கிடைத்த பிறகு யோகாம்பாளைக் கட்டிக்கொடுக்க அவள் அப்பன் தயங்க வில்லை. ஒரு கால் விந்தல் அவளுக்கு. சன்னாசி, "ஆமாம் சதிராடப் போறாளா? சரிதான்னு போவியா?" என்று அவளைக் கட்டிக்கொண்டுவிட்டான். அவனுக்கு உள்ளம் வெற்றியில் விம்மிற்று. அது யாருக்குத் தெரியும்? ஜன்னல் தான் மூடியிருக் கிறதே! அது யோகத்திற்குத்தான் தெரிந்தது. வாசற்கதவைச் சாத்திவிட்டு, யோகம், நான் ஒண்ணு சொல்றேன். கோவப் படக்கூடாது. நில்லு சொல்றேன் இப்படி. இந்த பொட்டையனை ஒரு புருசனா நினைச்சு இந்த வீட்டுக்கு விளக்கேத்தி வச்செ

கொட்டு மேளம்

பாரு! நான் சும்மா இருந்திடறதா? இந்த விளக்குத்தான் என் அறிஞ்ச தெய்வம்!" – என்று நெருஞ்சாண்கிடையாக விழுந்து அவள் காலைப் பற்றிக்கொண்டான்.

"அத்தான், அத்தான்" என்று பதறிப்போய் அவள் அவனைத் தூக்கினாள். அவன் தலை நனைந்து சுட்டது; அவள் காலும் நனைந்து சுட்டது. உடல் நடுங்கிற்று. "அத்தான், கண் இருந்தா உலகத்தையே ஆண்டிருப்பீங்க அத்தான், அதான் போயிடிச்சு" என்று நெஞ்சு விம்ம விம்மச் சொன்னாள் அவள்.

கலியாணம் ஆன இரண்டு வருஷம் கழித்து வந்த மாமாங்கத்திற்கும், அடுத்த மாமாங்கத்திற்கும் அவளோடு கும்பகோணம் போய்வந்தான் சன்னாசி. அதற்கும் அடுத்ததற்கு அவன் தனியாகத்தான் போகவேண்டியிருந்தது. யோகாம்பாள் அணைந்துவிட்டாள். நல்ல வேளையாகப் பிள்ளை குட்டி பிறக்கவில்லை. "மச்சான், மச்சான்" என்று அவன் அணைத்துக் கொண்டிருந்த அந்த ஐயம்பேட்டை மூங்கில் தடி மட்டும் அவனோடு இருந்தது. அந்த மச்சானோடு அவன் மன்னார்குடித் தேர் பார்த்து வந்தான். எட்டுக்குடி கடா வெட்டுப் பார்த்து வந்தான். மாயவரத்துக் கடைமுழுக்குப் போட்டு வந்திருக்கிறான். ஆர்யமாலா சினிமாக்கூடப் பார்த்திருக்கிறான். அப்போது மட்டும் அந்தத் தடி பேசவில்லை. சுப்பிரமணியன்தான் ஒவ்வொன்றாக விளக்கவேண்டியிருந்தது. வாயில்லையே என்று அந்த தடி அப்போதுதான் வருந்திற்று! ஆனால் இன்னும் நாலு மைல் சுற்றில் காக்காமுழியான் அரிச்சந்திர நாடகமோ, ஐயனார் நாடகமோ எது போட்டாலும் சன்னாசிக்கு இருப்புக் கொள்ளாது. 'மச்சானை' மட்டும் இட்டுக்கொண்டு பார்த்து விட்டு வந்துவிடுவான்.

உடையார் வீட்டுக் குழம்பில் கொதிக்கிற புளி அவன் அரிவாள்மணையில் அமர்ந்து கொட்டை எடுத்த புளிதான். அவர் மாந்தோப்பு வேலி அவன் அறுத்துக் கட்டின முள்தான். மணியகாரர் வீட்டிலேயும் இதே செய்திதான்.

சன்னாசிக்கு முள் அறுக்கிறாப் போலவே இல்லை.

"நானா பொட்டை? பொட்டைதான்! கண்ணு இல்லை தான். எத்தினியோ பேருக்குத்தான் கண்ணு இல்லே. கணக்கப் புள்ளே சேரிக் கார்டெல்லாம் வாங்கி, சக்கரை வாங்கிக்கிறாராம். அதைப் பார்க்கக் கண்ணு இல்லே ஊராருங்களுக்கு. அதே கணக்குப்பிள்ளே ஊரிலே கச்சிகட்டி ரண்டு பண்றான். மன்னார் குடியாரு மேலே மைனர்வியாச்சியம் போடறான்னு தனபாலுப் பயல் இருக்கானே – திருட்டுத் தத்தாரிப்பய

தி. ஜானகிராமன்

அவனெக் கிளப்பிட்டு அவுரை வவுரு எரிய எரிய அடிக்கிறான் இந்தச் சேதுராயன். அவனெப் பார்க்கச் சாமிக்கே கண்ணில்லெ. நான் பொட்டையாம்..." என்று மூச்சு விடாமல் பொருமிக் கொண்டிருந்தான்.

முள்ளுக்கட்டைத் தலையில் தூக்கி வரும்போது கண்ணுக்குள் தெரிந்த சிவப்பு மறைந்து கறுத்துவிட்டது. அந்தி கூட மங்கி இருள் கவ்விவிட்டதை அறிந்து, சன்னாசி 'மச்சானை' மூன்றாம் காலாக வைத்து நடையை எட்டிப் போட்டான்.

காற்றுக்கூட உறங்கிக்கொண்டிருந்தது. கார்த்திகை மாதக் கடைசி. முன்பனிக் குளிர். லேசாக உடலைச் சிலிர்க்க அடித்தது.

"நானா பொட்டப் பய? கண்ணிருந்தா மட்டும் போதுமா? வார்த்தையிலே சுத்தம், நெஞ்சிலே சுத்தம், வாணாமான்னு கேக்கறேன்! கண்ணில்லாட்டி என்ன? எட்டுக்குடிக் கடா வெட்டுக் கண்ணில்லாமத்தான் பாத்தேன். நேரிலே பாக்கறாப் பிலேதான் இருந்திச்சு. இந்த ஊர்லெ எவன் எட்டுக்குடிக்குப் போயிருக்கான்? உடையாரே போனதில்லையே! எத்தனையோ திருவிளா, எத்தனையோ நாடகம், கண்ணிருக்கறவன் எவன் இவ்வளவு பாத்திருக்கான்? பொட்டைப் பயலாமில்ல?"

இடதுகை தலையிலிருந்த முள்ளுக் கட்டைப் பார்த்துக் கொண்டிருந்தது. வலதுகைத்தடி தெருவுக்குத் திரும்பும் வாய்க்கால் மதகைத் தட்டிற்று. வாய்காலைக் கடந்தவுடன் மணியக்காரர் சத்திரம். எப்போதும் அங்கே கூட்டம். அங்கே பரதேசி, வழிப்போக்கு என்று இரண்டு மூன்று பேராவது தங்கி, செங்கல்லில் தீ மூட்டி சோறு ஆக்கிக்கொண்டிருப்பார்கள். ஆனால் முன் கொட்டகை இரண்டு நாளைக்கு முன் விழுந்து விட்டதாம். திண்ணையை அடைத்துக்கொண்டிருக்கிறதாம். அதனால் தானோ என்னவோ, அங்கே பேச்சு மூச்சில்லை. சத்திரத்தைக் கடந்தான் சன்னாசி. பிள்ளையார் கோவிலுக்கு முன்னால் கும்பிட நின்றான். கோயிலுக்குப் பின் சுவரை ஒட்டினாற்போல் தஞ்சாவூரார் தோட்டத்தில் பாதிரிமரம் வளர்ந்திருந்தது. மரத்துக் கவட்டில் திடீரென்று குருவிக் கூச்சல் கேட்டது. அங்கு ஏதோ குருவி கூடு கட்டியிருந்ததாம். சுப்பிரமணியன் போன வெள்ளிக் கிழமைதான் சொன்னான்.

எல்லாப் பறவைகளும் ஒடுங்கி உறங்குகிற வேளை. ஏன் இந்தக் 'கிசுமுசு' என்று சன்னாசிக்குச் சந்தேகம் வந்து விட்டது. முள்ளுக் கட்டைக் கோயில் கதவுக்கு முன்னால் வழியடைத்துக் குத்தினாற்போல வைத்தான். பேச்சு மூச்சில்லை. கோயிலுக்குப் பின்னால் பிராகாரத்தில் யாராவது இருக்கிறானோ

என்று நெஞ்சில் அரிப்பு எடுத்தது! அவ்வளவுதான், சரசரவென்று காலடி ஓடிற்று.

ஒரே பாய்ச்சலாகப் பாய்ந்தான் சன்னாசி.

"யார்றாது? வெளியே ஓட முடியாது. வளியிலே முள்ளுக் கட்டுக் கிடக்கு."

காலடி பின்னால் நகர்ந்தது. நெருக்கிக்கொண்டே நகர்ந்தான். பிராகாரம் மிகவும் குறுகல். இரட்டை நாடியாக இருந்தால் ஓர் ஆள்தான் போகலாம். சுவரை நோக்கிப் போனபோது ஒரு மனிதக் கால் கையில் பட்டது. குரங்குப் பிடியாக அதைப் பிடித்துவிட்டான் சன்னாசி.

"எலே, யார்றா பய? தப்பிச்சிக்கிட்டு ஓடலாம்னா பாக்கறே? வாடா இப்படி" என்று காலுக்கு உடைமைக் காரனைக் கீழே தள்ளி அழுத்தினான். அதற்குள் வாசலில் வளையல் சத்தம் கேட்டது. முள்ளுக்கட்டு, சற்று நகரும் ஒசையும் வந்தது. அதுவும் சன்னாசியின் காதில் விழுந்தது. "ம்... ஹ்ம். அப்படியா சேதி? யார்றா பய நீ, சொல்லு."

"மாமா மாமா, இரையாதீங்க. நான்தான். நான்தான்..."

"அட, நீயா! அட பாவிப் பயலே! உத்தண்டியாரு காதிலே உளுந்திச்சோ, நாக்கைப் பிடுங்கிச் செத்துப்பூடுவாங்களே. மானிடா அவரு."

உத்தண்டியாரின் தத்துப்பிள்ளை முத்துக்கிட்டனின் உயிரும் உடலும் இருண்டுகொண்டிருந்தன.

"ஏலே யாருடா அது குட்டி? பயமவ ஓடிப்போயிட்டாளே. உள்ளதைச் சொல்லிப்பிடு, செஞ்சத்தைச் சொல்லிப்பிடு."

"மாங்குளத்தான் மக."

"யாரு, காளிமுத்தாடா! அடப்பாவி!"

"ஆமாம், மாமா மாமா!" – பாம்பு வாயில் பட்ட தேரை மாதிரி முனகினான் முத்துக்கிட்டன்.

"டெலே, சேரியிலே பூந்து விளையாட ஆரமிச்சிட்டியா? ஏண்டாலெ, யார்றாலெ பொட்டை? தெய்வம் குடியிருக்கிற இடமாப் பாத்து இந்த விளையாட்டு விளையாடலாம்னிட்டு வந்தியாடா? தெய்வம் என்னமாடா இருக்கும் இஞ்ச? ஏண்டாலெ, தெய்வம் இருக்கிறதே தெரியலியே உனக்கு? ஏண்டாலெ, யார்றா பொட்டை? நானா, நீயா? அக்கிரமக்காரக்

தி. ஜானகிராமன்

களுதெ... இந்தத் தொண்டைதானே சொல்லிச்சி, பொட்டைன் விட்டு! இப்படி நசுக்கினா என்னாடா ஆகும்?"

கழுத்துப் புடைத்து மூச்சுவிட முடியாமல் மரணக் குரல் கொடுத்தான் முத்துக்கிட்டன். பிடி தளர்ந்தது.

"யார்றா பொட்டை, சொல்லுடா!"

"நான்தான் மாமா, நான்தான் மாமா, என்னைக் கொன்னுடாதிங்களேன்... மாமா, மாமா, தாங்கலியே! இனிமே சொல்ல மாட்டேன். ஐயோ, ஐயோ!" என்று அழுதான் பயல். வலதுகைக் கட்டை விரலைப் பின்னுக்கு வளைத்து ஒடித்துக்கொண்டிருந்தான் சன்னாசி.

"ஐயோ, அப்பா, மாமா மாமா!" செத்துப் போய் விடுவான்போல் இருந்தது.

"வாடா இப்படி, உளுடா கால்லெ."

காலில் விழுந்தான் அவன்.

"சீச்சீ களுதெ, என் கால்லெ வாணாம்டா, இந்தத் தெய்வத்துக் கால்லெ உளுடா. மறுபடியும் இந்தக் கல்லுலெ வந்து பூந்துக்கன்னு அவரைப் பார்த்து அளுடா."

முத்துக்கிட்டன் மரம் மாதிரி விழுந்தான். இன்னும் வலது புஜம் சன்னாசியின் பிடியிலேதான் இருந்தது.

"சொல்றாலே, இன்னமே இதையெல்லாம் செய்யலேன்னு சொல்லு. யாரையும் பொட்டைன்னு சொல்லலேன்னு சொல்லு."

"இல்லை, இன்னமே சொல்லலே! உங்களை ஒண்ணும் சொல்லமாட்டேன்."

மறுபடியும் சன்னாசியின் காலில் விழுந்து கெட்டியாகப் பற்றிக்கொண்டான் முத்துக்கிட்டன்.

"மாமா, உங்களைக் கெஞ்சிக் கெஞ்சிக் கேட்டுக்கறேன். அப்பாருகிட்டச் சொல்லி, ஊரிலெ சொல்லி என் மானத்தைப் போக்கிடாதிங்க."

"இந்தப் பாரு, இன்னம் மூணு மாசம் இந்த ஊர்லெ தலைகாட்டப்படாது, தெரியுதா? ஏண்டாலெ, கலியாணத்துக்கு இருக்கற பொண்ணையா கெடுக்க வந்தே! ஓடிப் போயிடு உங்க ஆயி ஊட்டுக்கு. திருவாரூரை விட்டு, மூணு மாசத்துக்

குள்ளார அசைஞ்சேன்னு தெரிஞ்சிச்சோ, உயிரை எடுத்துப் பிடுவேன்."

"போயிடறேன் மாமா, நாளைக்குக் கருக்கல்லியே போயிடறேன். எனக்கு வெளக்கு ஏத்தி வைங்க, மாமா" என்று அழுதான் முத்து.

"தொலைடா போ... ஏலே, எங்க நழுவறே, ஏ பொட்டைப் பயலே, முள்ளுக்கட்டைத் தூக்கித் தலையிலே வச்சுட்டுப் போடா, பொட்டைப் பயலே" என்றான் சன்னாசி!

முள்ளுக்கட்டைத் தூக்கிவிட்டான் முத்துக்கிட்டன்.

"இன்னமே ஒளுங்கா இர்றா, பொட்டைப் பயலே. உத்தண்டியாரை நொந்து சாக அடிச்சிப்பிடாதே" என்று அவனைத் திட்டிக்கொண்டே சன்னாசி நகர்ந்தான்.

தி. ஜானகிராமன்

தவம்

"சரிதான் போய்யா; என்னமோ அந்தப் பொண்ணு கொஞ்சம் சேப்பாயிருக்கு. நீ அதைப் பார்த்து மயங்கறே. உன் மவனுக்குத் தகுந்த பொண்ணா அது? சேப்பா இருந்தா ஆயிடிச்சா?"

"ஏண்ணே, சேப்பு ஒரு அழகு, சூடு ஒரு ருசீன்னு சும்மாவா சொல்றாங்க?"

"சொல்லட்டுமே; சேப்புத்தான் அழகுன்னு சொல்லலியே. சேப்பாயிருந்தாப் போதுமா? முகத்துலே களை குறி ஒண்ணும் வாண்டாமா? நம்ம வகையராவிலே டில்லிமட்டம் மாதிரி பொண்ணுங்கள்ளாம் இருக்கே. அதெல்லாம் விட்டுட்டு, இதைப் போய் எடுக்கிறியே! பூன்னு ஊதினா ஒடிஞ்சு விழுந்திடும். குச்சி உடம்பு, சூனல், குச்சிக் காலு, உள்ளங்காலு சப்பை, தண்ணியை மிதிச்சிட்டு அந்தப் பொன் நடந்து வரபோது காலடியைப் பார்த்திருக்கியா? உள்ளங்காலு முழுக்க அப்படியே சொத்துனு தரையிலே பதிஞ்சிருக்கும். என்னமோ செல்லூர்ச் சொர்ணாம்பா கெட்டுப் போயிட்டாப்பலே பேசுறியே!"

அடுத்த மேஜையில் உட்கார்ந்து டீ குடித்துக் கொண்டிருந்த கோவிந்த வன்னிக்குத் தூக்கிவாரிப் போட்டது. திரும்பிப் பார்த்தான்; அந்தப் பெயரைச் சொன்ன மகாராஜன் யாரென்று. ஒரு கூஷம் பிரமை தட்டினார்போல உட்கார்ந்திருந்தான். பத்து வருஷம் ஆகிவிட்டன இந்தப் பெயரைக் கேட்டு. அவன் நெஞ்சை ஆட்கொண்டு அவனை ஊக்கிக்கொண்டிருந்த அந்தப் பெயரை இந்தப்

பத்து வருஷ காலத்தில் இரண்டாவது மனிதன் ஒருவன் சொல்லி அவன் கேட்கவில்லை. இடைவிடாமல் அவனுடைய அந்தரங்கத்தை நிறைத்து நின்ற அந்த வனப்பு வடிவம் எதிரே நிற்பது போல் இருந்தது. வெண்தாழை முகம், பாதம், கை; முதுகில் தளர்ந்து புரளும் சிற்றலையோடும் கூந்தல்; அரக்கு வர்ணப் புடவை; வலது கையில் பூஜைத்தட்டு, இடது கையில் முன்றானை; வாளிப்பும் வர்ணமும் ஒன்றி வடிந்த அழகு; பளீர் என்று தடுத்து நிறுத்தும் தோற்றம். கோயில் திண்ணை யில் இருந்த பெரிய பிள்ளையாருக்கு முன் வந்து நின்று, மோதிரக் கற்களின் ஒளி சிதற நெற்றியில் குட்டிக்கொள் கிறாள். குருக்கள் விபூதியைக் கொடுத்ததும் வாங்கி நெற்றியில் குங்குமத்தின் கீழ் வைத்துக்கொள்ளுகிறாள். குருக்களின் அழுக்கு வேஷ்டித் தலைப்பில் பழைய தினசரித் துண்டில் கிடந்த அந்தச் சாம்பலுக்கு இப்போது எவ்வளவு பெரிய ஸ்தானம் கிடைத்துவிட்டது.

கோவிந்த வன்னி ஒரு கணம் இந்த லயிப்பில் ஒன்றியிருந் தான். பிறகு உலுக்கிக்கொண்டு நெஞ்சத்தில் மழை பொழிந்த அந்தப் புண்யாத்மாவைப் பார்த்தான்; இன்னும் ஏதாவது சொல்லப்போகிறாரா என்று. ஆனால் அந்தப் பேச்சு ஏதோ கல்யாணப் பேச்சாக வளரும் போல் இருந்ததே ஒழிய, மீண்டும் சொர்ணாம்பாளின் பெயரே அதில் வரவில்லை.

"அண்ணே, இப்ப ஏதோ பேர் சொன்னீங்களே, ரொம்ப அழகின்னு. அது என்ன?"

"அதுவா? சொர்ணாம்பா, செல்லூர்ச் சொர்ணாம்பா."

"ஆண்டாள் கோயில் காமாக்ஷிதான் ரொம்ப அழகுன்னு சொல்லுவாங்க. தமிழ்ச் சீமையிலேயே அவ காலிலே கட்டி அடிக்கறத்துக்குக் கூட பொம்பளை கிடையாதுன்னு பேரு."

"அதெல்லாம் ஐதர் காலத்து கதை. இந்தச் சிங்கப்பூர்லே எத்தினி நாளா நீங்க இருக்கீங்க?"

"கிட்டத்தட்ட பத்து வருஷமாச்சு."

"அதுக்கு முன்னாலே?"

"திருச்சிராப்பள்ளியிலே இருந்தேன்."

"திருச்சிராப்பள்ளியிலேயிருந்திட்டா சொர்ணாம்பாளைப் பத்திப் புதிசாச் சேதி கேக்கிறீங்க? ஜில்லா தாண்டி ஜில்லா அவ பேர் போயிருக்கே! நீங்க சொல்ற காமாக்ஷி இருபது வருசத்துக்கு முன்னாலே. சமீபத்திலே எப்பவாவது ஊருக்குப் போகப் போறீங்களா?"

தி. ஜானகிராமன்

"போகப் போறேன். ஒரு வாரத்துலே."

"போனா, தஞ்சாவூருக்கு ஒரு டிக்கட் எடுத்துக்கிட்டு அவளைப் போய்ப் பாத்திட்டு வாங்க. ரெயிலை விட்டு இறங்கினதும் ஒரு ஒத்தைமாட்டு வண்டி பிடிச்சு செல்லூர்ச் சொர்ணாம்பா வீடுன்னாக் கொண்டு விட்டுவிடுவான். ஆனால் போறபோது வெறுங்கையோட போங்க. இல்லாட்டி இந்தச் சீமையிலே சம்பாரிச்செதெல்லாம் நீங்கள அவ காலிலே கொட்டிப்புடுவீங்க. ஆனா வெறுங்கையோடா போனாத்தான் என்ன? திரும்பி வீட்டுக்கு வந்து எல்லாத்தையும் எடுத்துக் கிட்டுப் போய் அவகிட்டக் கொடுக்கத்தானே போறீங்க? அதனாலே நீங்க தஞ்சாவூருக்கும் போக வாணாம், அவளைப் பாக்கவும் வாணாம்."

"என்ன ஐயா, அவ்வளவு அதிசயமான ரதி?"

"ஐயா, ஏன் இந்த வீண் பேச்சு? நான் சொன்னா நம்ப மாட்டீங்க. போய்ப் பாத்திட்டே வந்திடுங்க. எத்தனையோ லக்ஷப் பிரபுவெல்லாம் துணியை உதறிக் கொட்டிப்பிட்டான். வடக்கேயிருந்து ஒரு ஜமீன்தார் வந்து ஒரு வருஷம் அவளைச் சுத்திப்பிட்டுப் போதும் போதும்னு ஓடிப் போனான். நீங்களும் போங்க."

"நம்ம வன்னியரு அதுக்கெல்லாம் மசியறவரு இல்லே. செலவழிக்க நல்ல ஆளைப் பாத்தீங்களே. எனக்குத் தெரிஞ்ச நாளா இந்த ஹோட்டல்லே ஒரு டீ, ஒரு சைவச் சோறு; அதுக்குமேலே சாப்பிட்டதில்லையே இவரு!" என்று ஹோட்டல் முதலாளி நையாண்டி செய்தார்.

"நானா செலவழிக்கிறதில்லே? ஏய், கொண்டா சொல்றேன், மூணு பிரியாணி!"

உடனே அந்தச் சீனாக்காரப் பையன் உள்ளே ஓடினான்.

"என்னாத்துக்குங்க, ராத்திரிப் பத்து மணிக்கு மேலே?"

"பரவாயில்லீங்க. சும்மாச் சாப்பிடுங்க."

"இல்லீங்க."

"நீங்க சும்மாயிருங்க."

பிரியாணி வந்துவிட்டது. அவர்கள் சாப்பிட்டார்கள். வன்னியும் பத்து வருஷத்துக்குப் பிறகு புலவை ருசித்தான்.

"இன்னிக்கு என்ன வன்னியருக்கு ஒரே குஷி கிளம்பிடிச்சி?" என்றார் முதலாளி.

"இந்த மாதிரி பேசற ஆளைப் பார்த்தா ஏனையா செலவு செய்யக்கூடாது? பெரிய ஆளு இவரு. அந்தப் பொம்பளே அழகா இருக்கோ என்னவோ, இவரு பேசறத்திலேயே அவளை ரதியா அடிச்சிடுவாரு போல் இருக்கு."

"அப்படின்னா, நான் என்னமோ ஒண்ணுமில்லாததைப் பெரிசு பண்ணி அளக்கிறேன்னு சொல்லுறீங்க. நீங்கதான் போய்ப் பார்க்கப் போறீங்களே. நான் சும்மாச் சும்மாச் சொல்லிக்கிட்டுக் கிடப்பானேன்?"

"சரி, பாத்திடறேன்."

"நீங்க சொன்ன காமாகூழி, ஆடினா, பாடினா, நாடக மாடினா. ஆனா சொர்ணாம்பா சும்மா எதிர்க்க நின்னாப் போதும். பதினாலு லோகமும் அவ காலிலே உளுந்திடும். அவ ஒத்தரையும் ஒண்ணும் கேக்கறதில்லே. தானே கொண்டு கொட்டிப்பிட்டுத் தலையிலே துணியைப் போட்டுக்கிட்டு ஓடற கதிக்கு வறாங்க. இத்தனைக்கும் அவளுக்கு ஆடவும் தெரியாது; பாடவும் தெரியாது. சும்மா ஆள்தான். அதுதான் இப்படிப் பம்பரமா ஆட்டிவைக்குது. நல்லவேளையா இத்தோட விட்டான். ஆண்டவன் ஆட்டம் பாட்டமுன்னு ஏதாவது கொடுத்திருந்தான்; இந்த உலகம் தப்பறதா?"

"அண்ணே, என்ன பேசிக்கிட்டே இருந்தா எப்பப் போறது?" என்று அவனுடைய நண்பன் குறுக்கிட்டான்.

"மணி என்ன, பத்தரை ஆயிடுச்சா? அப்ப நான் போய் வரேங்க."

"எந்த ஊர் உங்களுக்கு?"

"எனக்குச் சிதம்பரங்க. கோலாலம்பூர்லே இருக்கேன். கடை இருக்கு."

"வந்தா நம்ம ஊர்ப் பக்கம் வாங்க. கொடவாசல்தான். கோவிந்த வன்னின்னாச் சொல்லுவாங்க."

"சரிங்க, நான் வரட்டுமா?"

அவர்கள் போய்விட்டார்கள்.

ஹோட்டலில் வேறு ஒருவரும் இல்லை. வன்னி, முதலாளி, சீனாக்காரப் பையன் மூவருமே இருந்தார்கள். கடை கட்டுகிற சமயம். பட்சண அலமாரியைப் பூட்டிவிட்டு வீட்டுக்குப் போகுமாறு பையனிடம் சொல்லிவிட்டு, டிராயரைத் திறந்து சில்லறையை எண்ணத் தொடங்கினான் முதலாளி.

தி. ஜானகிராமன்

"அண்ணே, இந்த ஆளு எப்படிப் பேசறாரு, பாத்தியா?" என்றான் வன்னி.

"அந்தப் பொம்பளை பெரிய ஆளாத்தான் இருக்கணும், பேரைச் சொன்னதுமே அவங்களுக்கும் ரெண்டு பிரியாணி கிடைச்சது. எனக்கும் ரெண்டு ப்ளேட் வியாபாரமாச்சு."

"அட போங்கண்ணே. அந்தப் பொம்பளெக்காகவா இது? அந்த ஆளு பேச்சுக்காகல்ல?"

"அதிருக்கட்டும். நாலு வருசமா என்னோட பழகிட்டு வரீங்களே. அப்படி இருக்கிறவரு எனக்கு ஒண்ணும் கொடுக்காம, யாரோ முகந்தெரியாத ஆளுக்கு விருந்து பண்ணினீங்களே?"

"அண்ணே, நீங்கதான் விருந்தாப் பண்ணி எல்லார் வயத்தையும் நிரப்புறீங்க. நான் என்னத்தைச் செய்ய உங்களுக்கு?"

"ம், சரி."

"அலுத்துக்காதீங்க. இப்பவே ஒரு பெரிய விருந்தாச் செய்யப்போறேன் உங்களுக்கு."

"என்னாய்யா அது?"

சீனப்பையன் விடைபெற்றுக்கொண்டு போனான்.

"ஒரு உண்மையான சிநேகிதனுக்கு என்னங்க விருந்து செய்யலாம்? இன்னும் நாலு நாளிலே ஊருக்குக் கிளம்பிடப் போறேன். பாஸ்போர்ட்டும் வந்திரிச்சு. உங்களுக்குத் தெரியும். என் ஞாபகம் உங்களுக்கு மறக்காம இருக்கும்படியா ஒண்ணு கொடுக்கப் போறேன். சாமான், விருந்து இதெல்லாம் அழிஞ்சு போயிரும். அழியாத சாமானாக் கொடுக்கப் போறேன். இதுவரையில் ஒருத்தருக்குமே சொல்லாத, கடவுளுக்கும் எனக்கும் மாத்திரம் தெரிஞ்ச ஒரு ரகசியத்தை உங்ககிட்டே சொல்லப்போறேன். பெட்டியிலே போட்டுப் பூட்டறதுபோல, ஒரு அருமையான சிநேகிதனுக்குத்தான் ஒரு ரகசியத்தைச் சொல்லணும். அதைவிட உசந்த பொருள் கொடுக்க முடியாது."

"வன்னியரே, என்னமோபோல இருக்கீங்க நீங்க இன்னைக்கி. நிதம் பாக்கற வன்னியரா இல்லே."

"அந்த ஆள் பேசின பேச்சு அத்தனையும், ஒவ்வொரு எழுத்தும் உண்மை. அந்தச் சொர்ணத்துக்கு ஈடா நிக்க ஒரு பொம்பளை இந்த உலகத்திலே இருக்க முடியாது. நானும் இந்தச் சிங்கப்பூர்லே எவ்வளவோ தேசத்துப் பொம்பளைங் களைப் பாத்திட்டேன்; இன்னும் பாக்கறேன்; ஜப்பான்காரி,

சைனாக்காரி, வெள்ளைக்காரி, பர்மாக்காரி, பஞ்சாப்காரி – எவ்வளவோ பாக்கறேன்! ஆனால் அந்தச் சொர்ணாம்பா வீட்டு வாசப்படியிலே கூட இவங்களையெல்லாம் நிக்கவைக்க முடியாது."

"அப்பன்னா நீங்க பாத்திருக்கீங்களா அவளை?"

"பாத்தும் இக்கேன். கிட்டக்க நின்னு பேசியும் இருக்கேன்."

"என்னமோ ஒண்ணுமே தெரியாதது போல விசாரிச்சீங்களே!"

"அவளைப் பத்திப் பேசிப் பேசிக் கேக்கணும்னு நெனச்சேன். பாசாங்கு பண்ணினேன். நீங்க கடையைக் கட்டிக்கிட்டு வாங்களேன். இங்கே ரொம்பப் புளுக்கமா இருக்கு. பார்க்கிலே போய்க் கொஞ்ச நேரம் உக்காந்துக்கலாமே."

ஹோட்டல் முதலாளி சில்லறைகளை எண்ணிக் கொண்டிருந்தார்.

கோவிந்த வன்னி எழுந்து வெளியில் போய்க் காற்றாட நின்றான். சிங்கப்பூர் இவ்வளவு அழகாக ஒரு நாளும் தோன்றியதில்லை அவனுக்கு. பார்க்கில் இருளில் ஓங்கி நின்ற மரங்கள், நீல விளக்குகள் ஒவ்வொன்றும் தனக்கு இன்பம் அளிப்பதற்காகப் பிரத்தியேகமாக ஏற்பாடு செய்யப்பட்டிருப்பது போல் தோன்றிற்று. சொல்லுக்கு எட்டாத நாளாக யாரிடமும் சொல்லாமல் அவன் இருதயத்தை அழுத்திச் சுமந்து போன அந்த ரகசியம், இப்போது வெடித்து வெளிப்படத் துடித்தது.

முதலாளி ஹோட்டலைப் பூட்டிக்கொண்டு வந்தார். கொஞ்ச தூரம் போனதும் வன்னி சொன்னான்:

"நான் இந்தச் சிங்கப்பூருக்கு வந்ததே அந்தச் சொர்ணாம்பா ளுக்காகத்தான்."

"என்னது!"

"ஆமாம். பொண்டாட்டி புள்ளைக்குச் சேர்த்து வைக்கணும்னு வல்லை. அந்தச் சொர்ணாம்பாதான் என் மனசிலே கோயில் கொண்டிருக்கா. அவளுக்காகத் தான் இந்தக் கண்காணாத சீமையிலே வந்து ஒண்டியா நாளை ஓட்டிக்கிட்டு இருக்கிறேன். குண்டு, பீரங்கி, குத்து, வெட்டு இதுக்கெல்லாம் நடுவிலே ஊருக்கு ஓடாமே, உசிரைக் கையிலே புடிச்சுக்கிட்டு உட்கார்ந்து இருந்தேன். நல்ல வேளையா என் ஆசையும் நெறவேறிடிச்சு. அந்த மனிசன்

தி. ஜானகிராமன்

பேசிக்கிட்டிருந்தாரே, அவரு என் மனசை அறிஞ்சுதான் பேசிக்கிட்டு இருந்தாரோ, என்னவோ? போனவுடனே ஒரு டிக்கட்டு எடுத்துக்கிட்டுத் தஞ்சாவூருக்குப் போன்னாரே; என்னமாத்தான் சொன்னாரோ! நான் இந்த ஊரிலே பத்து வருசம் முன்னாடி காலடி எடுத்து வக்கிறபோதே அப்படிப் போற எண்ணத்தோடதான் வச்சேன். வெறுங்கையாப் போன்னாரே, அப்படிப் போகல்லே. சம்பாதிச்சதெல்லாம் அங்கேதான் கொண்டுபோகப் போறேன்.

"அப்ப ஒரு முதலாளிகிட்ட வேலை செஞ்சிக்கிட்டிருந்தேன்; சுப்பையா உடையாருன்னு பேரு. பெரிய மிராசுதாரு. நூத்தைம்பது வேலி நிலம்; காவேரிப் பாசனம். மோட்டார் வெச்சுக்கிட்டிருந்தாரு. தஞ்சாவூருக்குப் போறபோதெல்லாம் இந்தச் சொர்ணாம்பா வீட்டிலேதான் தங்குவாரு. முதல் தடவை அங்கே என்னை அளச்சிக்கிட்டுப் போனாரு. காரை வாசல்லே நிறுத்திட்டு உள்ளே நுழைஞ்சாரு. பின்னாலே பெட்டியைத் தூக்கிக்கிட்டுப் போனேன் நான்.

"வாங்கன்னு குரல் கேட்டது. நிமிர்ந்து பார்த்தேன். இப்ப நினைக்கறப்பவே உடலெல்லாம் புல்லரிக்குது. பளீர்னு மின்னல் அடிச்சாப்பலே இந்தது. அந்த மாதிரி நிறமே நான் பார்த்ததில்லே. கொன்னைப்பூப் பூத்து ரெண்டு நாள் ஆனப்புறம் அந்த மஞ்சள் வெள்ளையாய்ப் போயிடுமே. அதுவும் காலை வெயில்லே அதைப் பாத்தா எப்படி இருக்கும்? அந்த நெறம்! தலைமயிர் கருகருன்னு மின்ன, சுருட்டை சுருட்டையாத் தொடை மட்டும் தொங்கிக்கிட்டிருந்தது. நடந்து வராப்பலே இல்லே, மிதந்து வர மாதிரி இருந்தது. கண்ணு, மூக்கு, கைவிரல், கால்விரல் – மனுஷப் பிறவி இவ்வளவு அழகா இருக்கமுடியுமா? எனக்கு ஒரு சந்தேகம் நிழலாடிச்சு. ஏதோ மோகினியா இருக்குமோன்னுகூட அச்சமாயிருந்திச்சு. பூ அழகாயிருந்தா அது சகஜம். பழம் அழகாயிருந்தா அதுவும் நடப்புத்தான். ஆனா மனுசப் பிறவி இப்படி இருந்தா?... நம்பவே முடியல்லே. கொஞ்சநாழி எனக்கு ஒண்ணும் புரியலே. மண்டையிலே அறஞ்சாப்பலதான் இருந்தது.

"அதே கண்ணோடே முதலாளியையும் பார்த்தேன். போய்ச் சோபாவிலே உட்கார்ந்திருந்தாரு. அந்த மாதிரிக் கறுப்பை இனிமே பார்க்கவும் முடியாது. பண்ணவும் முடியாது. பளபளன்னு, எண்ணெய் வழியற கறுப்பு. வழுக்கைத்தலை. வாய் நிறைய வெத்திலைக் காவி. புஸூ புஸூன்னிட்டு, பள்ளமும் மோடுமாச் சேனைக்கிளங்கைப் போட்டு மூட்டை கட்டினாப்பலே உடம்பு. அவ வீட்டுப் பங்கா இளுக்கக்கூட

லாயக்கு இல்லாத லச்சணம். காதிலே வைரக் கடுக்கணும் கை நிறைய வைர மோதிரமும் இல்லாட்டி எதோ மூட்டை தூக்கின்னுதான் நெனைக்கணும். அதுவும் மகாராஜன் குடிச்சிப்பிட்டாரோ, அந்த அழுகைக் கண்ணைப்பிடுங்கி வச்சிட்டுத்தான் பார்க்கணும்.

"அதே கண்ணோட என்னையும் பார்த்துக்கிட்டேன், நிலைக்கண்ணாடியிலே. மூட்டை தூக்க அவரைப் போட்டு, அந்த ஸோபாவிலே என்னைத் தள்றதுக்குப் பதிலா, கடவுள் எதோ அவசர அடியிலே கைப்பிசகா மாத்திப்பிட்டாரோன்னு தோணிச்சு.

"சொர்ணாம்பா கீளே விரிப்பிலே உக்காந்துக்கிட்டா. 'நீ வாசல்லே போ'ன்னாரு முதலாளி. சிவனேன்னு வாசலுக்குப் போனேன். ஒரு மணி நேரம் களிச்சுச் சமையற்காரி சாப்பிடக் கூப்பிட்டா. அவதான் சோறும் போட்டா. கீழே வேறே ஒருத்தரும் இல்லே.

"மறுநாளும் அங்கேதான் இருந்தோம். அன்னிக்கு வெள்ளிக் கிழமை. காமாகூஷி அம்மன் கோயிலுக்குப் போனோம். நடந்து தான். முதலாளியும் அம்மா கூடவே வந்தாரு. என்னமோ கட்டின புருசன் மாதிரி. கோயில்லே நல்ல கூட்டம். நாங்க நுழுஞ்ச உடனேயே கலகலப்பு, சத்தம் எல்லாம் ஒஞ்சு போச்சு. நானும் பார்த்தேன். ஒரு ஆளாவது அந்த அம்மனைப் பார்க்கணுமே. பொம்பளைங்களெல்லாம் நேரா அந்த மோகினியைப் பார்த்தாங்க. ஆம்பிள்ளைங்க பயப்பட்டுக் கிட்டே பாத்தாங்க; திருட்டுத்தனமாய்ப் பாத்தாங்க; வேறே எதையோ பாக்கறமாதிரி பாத்தாங்க. கடாசியிலே சரிதான் போன்னு துணிச்சலாக் கண்ணெடுக்காமலும் பாத்தாங்க. அந்தச் சொர்ணாம்பாளைத் தவிர வேறு ஒரு கண்ணாவது அம்பாளைப் பாக்கலே. அவதான் ஒரேயடியா அம்பாளைப் பாத்துக்கிட்டிருந்தா. அந்த அம்மன் லேசாகச் சிரிக்கிறாப்பலே பட்டுது. இத்தனை பேர் தவிக்கிறப்போ, ஒண்ணுக்கும் அசையாம, கண் எடுக்காம, ஒண்ணுமே தெரியாது போல நம்மைப் பார்த்துக்கிட்டிருக்காளே, என்ன நெஞ்சுரப்பு, என்ன துணிச்சல்ன்னு அந்த அழகைப் படைச்ச லோக மாதா சிரிக்கிறாப்பலே இருந்தது. அர்ச்சனைத் தட்டுகளை குருக்கள்மார் வாங்கிக்கிட்டுப் போனாங்க. ஆனா எல்லாருக்கும் என்ன கொடுக்கிறோம், என்ன வாங்குகிறோம், என்ன செய்யறோம் என்கிற ஞாபகமில்லாமலே செஞ்சிட்டிருந்தாங்க. நானும் சொர்ணத்தைப் பாக்கறபோது என் நெஞ்சு குறுகுறுன்னுது. அந்த அம்மாவோ அம்மனை விட்டுக் கண்ணெடுக்கலே. மனுசர்களை மதிக்கிறதாகவே படலே.

தி. ஜானகிராமன்

"ராத்திரி திண்ணையிலே படுத்துக்கிட்டிருந்தேன். ஒரே நெனப்புனாலேயோ என்னமோ ஒரு கனாக் கண்டேன். அந்தச் சொர்ணம் ரோஜாப்பூ மாலையா மாறிட்டாப்பலேயும், முதலாளி பன்னிக்குட்டி ரூபமா மாறி ஊர்ச் சகதியிலே எல்லாம் புரண்டுட்டு, அந்த மாலையைக் களுத்திலே சுத்திக் கிட்டு விளையாடறாப் போலெயும் இருந்திச்சு.

"மறுநாள் காலமே நானும் சமையக்காரியும் கறிகாய் வாங்கறதுக்காக மார்க்கட்டுக்குப் போனோம், ஒருத்தருக் கொருத்தர் ஊரு, பேரு, குலம், கோத்ரம் எல்லாம் விசாரிச்சுக் கிட்டே. அவளுக்கு மாசம் ஆறு ரூபா சம்பளமாம், சாப்பாடு போட்டு. இதுக்கு முப்பது நாளும் தூங்கற வரையில் ஒய்ச்சல் ஒழிவு கிடையாது. இதே கணக்கிலே சம்பாதிச்சுக்கிட்டுப் போனா, அம்மா ஒரு நாளைக்குச் சம்பாதிக்கிற பணத்தை, ஏழெட்டு வருசத்திலே சம்பாதிக்கலாம்னு ஒரு கணக்குச் சொன்னா அவ. எனக்கும் முதலாளி சாப்பாடு போட்டு ஏழு ரூபா கொடுத்து வந்தாரு. நானும் கணக்குப் போட்டேன். எம் பொஞ்சாதியும் ரெண்டு குழந்தைகளும் சாப்பிடாமலே பட்டினி கிடக்கிறதா இருந்தா, நானும் ஆறேழு வருஷத்திலே அத்தனை பணம் சம்பாதிக்க முடியும். ஒரு தரம் நெனச்சுப் பார்த்தேன். எனக்கும் ஒண்ணும் புரியல்லே. ஒரு நாளைக்கா இவ்வளவு சம்பாதிக்கிறா அம்மான்னு மறுபடியும் கேட்டேன் அவளை. 'ஆமாமையா, ஆமாம். ஒரு நாளைக்குத்தான் இவ்வளவு. இல்லாட்டி உங்க முதலாளிக்கு இங்கே என்ன வேலை? அதுவும் உங்க முதலாளிக்கு ராஜ வடிவு பாரு! அவருக்கு ரெட்டைப் பங்கு வரி இருக்கும்மு சொன்னா அவ. பொண்டாட்டி பிள்ளைகளைக் காப்பாத்தியாகணும். அப்படென்னாப் பத்துப் பிறவி எடுத்தாலும் நாம் காலணா மிச்சம் பிடிக்கப் போறதில்லே. பாத்தேன். ஒரு மாசமா என் மனசு ஒரு நிலையிலே இல்லே. தூக்கம் பிடிக்கல்லே. முதலாளிகிட்டேயிருந்து களட்டிக்கிட்டு ஊருக்குப் போனேன். ஊட்டுப் பொம்பளையைச் சமாதானப்படுத்தி நல்ல வார்த்தை சொல்லி, நாலு பவுன்லே அட்டிகை, ஒரு மோதிரம் எல்லாத்தை யும் வித்தேன். இங்கே வந்து சேந்துட்டேன்.

"அக்கரைச் சீமைக்கு வந்தா என்ன, சாக்குச் சாக்காவா பணம் கட்ட முடியும்? மூட்டை தூக்க எவ்வளவு தெம்பு வேணுமோ அவ்வளவுதான் சாப்பிட்டேன். பெண்டாட்டி பிள்ளைக்கும் துரோகம் பண்ணல்லே. மாசம் பத்து ரூவா மேனிக்கு அனுப்பிச்சுக்கிட்டு வந்தேன். சண்டை வந்துது. ரொம்பப் பேர் பயந்துக்கிட்டு ஓடினாங்க. பீரங்கி, குண்டு, குத்து, வெட்டு ஒண்ணும் பெரிசாப் படலே எனக்கு. உசிரைக்

கையிலே புடிச்சுக்கிட்டு இங்கியே ஒட்டிக்கிட்டேன். ஐப்பான் காரன் ராஜ்யத்தையும் பாத்தாச்சு. மறுபடியும் நெஞ்சிலே சம்மட்டி அடிக்கிறாப்பலே வெடியும் குண்டும் வெடிச்சுது. ஆனா என் உசிரு நின்னுது. குருவி சேக்கறாப்பலே சேத்த பணமும் நின்னுது. ஏ அப்பா! பத்து வருசம்! நான் இங்கே வந்து பத்து வருசம் ஆயிடிச்சு. எத்தனை ஆபத்து. நடுவிலே! எத்தனை அதிரல்! ஆனா இந்த உசிருக் கவலை; பூதம் காக்கிற மாதிரி பணம் காக்கிற கவலை; இத்தனைக்கும் நடுவிலே நான் சேந்தாப்போல் அஞ்சு நிமிஷம் சொர்ணாம்பாளை நெனைக்காம இருந்ததில்லே. எனக்கே ஆச்சரியமா இருக்கு! உசிருக்கு ஆபத்து வரப்போ, பெண்டாட்டி, பிள்ளை ஞாபகம் உங்களுக்கு வராதா? எனக்கு வல்லை அண்ணே. நான் அவளைத்தான் பளிச்சுப் பளிச்சினு நெனச்சுக்கிட்டிருந்தேன். ஒரு பிராணிக்கிட்டே இதை நான் சொல்லல்லே. இன்னிக்கு அந்த ஆளு வந்தப்புறம் எனக்குப் பொங்கிப் பொங்கி வந்திச்சு. என் நெஞ்சு வெடிச்சுப் போகும் போல ஆயிடிச்சு. இப்பக் கவணையைத் திறந்து விட்டிட்டேன். அப்பாடா!"

வன்னி பெருமூச்சு விட்டான். பத்து வருஷச் செய்தி வெளியே பாய்ந்து ஓடியதும் சலசலப்பு ஓய்ந்து அவன் நெஞ்சு அமைதியாக நின்றது. பார்க் விளக்குகள் மௌனமாக எரிந்துகொண்டிருந்தன. இலைகள் ஓய்ந்து உறங்கின.

"ம்!" என்று உடல் விரிய ஒரு பெருமூச்சு விட்டார் ஹோட்டல்காரர்.

"அம்மாடா!" என்று சோர்வைக் கழித்தான் வன்னி. ஏழெட்டு மைல் நடந்துவிட்டாற்போல் அவனுக்கு உடல் களைத்துவிட்டது.

"வன்னியரே, இது ரொம்ப வேடிக்கையான செய்தி. ஒரு நாள் செலவழிக்கிற பணத்துக்காக, பத்து வருஷம் ராப் பகலா உழைச்சு வயத்தை ஒடுக்கி ஓடாப் போறத்துக்கு என்ன முடை? நீங்க மனுஷப் பொறவி இல்லையா? வித்தியாசமா நெனச்சுக்காதீங்க. எனக்கு ஒண்ணும் புரியல்லே. நானும் யோசிச்சு யோசிச்சுப் பாக்கறேன்."

வன்னி பேசவில்லை.

"அந்த ஒரு நாளிலே எல்லாத்தையும் தீத்துப்பிட்டு, மறுபடியும் உடம்பை வேலைக்குப் பூட்டித்தானே ஆகணும்? பிழைக்கணுமே, உசிர் வாழணுமே."

தி. ஜானகிராமன்

ஹோட்டல்காரர் சரியாகத் தன்னைப் புரிந்து கொள்ளவில்லை என்று சந்தேகப்பட்டுக்கொண்டே மேலும் அழுத்திச் சொன்னான் வன்னி:

"அப்புறம் உசிர் வாழணும்னுதான் என்ன முடை? உசிரே இல்லாம இருந்திட்டா?"

○

கப்பல் கரையை விட்டு விலகி நடுக்கடலுக்கு வந்து விட்டது.

ஹோட்டல்காரர் மனைவியுடன் கப்பலுக்கு வந்து வன்னிக்கு விடை கொடுத்தார்.

சிங்கப்பூர் மெல்ல மெல்ல மறைந்தது.

முதல் நாள் முழுவதும் கையும் நீலக் கோட்டும் அணிந்திருந்தான் வன்னி. மறுநாள் பொழுது விடிந்ததும் கூட்டத்தோடு கூட்டமாகக் குளித்துவிட்டு, மல்வேஷ்டியை எடுத்து மூலக்கச்சம் கட்டிக்கொண்டு, ஒரு ஜிப்பாவைப் போட்டுக்கொண்டான். கப்பல் டிக்கடை பீரோவின் கண்ணாடிக் கதவில் தன்னை ஒரு முறை பார்த்துக்கொண்டான். 'காய்கறி விற்று, முட்டை தூக்கி, ஹோட்டல் மேஜை துடைத்து, இட்லி மாவு அரைத்து, கொத்தனுக்குச் சுண்ணாம்புச் சட்டி தூக்கின ஆள்' என்று அவனை யாரும் சொல்ல முடியாது. உயரமும் அகன்ற முதுகும் லட்சிய சித்தியும் உடைய அவனுக்கு அந்த உடை வெகுநாள் பழக்கப்பட்டதுமாதிரி ஒரு தோற்றம் அளித்தது. அவனுக்குத்தான் அந்தப் புதுஉடை முதலில் என்னவோபோல், உடலில் ஒட்டாதது போலக் குறுகுறுத்தது. சுப்பையா உடையார் மாதிரி தன்னையும் நினைத்துக்கொண்டு, அந்த உடை பழக இரண்டு நாள் பிடித்தது. நீள மூக்கு, ஒட்ட வெட்டிய கிராப்பு, எதிரே உள்ளதைப் பார்க்காத பார்வை எல்லாம் அவன் அந்தஸ்தை உயர்த்திவிட்டன. கம்பியின் மீது சாய்ந்து, வாரி மோதிவிழுந்த அலைகளையும் வான வெளியையும் பார்த்துக்கொண்டிருந்தான். ஒரு வாரம் ஆயிற்று. காற்று சரியாக இல்லையாம். மதராஸ் இன்னும் இரண்டு நாள் ஆகுமாம். நினைத்த நினைப்பில் எங்கும் போய், எல்லாம் தெரிந்து, எல்லாம் செய்ய வேண்டும்போல வானவெளி அவன் ஆசையைக் கிளப்பிற்று. ஆனால் கப்பலுக்கு அவன் துடிப்புத் தெரியவில்லை. நின்று நின்று தட்டித் தட்டிச் சென்னையை அடையப் பத்து நாட்கள் ஆயின.

கொட்டு மேளம்

ஒரு நாள் இரவு ரெயில் பிரயாணம். காலையில் பஸ் ஏறிக் குடவாசலை அடைந்தான்.

சாமான்களை மாட்டுவண்டியில் ஏற்றும்போது, பொம்மலாட்டம் வெங்கட்டா ஐயர் ஒரு மூட்டை நெல்லைத் தலையில் தூக்கிக்கொண்டு நெல் மிஷினுக்குப் போய்க்கொண்டிருந்தார். அப்பொழுதே அவருக்கு ஐம்பத்தாறு ஐம்பத்தேழு வயது. எப்படியும் இப்பொழுது அறுபத்தைந்துக்குக் குறையாது. தலையில் இரண்டு கலம் நெல்! அந்த நாளில் பொம்மலாட்டத் துக்குப் பாடும்போது, பக்கத்தில் ஒரு செம்பு ஆமணக் கெண்ணெயை வைத்துக்கொண்டு, பாட்டுக்குப் பாட்டு அரைச்சேர் குடித்துத் தீர்த்துக்கட்டுவாராம்! வலுவுக்கு என்ன பஞ்சம்!

ஊரில் ஒன்றும் அப்படி மாறுதல் இல்லை. இரண்டொரு சைக்கிள் வாடகைக் கடைகள் அதிகமாயிருந்தன. ஹோட்டல்கள் இடம் மாறியிருந்தன. அவ்வளவுதான். கடைத்தெருக் கோடியில் தேரைக் காணவில்லை. யுத்த முடையில் வெட்டி விறகாக்கி விட்டார்களாம்.

அவன் பெண் பதினாலு வயது பூரித்துப் பரிசத்திற்குக் காத்துக்கொண்டிருந்தது. கைக்குழந்தை இப்போது ஹைஸ்கூலில் சேர்ந்துவிட்டது. அவளும் அப்படியேதான் இருந்தாள். கொஞ்சம் வயது, சதை வைத்திருந்ததைத் தவிர வேறொன்றும் மாறிவிட வில்லை. தாரைதாரையாக அவள் கன்னத்தில் வழிந்த கண்ணீர் அவனை மறுபடியும் குடும்பஸ்தனாக்கிற்று. அணைத்து அவள் முதுகைத் தடவினான். கப்பலில் ஓரிரண்டு தடவைக்கு மேல் அவள் நினைவே வரவில்லை. 'இதுவா மனுஷத்தனம்?' என்று கேட்டுக்கொண்டான். நெஞ்சு குழம்பிற்று. ஊசலாடினான்; தயங்கினான்.

சாப்பிட்டதும் தூக்கம் பிடிக்க நேரமாயிற்று. அதுவும் மூன்று மணிக்குக் கலைந்துவிட்டது; உதறிக்கொண்டான். உலுக்கிச் சஞ்சலத்தைச் சிலிர்த்து எறிந்துவிட்டுக் கும்பகோணம் போகிறதாகக் கிளம்பிவிட்டான்.

அக்கரைச் சீமையிலிருந்து வந்தவனுக்கு எவ்வளவோ வேலை இருக்கும். அவள் பேசாமல் இருந்துவிட்டாள்.

○

தஞ்சாவூர் வரும்போது இருட்டி இரண்டு நாழிகையாகி விட்டது. ரெயிலடி ஹோட்டலில் சாப்பிட்டுவிட்டு வன்னி வேகமாக நடந்தான். மாறுதல் ஒன்றும் தெரியவில்லை. மணிக்

கூண்டுக்கு அப்பால் புதிதாக முனிசிபல் ரேடியோ நிலையம் முளைத்திருந்தது. பெயர் தெரியாத வாத்தியம் ஒன்று, சாகிற பூனைமாதிரி முனகிக்கொண்டிருந்தது அப்போது. எதிரே சற்றுத் தூரத்தில் ஒரு புதுச் சினிமாக் கொட்டகை. இன்னும் கொஞ்ச தூரம் நடந்ததும் பழகின குரல் ஒன்று கேட்டது. ராமர், கிருஷ்ணர் படம் எழுதும் எதிராஜு, இடிந்து பொக்கை விழுந்த திண்ணையில், ஒட்டி உலர்ந்த அழுக்கும் கிழிசலுமாக உட்கார்ந்து ஒரு நோஞ்சான் குழந்தையைக் கொஞ்சிக்கொண் டிருந்தான். வருஷம் தவறினாலும் அவனுக்குப் பிள்ளை தவறுகிறதில்லை.

புதிது புதிதாக லாண்டரிகள்! தஞ்சாவூர் பெரிய ஊராகத் தான் போய்விட்டது.

இன்னும் சற்றுத் தூரம் வந்தான் வன்னி. நெஞ்சு படபடத்தது. வயிற்றில் இருந்தாற்போல் இருந்து ஒரு கனம். நீலச் சுண்ணாம்பு அடித்த அந்த வீடு அதோ வந்துவிட்டது. அவன் உடல் முழுதும் சூடேறி நிலைகொள்ளாமல் பரந்தது. கால் இற்றுப் பலம் இழந்துவிட்டது. எப்படியோ நடந்தான்.

இரும்புக் கேட் திறந்திருக்கவே சரேலென்று உள்ளே நுழைந்தான்.

"யாரது?"

"அம்மா இருக்காங்களா?"

"இருக்காங்க."

வன்னி உள்ளே நுழைந்தான்.

"யாரு?"

"இன்னும் யார் இருக்காங்க?"

"வேறே ஒருத்தரும் இல்லை, ஏன்?"

"பார்க்கணும்."

"யாரய்யா அது? பழகின குரலா இருக்கு."

"ஆமாம்."

"அட, வன்னியரல்லே! ஆளே மாறிப் போயிட்டியே!"

வன்னி திரும்பினான். நடை விளக்குக் குப்பென்று எரிந்தது. திண்ணையிலிருந்து கேட்டுக்கொண்டிருந்தவள் நடைக்கு வந்தாள். விழித்துப் பார்த்தான் வன்னி.

கொட்டு மேளம்

"என்ன ஐயா, இதோ நிற்கிறேனே. தெரியல்லியா? கண்ணு தான் தெரியலே; காது கூடவா கேக்கல்லே?" என்றாள்.

"யாரு. அம்மாவா?"

வன்னி பதறிவிட்டான். கண்ணை அகற்றிப்பார்த்தான். அவன் வாய் அடைத்துவிட்டது.

கொன்றைப்பூ நிறம் அப்படியே அற்றுப்போய் உடல் பச்சை பாய்ந்து கறுத்திருந்தது. கூனல், வெகுநாள் கூனல்போல. தோள் பட்டையிலும் கன்னத்திலும் எலும்பு முட்டிற்று. தலை முக்கால் நரைத்துவிட்டது. வகிட்டுக் கோட்டில் வழுக்கை தொடங்கி அகன்றிருந்தது.

வன்னி பார்த்தான்.

அந்த உடலில் சதையே மறைந்துவிட்டது. மணிக்கட்டு முண்டு தோலை முட்டிற்று. புறங்கை நரம்பு புடைத்து நெளிந்தது. தோலில் பசையற்று வற்றி உலர்ந்த சுருக்கம். சிரிக்கும்போது தேய்ந்த பல்வரிசை தெரிந்தது. எத்தனை இடுக்கு! தலைமயிர் கூழை பாய்ந்துவிட்டது. குரலைத் தவிர வேறு பழைய அடையாளம் இல்லை. அவள்தான் சொர்ணம் என்று நிதானம் செய்துகொள்ள இரண்டு நிமிஷம் ஆயிற்று அவனுக்கு.

"எங்கேருந்தையா வரே?"

"சிங்கப்பூரிலிருந்து."

"சிங்கப்பூரிலிருந்தா? ஏ, அப்பா! அங்கே எங்கையா போனே?"

"உனக்காகத்தான்."

"எனக்காகவா?" அந்த ஏகவசனமான அழைப்புத்தான் அவளுக்கு வியப்பைத் தந்தது.

"ஆமாம்; உனக்காகத்தான் போனேன். ஆனா உன்னை இப்படிப் பார்க்கணும்ம்னு இல்லை. அன்னிக்குப் பாத்த மாதிரி பாக்கணும்ம்னு போனேன். சமையற்காரி சொன்னா, அம்மா அறுநூறு எழுநூறு ஒரு நாளைக்குச் சம்பாதிக்கிறான்னு. கிளம்பிவிட்டேன். பத்து வருஷமா மணலை எண்ணிப் போடராப்பலே சேர்த்தேன். குண்டு, பீரங்கிக்கெல்லாம் அசையலே, தூங்கலே. மாடு மாதிரி பாடுபட்டேன். நாலு நிமிஷம் சேர்ந்தாப்போல உன்னை நான் மறந்தது கிடையாது.

இதோ..." என்று கையிலிருந்த கடுதாசிக் கவரை எடுத்துப் பிரித்து ஏழெட்டு நூறு ரூபாய் நோட்டுகளை வைத்தான். அவன் கை நடுங்கிக்கொண்டிருந்தது.

அந்த அழகு போன ஜீவன் விக்கிப்போய் அவனைக் கண் கொட்டாமல் பார்த்துக்கொண்டே நின்றது. வன்னி அந்த தேய்ந்த பல்லையும் மஞ்சளிட்ட கண்ணையும் பச்சை பூத்த தோலையும் வெறித்துப் பார்த்துக்கொண்டே கல்லாக நின்றான்.

"என்ன உடம்பு உனக்கு?"

"உடம்புக்கென்ன? ஒன்றும் இல்லை. வயசு கொஞ்சமா ஆச்சு?"

"வயசாயிடிச்சா?" என்று அவளைப் பார்த்தான் அவன். அழகில்லாதது கோரமாகலாம். அழகு கோரமானால்? பயங்கரமாக இருந்தது அவளுடைய தோற்றம்.

"ஆமாம்" என்றாள் அவள். "முப்பதுக்கப்பாலே வருஷம் பத்தாகக் கூட்டியாகணும்: நாப்பது, ஐம்பது, அறுபது, எழுபது, எண்பது, தொண்ணூறு; அடுத்த ஆடிக்கு நூறு பிறந்திடும். நான் தாசி. ஒரு வருஷம் எனக்குப் பத்து வருஷம். என்னைப் போல அழகே இல்லேன்னு ஆயிரம் வாய் சொல்லிக் கேட்டிருக் கிறேன். முகத்துக்குச் சொன்னதில்லே அது. இந்த நிலைக் கண்ணாடியே சாட்சி. பார்த்த பேரெல்லாம் மடங்கி மடங்கி நெருப்பிலே விழுகிற மாதிரி விழுந்தாங்க. நெருப்பு எரிய எரியக் குப்பையும் கரியும் அதிகமாகத்தானே இருக்கும்?"

வன்னி அதிர்ந்துபோய், நினைவிழந்த மாதிரி நின்றான். பேசத் தோன்றவில்லை.

"நானும் மல்லுக்கு நின்னுதான் பார்த்தேன், முடியலே. போனது வராட்டாலும் இருக்கிறதை வச்சுக்கலாம். அதுவும் முடியலே. இந்த மாதிரி விஷயங்களிலே யாராலே சண்டை போட முடியும்? பணமா? காசா?"

"ஹம்" என்றான் வன்னி.

"தவங்கிடக்கறதுக்கு முறை உண்டு. கண்டதுக்கெல்லாம் தவங்கிடந்தா மனசுதான் ஓடியும். தண்டனைதான் கிடைக்கும். இப்படி வா" என்றாள் அவள்.

"இந்தா" என்று அவனைத் தழுவி முத்தமிட்டாள். அவன் கண் மூடியிருந்தது.

கொட்டு மேளம்

"இதை அறுபது வருஷத்துக்கு முன்னாடி கொடுத்திருந்தா, நீ படற சந்தோஷம் வேறே. ஆனா... நான் இந்த மாதிரி எப்பவும் நெறைஞ்சு ஆனந்தப்பட்டதே கிடையாது. இவ்வளவு மனசோடே நெறைஞ்சு எதையும் பார்த்ததில்லே. இப்ப எப்படி இருக்கு, தெரியுமா? நான் ரொம்ப இளமையா, ரொம்ப அழகா இருக்கிறாப்போல இருக்கு."

புருவத்தைச் சுளித்துக்கொண்டே ஒரு நிமிஷம் அவள் அணைப்பில் கண்ணை மூடிக்கொண்டு நின்றான் அவன். பிறகு கீழே கிடந்த நோட்டுக்களைச் சேர்ந்து அடுக்கி அவன் சட்டைப் பைக்குள் வைத்தாள் சொர்ணம்.

"சாப்பிட்டாச்சா?"

"ஆச்சு."

"காலமே ஆறேகாலுக்குக் கும்பகோணத்துக்கு வண்டி இருக்கு."

"இல்லை. போட்மெயிலிலே போகப் போறேன். இப்பப் போனாச் சரியா இருக்கும்."

ஆனால் உடனே போக முடியவில்லை அவனால். கால் மணி நேரம் பேசாமல் சோபாவில் உட்கார்ந்தான். பிறகு அவள் கொடுத்த பாலையோ எதையோ சாப்பிட்டுவிட்டு வாசல்படி இறங்கினான்.

யாரோ வெகுநாள் திட்டமிட்டு அவனை முட்டாளாக அடித்துவிட்டதுபோல் அவனுக்குத் தோன்றிற்று.

தெருக்கோடியில் வெற்றிலை பாக்குக் கடையில் வெற்றிலை, சீவல் வாங்கிப் போட்டுக்கொண்டு, அங்கேயே சோடா பாட்டில் களுக்குப் பக்கத்தில் உட்கார்ந்து, பத்து வருஷங்களை அசை போட ஆரம்பித்தான்.

சிலிர்ப்பு

திருச்சிராப்பள்ளியிலிருந்தே புறப்படுகிற வண்டி அது. மாயவரத்தோடு நின்றுவிடும். பத்தரை மணிக்குத் தொடங்கி மூன்று மணியோடு அதன் வாழ்வு முடிந்துவிடும். மதுரை, மானாமதுரை, ஈரோடு என்று எல்லா வண்டிகளையும் அனுப்பி விட்டுத் திருச்சிராப்பள்ளி ஜங்ஷன் புயல் புகுந்து விளையாடின தோப்பைப்போல, ஒரே வெளிச்ச மாக ஹோவென்று வெறிச்சிட்டுக் கிடந்தது. வாழைத்தொலி, ஆரஞ்சுத்தொலி, எச்சில் பொட்டணம், தூங்குமூஞ்சிகள் – இவற்றைத் தவிர ஒன்றையும் காணவில்லை. வண்டி புறப்பட இன்னும் அரைமணிதான் இருக்கிறது. எஞ்சின், கார்டு, ஒன்றும் வரவில்லை. வண்டிக்குவண்டி ஒரு பரட்டை, அழுக்கு இப்படி ஏதாவது தூங்கிக் கொண்டிருந்தது. பங்களூர் எக்ஸ்பிரஸில் இறங்கி வந்த குடும்பம் ஒன்று இரண்டாம் வகுப்பில் சாமான்களைப் போட்டுக் காவல் வைத்து எங்கேயோ போய்விட்டது. எக்ஸ்பிரஸ் வண்டி சென்றால் என்ன கூட்டம், வரும்போது என்ன வரவேற்பு, என்ன உபசாரம்! போகும்போது எவ்வளவு கோலாகலம்! இது நாதியில்லாமல் அழுது வழிந்தது. ஷட்டிலும் கெடுகெட்ட ஷட்டில். ரயில் ஜாதியில்கூட ஏழை, பணக்காரன் உண்டு போல் இருக்கிறது.

நான் தனியாகக் கடைசிப் பெட்டிக்கு முன் பெட்டியில் உட்கார்ந்திருந்தேன். பக்கத்தில் என் பையன் அயர்ந்து தூங்கிக்கொண்டிருந்தான்.

தலைமாட்டில் கையிலிருந்து நழுவிய ஆரஞ்சு உருண்டு கிடந்தது. அதைப் பார்க்கும்போது சிரிப்பு வந்தது எனக்கு. பையனைப் பெங்களூரிலிருந்து அழைத்து வருகிறேன். மாமா சம்சாரம் ஊருக்கு வந்திருந்தபோது அவனை அழைத்துப் போயிருந்தாள். நான் காரியமாகப் பெங்களூர் போனவன் அவனை அழைத்துக்கொண்டு வந்தேன். பெங்களூர் ஸிட்டி ஸ்டேஷனில் மாமா ரெயிலேற்றிவிட வந்திருந்தான். ரெயில் புறப்பட ஐந்து நிமிஷம் இருக்கும்போது ஆரஞ்சுப் பழக்காரனைப் பார்த்து, "ஆரஞ்சுப்பா, ஆரஞ்சுப்பா" என்று பையன் முனகினான். மாமா காதில் விழாதது போல அந்தண்டை முகத்தைத் திருப்பிக்கொண்டுவிட்டான். மாமாவின் சுபாவம் நன்றாகத் தெரியும் எனக்கு. பையனைச் சுடுகிறாப்போல ஒரு பார்வை பார்த்தேன். அவன் வாய் மூடிக்கொண்டது. ஆனால், வண்டி புறப்பட்டதுதான் தாமதம்; ஆரம்பித்துவிட்டான். ஆறு வயசுக் குழந்தை; எத்தனை நேரந்தான் அடக்கிக்கொண்டிருப்பான்.

"யப்பா, யப்பா!"

"ஏண்டா கண்ணு!"

"பிச்சி மாமாவுக்கு வந்து, வந்து, தொளாயிர ரூபா சம்பளம். பணக்காரர். இவ்வளவு பணக்காரர்ப்பா!" என்று கையை ஒரு கட வாத்திய அளவுக்கு அகற்றி, மோவாயை நீட்டினான் – குறை சொல்லுகிறாற்போல.

"அதுக்கு என்ன இப்ப?"

"வந்து, செத்தே முன்னாடி ஆரஞ்சு கேட்டேனோல்லியோ, வாங்கிக் குடுக்காம எங்கேயோ பாத்துண்டு நின்னார்ப்பா."

"அவர் காதிலே விழுந்திருக்காது. விழுந்திருந்தா வாங்கி யிருப்பார்."

"நான் இரைஞ்சுதான்பா சொன்னேன்."

"பின்னே ஏன் வாங்கிக் கொடுக்கலை?" கேள்வியை நானே திருப்பிக் கேட்டுவிட்டேன். பையன் திணறினான்.

"வந்துப்பா, வந்து பிச்சி மாமாவை வந்து ஒரு மூணு கால் சைக்கிள் வாங்கித் தான்னேன். வந்து, தரேன் தரேன்னு ஏமாத்திப்பிட்டார்ப்பா..."

"அவர் என்னத்துக்குடா வாங்கணும்? நான் வாங்கித் தரேன்."

தி. ஜானகிராமன்

"நீ எப்படி வாங்கித் தருவியாம்?"

"ஏன்?"

"உனக்கு நூறு ரூபாதானே சம்பளம்?"

"உனக்கு யார் சொன்னா?"

"வந்து, பிச்சி மாமாதான் சொன்னா."

"உங்கிட்ட வந்து சொன்னாரா, உங்கப்பாவுக்கு நூறு ரூபாதான் சம்பளம்னு?"

"வந்து எங்கிட்ட இல்லேப்பா. மாமிகிட்டச் சொன்னா. நீ வந்து மெட்ராஸ்லேந்து லெட்டர் எழுதியிருந்தே பாரு, புள்ளையார் பூஜையன்னிக்கி; அப்பச் சொன்னா மாமிகிட்ட. வெறுமே வெறுமே நீ மெட்ராஸ் போறியாம். உனக்கு அரணாக்கொடி வாங்க முடியாதாம்."

இது ஏதுடா ஆபத்து!

"சரி நாழியாச்சு. நீ படுத்துக்கோ."

"எனக்கு மோட்டார் வாங்கித் தரயா?"

"தரேன்."

"நெஜ மோட்டார் இல்லே. கீ கொடுக்கிற மோட்டார், இவ்வுளுண்டு இருக்குமே, அது."

"அதான் அதான். வாங்கித் தரேன்."

"யப்பா, ஆரஞ்சுப்பா."

"நீ தூங்கு. திருச்சினாப்பள்ளி வந்தவுடனே வாங்கித் தந்துடறேன்."

"போப்பா!"

"இப்ப எங்கடா வாங்கறது, ரெயில் போயிண்டிருக்கிற போது?"

"அப்பன்னா ஒரு கதை சொல்லு."

"அப்படிக் கேளு. நல்ல கதையாச் சொல்றேன். ஒரே ஒரு ஊரிலே..." பாதிக் கதையில் பையன் தூங்கிவிட்டான்.

"குழந்தை நல்ல சமத்து ஸார். ஷ்ரூடா இருக்கான். ஆளை எப்படி 'ஸ்டடி' பண்றான்!" என்று திடீரென்று எதிரே இருந்தவர் மதிப்புரை வழங்கினார்.

கொட்டு மேளம்

"அதுதான் தலை பெரிசா இருக்கு!" என்று பையனைப் பார்த்தேன். தலை சற்றுப் பெரிதுதான் அவனுக்கு. எடுப்பான முகம். மூக்கும் முழியுமான முகம். மொழுமொழுவென்று சரீரம். தளதளவென்று தளிரைப் போன்ற தோல். கன்னத்தில் தெரிந்தும் தெரியாமலுமிருந்த பூனை மயிர் ரெயில் வெளிச்சத்தில் மின்னிற்று. தலைமயிர் வளையம் வளையமாக மண்டி, அடர்ந்து பாதி நெற்றிவரை விழுந்திருந்தது. அழகில் சேர்க்க வேண்டிய குழந்தைதான். நாளை மத்தியான்னம் அம்மாவைப் பார்க்கத்தான் போகிறான். அதுவரையில்? யாரோ அனாதையைப் பார்ப்பதுபோல் இருந்தது எனக்கு. தாய் பக்கத்தில் இல்லாவிட்டால் குழந்தைக்குச் சோபை ஏது? குழந்தையை இரண்டு மூன்று முறை தடவிக் கொடுத்தேன். கபடமில்லாத இந்தக் குழந்தையை எப்படி ஏமாற்றத் துணிந்தது பிச்சி மாமாவுக்கு? கிருபணன், கிருபணன் என்று வேலைக்குப் போன நாள் முதல் வாங்கின பிரக்யாதி போதாதா? குழந்தையிடங் கூடவா வாங்க வேண்டும்? சரிதான், போனால் போகிறது என்று விட்டுவிடக்கூடிய வலுவும் எனக்கு இல்லை. குழந்தையின் முகத்தைப் பார்க்கும் போதெல்லாம் துன்பம் கிளர்ந்தது. சிறிய அற்பமான நிகழ்ச்சி. ஆனால் எனக்குத் தாங்கவில்லை. பிச்சிமாமா எத்தி எத்திப் பிழைக்கிற வித்தைகள், பிறந்து முதல் உள்ளும் புறமும் ஒன்றாமல் அவன் நடத்தி வருகிற வாழ்க்கை, பெண்டாட்டி யிடங்கூட உண்மையில்லாமல் அவன் குடும்பம் நடத்துகிற 'வெற்றி' — எல்லாம் நினைவில் வந்து, திரண்டு சுழல் வண்டு களைப் போலச் சுற்றிச் சுற்றி வந்தன. ராத்திரி முழுவதும் அதே தியானம். தூக்கமே இல்லை.

திருச்சி வந்ததும் ஆரஞ்சு வாங்கினேன். "யப்பா, இதை ஊருக்குப் போய்த் திங்கறேம்ப்பா. அம்மா உரிச்சுக் கொடுப்பா கையிலே. வாங்கித் திங்கறேம்ப்பா" என்று கெஞ்சினான்.

"ஆல் ரைட், அப்படியே செய்."

வண்டி புறப்பட இன்னும் அரைமணி இருந்தது. தாகம் வரட்டிற்று. இறங்கிப்போய்த் தண்ணீர் குடித்துவிட்டு, வெற்றிலை போட்டுக்கொண்டு வந்தேன்.

திரும்பி வரும்போது யாரோ ஓர் அம்மாள் என் பெட்டியில் ஏறிக்கொண்டிருந்தாள். கூட ஒரு பெண். எதிர்த்த பலகையிலேயே உட்கார்ந்துகொண்டார்கள்.

"இதுதானே மாயவரம் போகிற வண்டி?"

"இதேதான்."

தி. ஜானகிராமன்

"எப்பப் புறப்படும்?"

"இன்னும் இருபத்தைந்து நிமிஷம் இருக்கு."

"நீங்கள் எதுவரையில் போறேள்?"

"நான் கும்பகோணம் போறேன்."

"உங்க குழந்தையா?"

"ஆமாம்."

"அசந்து தூங்கறானே."

"பங்களூரிலிருந்து வரோம். அலுப்பு; தூங்கறான்."

"நீயும் படுத்துக்கறயா?"

"இல்லெ மாமி. தூக்கம் வரலே" என்றது அந்தப் பெண்.

"கொஞ்சம் தூங்குடி குழந்தை. ராத்திரி முழுக்கப் போயா கணும். நாளைக்கு வேறே, நாளன்னிக்கி வேறே போகணுமே."

"இல்லெ மாமி, அப்பறம் தூங்கறேன்."

அம்மாளுக்கு நாற்பது வயசு இருக்கும். இரட்டைநாடி ருமானி மாம்பழம் மாதிரி பளபளவென்று இருந்தாள். காதில் பழைய 'கட்டிங்'கில் ஒரு பெரிய ப்ளூ ஜாக்கர் தோடு. மூக்கில் வைர பேசரி. கழுத்து நிறைய ஏழெட்டு வடம் சங்கிலி. கையிலும் அப்படியே. மாம்பழ நிறப் பட்டுப்புடைவை. நெற்றியில் பளீரென்று ஒரு மஞ்சள் குங்கும வட்டம். பார்க்கப் பார்க்கக் கண்ணுக்கு நிறைவான தோற்றம். பக்கத்தில் ஒரு தோல் பெட்டி. ஒரு புதுக் குழுப்பி அடுப்பு.

அந்தப் பெண்ணுக்கு எட்டு ஒன்பது வயசு இருக்கும், மாநிறம்; ஒட்டி உலர்ந்த தேகம்; குச்சி குச்சியாகக் கையும் காலும்; கண்ணை வெளிச்சம் போட்டுப் பார்க்க வேண்டி யிருந்தது; எண்ணெய் வழிகிற முகம்; தூங்குகிறாற்போல ஒரு பார்வை. கையில் ஒரு கறுப்பு ரப்பர் வளை; புதிதாக மொடமொடவென்று ஒரு சீட்டிப் பாவாடை; சிவப்புப் பூப்போட்ட வாயில் சட்டை; அதுவும் புதிதுதான்; கழுத்தில் ஒரு பட்டையடித்த கறுப்புக் கண்ணடி மணிமாலை பக்கத்தில் ஒரு சீட்டிப் பாவாடை, கொசுவி முறுக்கிச் சுருட்டிக் கிடந்தது. அதிலேயே ஒரு சட்டையும் திணித்திருந்தது.

அந்த அம்மாளுக்கும் பெண்ணுக்கும் என்ன சம்பந்தம்? எப்படிக் கேட்பது?

கொட்டு மேளம்

வண்டி புறப்படுகிற சமயத்திற்கு ஒரு மலைப்பழக்காரன் வந்தான். ஒரு சீப்பு வாங்கி ஒரு பழத்தை அந்தப் பெண்ணிடம் கொடுத்தேன். பதில் பேசாமல் வாங்கிக்கொண்டது.

"சாப்பிடு."

"சாப்பிடு" என்று அந்த அம்மாள் சொன்னதும் உரித்து வாயில் போட்டுக்கொண்டது.

"இந்தப் பொண்ணு கல்கத்தாவுக்குப் போறது."

"கல்கத்தாவுக்கா!"

"ஆமாம், நம்ம பக்கத்து மனுஷா ஒருத்தர் அங்கே பெரிய வேலையிலே இருக்காராம். அங்கே போறது. ராத்திரி மாயவரத்திலே இருந்து அவாளுக்குத் தெரிஞ்சவா யாரோ போறா. அவாளோட சேர்த்துவிடணும். நல்ல பொண்ணு, சாதுவா, சமர்த்தாயிருக்கு."

பிறகு நானே கேட்க ஆரம்பித்துவிட்டேன்.

"உம் பேரு என்னம்மா?"

"காமாக்ஷின்னு பேரு. குஞ்சுன்னு கூப்பிடுவா."

"பேஷ், பேஷ்!"

"என்ன பெரிய பேஷாப் போடறேள்?" என்று அந்த அம்மாள் சிரித்தாள். "இவ எப்படி இரண்டு பேரைச் சுமக்கிறாள்னா!"

எனக்கும் சிரிப்பு வந்தது.

"அதுவும் சரிதான். ஆனால் நான் நெனைச்சது வேறே. எனக்குக் காமாக்ஷின்னு ஒரு தங்கை இருக்கா. இந்தச் சாயலாத் தான் இருப்பா. நல்ல தெம்பான இடத்துலேதான் குடுத்துது. ஆனா மாப்பிள்ளை ரொம்ப உபகாரி. யாருக்கோ மேலொப்பம் போட்டார். இருபதினாயிரத்துக்கு. அவன் திடீர்னு வாயைப் பொளந்துட்டான். அவர் குடும்பம் நொடிச்சுப்போயிடுத்து. ரொம்பக் கஷ்டப்பட்டார். இன்னதுதான்னு சொல்லி மாளாத கஷ்டம். இப்பத்தான் நாலஞ்சு வருஷமா அவர் ஒரு வேலைன்னு கிடைச்சுப் பிடுங்கலில்லாமெ இருக்கார். அவ கஷ்டம் விடிஞ்சுடுத்து. அவளுக்கு அடுத்தவ இன்னொரு தங்கை. குஞ்சுன்னு பேரு. அவளுக்குக் கல்யாணம் பண்ண அலையா அலைஞ்சோம். கடைசியிலே எனக்கு அத்தை பொண் ஒருத்தி. அவளுக்குக் குழந்தை இல்லெ. சீக்குக்காரி. தன் புருஷனுக்கே

168   தி. ஜானகிராமன்

அவளைக் கொடுத்துடணும்னு தலைகீழ நின்னா. அப்படியே பண்ணிட்டார், எங்கப்பா. ஆனா, கல்யாணம் ஆன நாளிலிருந்து அவ பட்ட பாடு நாய் படாது. பத்து வருஷம் கழிச்சு ஒரு புள்ளைக் குழந்தை பிறந்திருக்கு, மூணாம் வருஷம். அதுக்குப் பிற்பாடுதான் அந்த வீட்டிலே அவளும் ஒரு மனுஷீன்னு தலை தூக்கி நடமாடிண்டிருக்கா."

"ஆயிரம் இருக்கட்டும். பெண்ணிருக்கப் பெண் கொடுக்கலாமோ?"

"என்ன பண்றது? பிராப்தம். இவ பேரைக் கேட்டவுடனே ஞாபகம் வந்துது. ரெண்டு பேரும் ஒரே இடத்திலே அமைஞ்சிருக்கேன்னுதான் பேஷ் போட்டேன்.

அந்தப் பெண் எப்படி இந்தப் பேச்சை வாங்கிக் கொண்டது என்று புரிந்துகொள்ள முடியவில்லை. அதே தூங்கும் பார்வையுடன் முகத்தில் ஓர் அசைவு, மாறுதல் இல்லாமல் எல்லாவற்றையும் கேட்டுப் பார்த்துக்கொண்டிருந்தது.

"குழந்தை, உனக்கு அப்பா அம்மா இருக்காளா?"

"இருக்கா."

"அப்பா என்ன பண்றார்?"

"ஒண்ணாவது வாத்தியார்."

"அக்கா, தங்கை, அண்ணா, தம்பியெல்லாம் இருக்காளா?"

"இருக்கா ... நாலு அக்கா ... ரெண்டு அண்ணா, ஒரு தம்பி இருக்கான். அதுக்கப்பறம் ஒரு தங்கை."

"அக்காவுக்கெல்லாம் கல்யாணம் ஆயிடுத்தா?"

"மூணு பேருக்கு ஆயிடுத்து. ரெண்டாவது அக்கா, நாலு வருஷம் முன்னாடி குறைப்பட்டுப் போயிட்டா. எங்களோடே தான் இருக்கா."

"அண்ணா என்ன பண்றான்!"

"பெரிய அண்ணா கிளப்பிலே வேலை செய்யறான். சின்ன அண்ணா சகிண்டு பாரம் வாசிக்கிறான்."

"நீ வாசிக்கலையா?"

"இல்லை, அண்ணா ஒருத்தன்தான் வாசிக்கிறான். எங்களுக்கெல்லாம் சம்பளம் கொடுக்க முடியலை, அப்பாவுக்கு."

"அதுக்காக நீ வேலைக்குப் போறயாக்கும்?"

கொட்டு மேளம்

"ஆமாம். மத்தியானச் சாப்பாட்டுக்கே எல்லாருக்கும் காணமாட்டேங்கறது."

"உனக்கு என்ன வேலை செய்யத் தெரியும்?"

"பத்துப்பாத்திரம் தேய்ப்பேன். காபி, டீ போடுவேன். இட்லி தோசைக்கு அரைப்பேன். குழம்பு, ரசம் வைக்கத் தெரியும். குழந்தைகளைப் பாத்துப்பேன். கோலம் போடுவேன். அடுப்பு மெழுகுவேன். வேஷ்டி புடவை தோய்ப்பேன்."

"புடவை தோப்பியா! உனக்குப் புடவையைத் தூக்க முடியுமோ?"

"நன்னாத் தோய்க்கத் தெரியும்."

"இதெல்லாம் எங்கே கத்துண்டே?"

"ராமநாதையர்னு ஒரு ஜட்ஜி இருக்கார். அவாத்துலே தான் கத்துண்டேன்."

"ம்ஹம், ஸர்வீஸ் ஆனவளா? அவாத்துலே எத்தனை வருஷம் இருந்தே?"

"மூணு வருஷமா இருக்கேன்."

"மூணு வருஷமாவா? உனக்கு என்ன வயசாறது?"

"இந்த ஆவணிக்கு ஒம்பது முடிஞ்சு பத்தாவது நடக்கிறது."

"ஏழு வயசிலேயே உனக்கு வேலை கிடைச்சுட்டுது; தேவலை. என்ன சம்பளம் கொடுப்பா?"

"சம்பளம்னு கிடையாது. ரெண்டு வேளை சாப்பாடு போடுவா. தீபாவளிக்குப் பாவாடை சட்டை ஒரு ஜோடி எடுத்துக் கொடுப்பா."

"இந்தச் சட்டை யார் வாங்கிக் கொடுத்தா?"

"அவாதான்."

"கோலம் போட்டு, அடுப்பு மெழுகி, புடவை தோய்ச்சு, குழந்தையைப் பாத்துண்டு, தோசைக்கு அரைச்சு, எல்லாம் பண்ணினத்துக்கு இந்த ஆறணாச் சீட்டிதான் கிடைச்சுதா அவாளுக்கு? கழிசலாப் பார்த்துப் பொறுக்கி எடுத்துக் கொடுத்திருக்காளே."

"..."

"நீ நல்லதா வாங்கிக் கொடுக்கச்சொல்லிக் கேக்கப் படாதோ?"

தி. ஜானகிராமன்

"..."

"ஜட்ஜ் வீட்டிலெ சாப்பிட்டிண்டு இருந்தேங்கறே. உன் உடம்பைப் பார்த்தா அப்படித் தெரியலியே! பஞ்சத்திலே அடிப்பட்டாப்பலே, கண்ணுகிண்ணெல்லாம் உள்ளே போயி, ஒட்டி உலர்ந்து, நாய் பிடுங்கினாப் போல இருக்கியே."

"பெரிய மனுஷாள்ளாம் தனி ரகம்னு உங்களுக்குத் தெரியாததுபோல் இருக்கு. அவா வத்தல் குழம்பு, சுட்ட அப்பளாம், மிளகு ரசம் இதைத்தான் பாதி நாள் சாப்பிடுவா. ராத்திரி, பருப்புத் துவையலும் ரசமுந்தான் இருக்கும். ஆனா அவா உடம்பு என்னமோ நிகுங்குன்னுதான் இருக்கும். அது தனி உடம்பு. நம்மைப்போல அன்னாடங் காய்ச்சிகளுக்குத் தான் இதெல்லாம் ஒத்துக்காது. ரெண்டு நாளைக்கு இப்படிச் சாப்பிட்டா, வாய் வெந்து, கண் குழிஞ்சு, சோர்ந்து சோர்ந்து வரும்" என்று அம்மாள் தன்னையும் என்னோடு சேர்த்துப் பேசினாள். மரியாதைக்குத்தான் அப்படி சொல்லியிருக்க வேண்டும். உடனே ஏதோ தவறாகப் பேசிவிட்டவள் போல, "நான் என்னென்னவோ பேசிண்டிருக்கேனே; நீங்க என்ன பண்ணிண்டிருக்கேள்?" என்று கேட்டாள்.

"பயப்படாதீங்கோ. நானும் அன்னாடங்காய்ச்சிதான். தாலுகாவிலே குமாஸ்தா."

தஞ்சாவூர் ஸ்டேஷன் வந்துகொண்டிருந்தது.

"துண்டைப் போட்டுட்டுப் போறேன். கொஞ்சம் இடத்தைப் பார்த்துக்கோங்கோ; சாப்பிட்டுட்டு, குழந்தைக்கும் சாப்பாடு பண்ணி அழைச்சிண்டு வந்துடறேன்."

"இன்னும் சாப்பிடலியா நீங்க? ஏம்மா, நீ என்ன சாப்பிட்டே காலமே?"

"பழையது."

"எங்கே?"

"ஜட்ஜியாத்துலே!"

"பார்த்தேளா, பெரிய மனுஷான்னா இப்படின்னா இருக்கணும்! ஊருக்குப் போற குழந்தைக்கு, மூணு வருஷம் வீட்டோட கிடந்து உழைச்சிண்டிருந்த பொண்ணுக்கு, கொஞ்சம் நல்ல சாப்பாடாப் போட்டு அனுப்பிச்சாத்தான் என்ன? ஒன்பதேகால் மணிக்கு, நான் புறப்படறபோது கொண்டுவிட்டா. அதுக்குள்ளே சமையல் பண்ண முடியாதா என்ன? நல்ல குளிர்ந்த மனசு! பழையது சாப்பிடற ஆசாரம்

கொட்டு மேளம்

அத்துப் போயிடப் போறதேன்னு கவலைப்பட்டுண்டு போட்டாபோல் இருக்கு. ஏன் குழந்தை, அவாத்துலே யாராவது பழையது சாப்பிடுவாளோ?"

"நான்தான் சாப்பிடுவேன்."

"ம்... ஹ்ம்; சரி. இப்பப் பசிக்கிறதோ உனக்கு?"

"இல்லை."

"ஏதாவது சாப்பிடும்மா."

"சரி மாமி."

"நீங்க ஒரு பொட்டலம் சாம்பார் சாதமும் ஒரு தயிர் சாதமும் வாங்கிண்டு வாங்கோளேன்."

"நானே அழைச்சிண்டு போயிட்டு வரேனே."

"ரொம்ப நல்லதாப் போச்சு. இந்தாருங்கோ."

"என்னத்துக்குக் காசு? நான் கொடுக்கிறேன்."

"வாண்டாம்னு நீங்க எப்படிச் சொல்ல முடியும்? நான்னா அவளை அழைச்சிண்டு வரேன்!"

தர்ம சங்கடமாக இருந்தது. வாங்கிக்கொண்டேன். பையனை எழுப்பினேன் அவசரமாகக் கூட்டத்தில் புகுந்து இரண்டையும் இழுத்துச் சென்றேன்.

"இது யாருப்பா?"

"இந்தப் பொண்ணு மாயவரம் போயிட்டுக் கல்கத்தாவுக்குப் போறா. உன்னோட இவளும் சாப்பிடறத்துக்கு வரா."

இரண்டு அநாதைகளும் சாப்பிடும்போது எனக்கு இனம் தெரியாத இரக்கம் பிறந்தது. தாயை விட்டுப் பிரிந்த அநாதைகள்! ஆனால் எவ்வளவு வித்தியாசம்! ஓர் அநாதை இன்னும் இரண்டு மணி நேரத்தில் தாயின் மடியில் துள்ளப் போகிறது. இன்னொன்று தாயிடமிருந்து தூர தூரப் போய்க் கொண்டே இருக்கப்போகிறது.

"ஸ்ஸ்... அப்பா, அப்பா!" என்று பையன் வீரிட்டான். மிளகாய்!

"தண்ணியைக் குடி. ம்... ம்."

அந்தப் பெண் உடனே எழுந்துபோய்க் கவுண்டரிலிருந்து கை நிறையச் சர்க்கரையை அள்ளி அவனிடம் கொடுத்தது.

தி. ஜானகிராமன்

சற்றுக் கழித்து, "அம்பி, தயிர்சாதம் கட்டி கட்டியாக இருக்கு. இரு, பிசைந்து தரேன். அப்புறம் சாப்பிடலாம்" என்று சாப்பிடுவதை விட்டுக் கையை அலம்பி வந்து ரெயில்வே சாதத்தை நசுக்கிப் பிசைந்து பக்குவப்படுத்திக் கொடுத்தது.

அவள் பிசைவதைப் பார்த்துப் பையன் என் பக்கம் திரும்பிப் புன்சிரிப்புச் சிரித்தான்.

"ஏண்டா சிரிக்கிறே?"

"அவ பிசைஞ்சு கொடுக்கிறாப்பா!" அதற்கு மேல் அவனுக்குச் சொல்லத் தெரியவில்லை.

அவனுக்குக் கையலம்பி, வாய் துடைத்துவிட்டதும் அவள்தான்.

"இந்தா, ஜலம் குடி" என்று அவனுக்குத் தண்ணீர் கொடுத்தாள்.

"வாண்டாம்."

"ஜலம் குடிக்காட்டா ஜீரணமாகாது. இதைக் குடிச்சுடு."

பாடாகப்படுத்துகிறவன், பதில் பேசாமல் வாங்கிக் குடித்து விட்டான். ஏதோ வருஷக்கணக்கில் பழகிவிட்டதுபோல, அவனைக் கையைப் பிடித்து ஜாக்கிரதையாக அழைத்துக் கொண்டு வந்தது அந்தப் பெண். அவனும் அவள் இழுத்த இழுப்புக்கெல்லாம் வந்துகொண்டிருந்தான்.

"கல்கத்தாவுக்குப் போறேங்கிறியே, அவாளைத் தெரியுமோ?"

"தெரியாது மாமா. பெரிய வேலையிலே இருக்காராம் அவர். மூவாயிர ரூபாய் சம்பளமாம். குழந்தையை வச்சுக் கணுமாம். அதுக்குத்தான் என்னைக் கூப்பிட்டிருக்கா."

எந்தக் குழந்தையையோ பார்த்துக்கொள்ள எங்கிருந்தோ ஒரு குழந்தை போகிறது. கண்காணாத தேசத்திற்கு ஒரு தாய் அந்தக் குழந்தையை அனுப்புகிறாள். அதுவும் ஒரு பாவாடையைச் சுருட்டிக்கொண்டு கிளப்பிவிட்டது.

"ரொம்ப சமர்த்தும்மா இந்தக் குழந்தை" என்றேன் அம்மாளிடம்.

"நாதனில்லாட்டாச் சமர்த்துத் தானா வந்துடுது. ஒட்டி ஒட்டிண்டு பழகுது அது. கல்கத்தாவுக்குப் போகாட்டால் நானே இதை வச்சுண்டிருப்பேன். பாருங்களேன். பசிக்கிறது

கிசிக்கிறதுன்னு நாமாக் கேட்கிற வரையில் வாயைத் திறந்ததோ? என்னமோ பகவான்தான் காப்பாத்தணும்."

பையன் ஆரஞ்சை மறுபடியும் கையில் எடுத்து வைத்துக் கொண்டான்.

"ஏண்டா குழந்தை. உரிச்சுத் தரட்டுமாடா?" என்றாள் அம்மாள்.

"வாண்டாம். ஊரிலே போய் அம்மாவை உரிச்சுக் கொடுக்கச் சொல்லப்போறேன்."

"நானும் அம்மாதாண்டா."

பையன் சிரித்து மழுப்பிவிட்டான். ஒரு நிமிஷமாயிற்று. "உனக்கென்ன வயசு?" என்று திடீரென்று பையன் குஞ்சுவைப் பார்த்து ஒரு கேள்வி போட்டான்.

"பத்து."

"பத்து வயசா? அப்பன்னா நீ வந்த அஞ்சாவது படிக்கிறியா!" என்று விரலை எண்ணிக்கொண்டே கேட்டான்.

"இல்லை."

"ஏண்டா, பத்து வயசுன்னா அஞ்சாவது படிக்கணுமா?"

"ஆமாம்ப்பா. எனக்கு ஆறு வயசு. ஒண்ணாவது படிக்கிறேன். ஆறு ஏழு எட்டு ஒன்பது பத்து. அவ அஞ்சாவது."

"அவ படிக்கலைடா."

"நீ படிக்கலை?"

"வீட்டிலேயே வாசிக்கிறியா?"

"ம்ஹ்ம்."

"அவ கல்கத்தாவுக்குப் போறாடா. அதான் படிக்கலை."

"அங்க எதுக்குப் போறாளாம்?"

"வேலை பாக்கப் போறா?"

"போப்பா ... ஏண்டி, நீ வேலை பார்க்கப் போறியா?"

"ஆமாம்."

பையன் அவளையே சிறிதுநேரம் பார்த்துக்கொண்டிருந் தான். அவனுக்கு நம்பிக்கை வரவில்லை. மீண்டும் கேட்டான்; "உனக்கு சைக்கிள் விடத் தெரியுமா?"

அந்தப் பெண் வாய்விட்டுச் சிரித்தது. முதல் முதலில் அது சிரித்ததே அப்போதுதான்.

"எனக்கு எப்படி சைக்கிள் விடத் தெரியும்? தெரியாது."

"அப்படீன்னா எப்படி வேலைக்குப் போவியாம்?"

"நடந்து போவேன்."

மறுபடியும் அவளைப் பார்த்து யோசித்துக்கொண்டிருந் தான் பையன். அவன் அப்பா சைக்கிளில் வேலைக்குப் போகும்போது அவள் மட்டும் எப்படி நடந்து போக முடியும் என்று அவனுக்குப் புரியவில்லை. இரண்டு குழந்தைகளும் வயல் வெளிகளைப் பார்த்துக்கொண்டு வண்டியின் வேகத்தை ரஸித்துக்கொண்டிருந்தன.

"இந்தப் பொண்ணு யாரை நம்பி இப்படிப் போறது...? போகிற இடம் எப்படி இருக்கோ!" என்று கேட்டேன்.

"இந்த ஜட்ஜுக்கு ஒன்றுவிட்ட மச்சினராம் அவர். மூவாயிர ரூபாய் சம்பளம் வாங்கறாராம், ஏதோ கம்பெனியிலெ. நம்ம பக்கத்துக் குழந்தைன்னு விசுவாசமாத்தான் இருப்பா. என்னதான் இருக்கட்டுமே, நல்ல சாப்பாடு, துணிமணியெல்லாம் கொடுக்கட்டும்; எத்தனை பண்ணினாலும் அது பிறத்தியார் வீட்டுக் குழந்தை. வேலைக்கு வந்திருக்கிற குழந்தைங்கிற நினைவு போயிடுமா அவாளுக்கு? இதுதான் அவாளைத் தாயார் தோப்பனார்ன்னு நெனச்சுக்க முடியுமோ? ஆனா இது ஒட்டி ஒட்டிண்டு வித்தியாசமில்லாம பழகுகிறதைப் பாத்தா எங்கேயும் சமாளிச்சுண்டுடும் போல்தான் இருக்கு. இருந்தாலும் பெத்தவாகிட்ட இருக்கிற மாதிரி இருக்க முடியுமா, ஸ்வாமி? நீங்களே சொல்லுங்கோ."

எனக்கு வயிற்றைக் கலக்கிற்று. நானே முகம் தெரியாத உற்றார் உறவினர் இல்லாத புது ஊருக்குப் போவதுபோல ஒரு சூன்யமும் பயமும் என்னைப் பற்றிக்கொண்டன.

"கடவுள் இதையுந்தான் காப்பாத்தப் போறான். இல்லா விட்டால் மனிதர்களை நம்பியா பெத்தவர்கள் இதை விட்டு விட்டிருக்கிறார்கள்?" என்றேன்.

"கடவுள்தான் காப்பாத்தணும். வேறே என்ன சொல்லத் தெரியறது நமக்கு? சுத்திச் சுத்தி அதுக்குத்தான் வந்துடறோம். ஆனா இப்படி அனுப்பும்படியான நிலைக்கு ஒரு குடும்பம் வந்துடுத்தே. அது எப்படி ஏற்பட்டதுன்னு யார் யோசிக்கறா? அதுக்கு என்ன பரிகாரம் தேடறது? அந்த வாத்தியாரோட

குழந்தைகளுக்கெல்லாம் தலைக்கு இத்தனென்னு, பள்ளிக் கூடம் வச்சிருக்கிறவன் படி போட்டிருந்தான்னா இப்படிக் கண்காணாத தேசத்துக்கு இது போகுமா?"

"அப்புறம் ஐட்ஜு வீட்டுக் குழந்தைகளை யாரு பாத்துப்பா?"

"அதுவும் சரிதான்."

"வீட்டுக்கு வீடு வாசல் படி. கொடுக்கிறவனும் வாத்தியார் மாதிரி ஆண்டியோ என்னமோ?" என்றேன்.

ஒன்றும் புரியவில்லை.

குழந்தையைப் பார்த்து எல்லார் நெஞ்சமும் இளகிற்று. பக்கத்தில் தஞ்சாவூர், ஐயம்பேட்டை என்று நடுவில் ஏறி உட்கார்ந்து கொண்டவர்களுக்கு அரைகுறையாகக் கேட்டாலும், நெஞ்சு இளகிற்று. அம்மாள் உட்கார்ந்திருந்த பலகையின் கோடியில் உட்கார்ந்திருந்தவர் – ராவ்ஜி மாதிரி இருந்தது – உதட்டைக் கடித்து ஜன்னலுக்கு வெளியே தலையைத் திருப்பிக் கொண்டார். நெஞ்சைக் குமுறி வந்த வேதனையை அடக்கிக் கொண்டு தெரியசாலியாக அவர் பட்ட பாடு நன்றாகத் தெரிந்தது.

கும்பகோணம் வந்துவிட்டது.

"போயிட்டு வறேம்மா, குழந்தே. போயிட்டு வரட்டுமா?" என்று ஒரு ரூபாயை அதன் கையில் வைத்தேன்.

"நீங்க எதுக்காகக் கொடுக்கறேள்?" என்று அம்மாள் தடுத்தாள்.

"எனக்கும் பாத்யமுண்டு. நீங்களும் அழச்சிண்டுதானே போறேள்? இது வாத்தியார் குழந்தைதானே? உங்க குழந்தை யில்லையே! நீங்க கொண்டாடற பாத்யம் எனக்கும் உண்டும்மா. நான் என்ன செய்யறது? எனக்கு என்னமோ கொடுக்கணும் போல் இருக்கு. எனக்கும் இதுக்கு மேலே வக்கில்லை."

"ஹ்ம்" என்று இரட்டைநாடிச் சாரத்தில் ஒரு பெருமூச்சு வந்தது. "வாங்கிக்கோடிம்மா. உங்களுக்கு ஒரு குறைவும் வராது, ஸ்வாமி" என்றாள் அம்மாள்.

"யப்பா, இதைக் கொடுத்துட்டு வரேம்பா" என்று என் பையன் ஆரஞ்சைக் காண்பித்தான்.

"கொடேண்டா, கேட்பானேன்?"

"வாண்டாண்டா, கண்ணு குழந்தை, பாவம். அம்மா உரிச்சுக் குடுக்கணும்னு சொல்லிண்டிருந்தது."

தி. ஜானகிராமன்

"யப்பா... வாங்கிக்கச் சொல்லுப்பா" என்று பையன் சிணுங்கினான்.

"வாங்கிக்கோம்மா."

பெண் வாங்கிக்கொண்டது.

"ஸ்வாமி! நல்ல உத்தமமான பிள்ளையைப் பெத்திருக்கேள். வாடா கண்ணு, எனக்கு ஒரு முத்தம் கொடுத்துட்டுப்போ" என்று அம்மாள் அழைத்தாள். பையன் கொடுத்துவிட்டு ஓடிவந்தான்.

என் மெய் சிலிர்த்தது. முகத்தைக் கூடியவரையில் யாரும் பார்க்காமல் அப்பால் திருப்பிக்கொண்டு கீழே இறங்கி அவனைத் தூக்கிக்கொண்டு நடந்தேன். அவனுக்கு நடக்கவா தெரியாது? எனக்கு என்னவோ அவனை வாரியணைத்துக் கொள்ள வேண்டும் என்று உடம்பு பறந்தது. தூக்கி எடுத்துத் தழுவிக்கொண்டே போனேன். உள்ளம் பொங்கி வழிந்தது. அன்பையே, சச்சிதானந்தத்தையே கட்டித் தழுவுகிற ஆனந்தம் அது.

பிற்சேர்க்கை

அறிமுகம்

சிறுகதைகள் பலவிதம். இன்ன மாதிரிதான் சிறுகதை உருவாக வேண்டும் என்று வரையறை செய்வது அவ்வளவு எளிதல்ல; அவசியமும் அல்ல. ஏனெனில், சிறுகதையின் லக்ஷணம் எதுவாயினும், எல்லா இலக்கியப் பிறப்பிலும் உள்ள சிருஷ்டி தத்துவம் அதற்கும் பொதுவானதுதான். முதலில் இதை உணர்ந்தால் இலக்கியத்திற்கும் இலக்கிய மில்லாததற்குமுள்ள வேறுபாடு நம் மனத்தில் பதியும். உண்மையில் கலைஞனிடம் இலக்கிய மாவது, அவனுடைய திருஷ்டி தேர்ந்தெடுக்கும் பொருளின் விசேஷம் என்றாலும் தவறில்லை. கலை பிறப்பது, கருத்தின் செழுமையும் தெளிவும் கலைஞனிடம் பூரணமான நிலையை எய்தும் பொழுதுதான். ஓரளவு அவனுடைய எழுத்துத் திறமைகூட அப்பியாசத்தின் விளைவு என்று கருதுவதும் நியாயம்.

ஆகாயம் முழுவதும் பரவும் சூரியஒளி, ஒரு சின்னஞ்சிறு பனித்துளியினூடேயும் பாய்ந்து ஒன்றுபோலே அதனைப் பிரகாசிக்கச் செய்கையில், அகண்டத்தையும் அணுவினுள் காணும் ரகசியம் வெளியாகிறதல்லவா? அதையொத்ததே சிருஷ்டிக் கலையும். ஆயிரம் பக்கங்களிலிருந்து கிடைக்கும் இலக்கிய சுகத்தை ஒரே பக்கத்திலும் ஒரு சிறு கதையின் வாயிலாக அடைய முடியும். ஆனால் அக்காரணமே சிறுகதை புனைவது அவ்வளவு சுலபமல்ல என்னும் அநுபவமும் கூடவே ஏற்படும்.

இவ்விதம் கடினமானதோர் கலையைப் பலர் இன்று பயிலுகிறார்கள். ஆயினும் கைவிரல்களில் அடங்கும் எண்ணிக்கையே சிறந்த எழுத்தாளர்களாய் இத்துறையில் விளங்கு கிறவர்கள். அப்படியுள்ள சிறுபான்மையினரின் வரிசையில் தான் நண்பர் தி. ஜானகிராமன் இடம் பெற்றிருக்கிறார்.

அவருக்கு இயல்பாயுள்ளது அநாயாசமாய்த் துள்ளியோடும் பேச்சுநடை. தஞ்சை ஜில்லாவின் தனிப்பெருமை என்று கூறத் தகுந்த சில அருமையான சொற்சிதைவுகளும் சேர்ந்து தமிழ்ப் பாஷையை உரிமையுடன் அவரிடம் வளர வைத்திருக் கின்றன. துளியும் பிரயாசை தோன்றாதபடி அவர் எடுத்துக் காட்டும் வாழ்க்கைக் காட்சிகளோவெனில், தத்ரூபம் தமிழ் நாட்டின், அதிலும் எழிலுடன் நெளிந்தோடும் காவேரி நதி பாயும் கிராம வாசத்தின் தனிப் பொக்கிஷமாகக் கூறலாம்.

கொட்டு மேளத்துடன் தொடங்கும் இக்கதைக் கோவை, தாஸிப் பெண் சொர்ணாம்பாளுக்காகத் தவங்கிடக்கும் மனித இதயத்தின் தடைபடாத உணர்ச்சிச் சுழலில் நம்மைச் செருக வைக்கின்றது. ஆசிரியருக்குச் சுபாவமான வேடிக்கை விநோதங்கள் கதை ஒவ்வொன்றிலும் தனி அரசு செலுத்துகின்றன.

அதனுடன் நில்லாமல், அவர் பார்வையின் போக்கும், சுவாரஸ்யம் காட்டும் கல்லிப் பேச்சும், இடுக்குவிடாது எல்லா வற்றையும் படம் பிடித்து நிழல் ஒளியுடன் பளிச்சென்று நம் முன்னே வைக்கும் திறனும் ஆச்சரியமாய்ப் படாததற்கு அவ்வளவு இங்கிதமாய் வாசகர்களைத் தம்முடன் அவர் இழையும்படி செய்திருப்பதுதான் காரணம். பார்வதியின் கணவனான டாக்டர் அத்து, எம்டன் பயல், இவர்களெல்லாம் நமக்கு ஏற்கெனவே சந்தித்தவர்களாய்க் காணப்படுவதின் சூட்சுமமும் இதுவே. முக்கியமாய், தாம் ஒன்றிலும் கலக்காமல், சம்பவங்களையும் வாக்குவாதங்களையும் தூரவே நின்று வேடிக்கை பார்க்கும் ஒருவருடைய இயல்புதான் இங்குள்ள கதைகளவளவிலும் செல்லுகின்றதென அறியலாம். இவ்வித மனப்பான்மைக்குப் பண்பாடு வேண்டும். நண்பர் ஜானகி ராமனுக்குச் சித்தித்திருப்பது அதுதான்; எழுத்திலும் வேண்டிய அளவு பயன்பட்டிருக்கிறது.

எந்தக் கதையை வாசகர்கள் விரும்பினாலும் விரும்பா விட்டாலும் 'செண்பகப் பூ'வை மனக்கண்ணினின்றும் அகற்ற வகைதெரியாது திண்டாடுவார்கள். புது வாழ்க்கையின் வாசற்படியில் வந்துநிற்கும் இளநங்கையின் இன்பக்கோட்டை, மேகமற்ற வானத்திலிருந்து பிளந்துவரும் இடியைப்போன்ற, கணவன் மரித்த அவச் செய்தியினால் தகர்ந்துவிடுகிறது.

ஆனால் கதையின் சோகத்தைக் கிளறுவது அதல்ல; இளமையின் ஆட்சியில் புக இயலாத நிலையில் தவிக்கும் விதியின் முரட்டுப் பிரயாசைதான். சோகத்தையே வறண்டுவிடச் செய்யும் இதய ஆழத்திலுதிக்கும் சிரிப்பு விதியையும் ஏளனம் செய்வது ஒன்றே இக்கதையின் சிகரம் எனலாம். சொன்னால் விளங்காது. செண்பகப் பூவையொத்தவளின் பிடியிலடங்காத தலைப் பின்னலை எடுத்துக் கட்டியிருந்த சிவப்பு ரிப்பனும், முகத்தைத் தேய்த்துக் கழுவ வைத்திருந்த சந்தனச் சோப்பும், கல்மோதிரம் ஆள்காட்டி விரலில் பூரிப்புடன் பிரகாசிப்பதுமே நெருக்கு நேர் சொல்லும். அப்பொழுது நம்பாமல் வழியில்லை. ஆசிரியரின் கலைப்பண்பையும் நம்பித்தான் ஆகவேண்டும் என்ற எண்ணம் எழாமலிருக்கவும் வழியில்லை. கதைகளை வாசித்தபின் ஓர் எண்ணம் வாசகர்களிடம் தோன்றலாம். லேசான பரிகாசத்தின் கீழ் ஆழ்ந்த தீர்ப்பு ஆசிரியரின் மனத்தை வெளியிடுகிறது. மத்தியதரக் குடும்பங்களின் அனுபவங்கள் பேரிடிகளுடனும் புயற்காற்றுடனும் இல்லாமலிருக்கலாம். ஆயினும் அங்கேதான் மனித இதயத்தின் சாமான்ய சஞ்சலங்கள், சிறுமை பெருமைகள் அவ்வளவாக மேற்பூச்சு நாகரிகத்தின் வலையில் சிக்கி, வெளியில் தெரியாமல் உள்ளே குமைந்து உலகத்தை மாய்ப்பதில்லை. இதனைப் புரிந்து கொண்டால் ஆசிரியரின் இதயத்தை அறிந்த மாதிரிதான்.

ஆச்ரமம்   கி. சந்திரசேகரன்
மயிலை
28.05.1954

தி. ஜானகிராமனின் பிற சிறுகதைத் தொகுப்புகள்
[காலச்சுவடு வெளியீடு]

தி. ஜானகிராமன்
சிறுகதைகள்
(முழுத் தொகுப்பு)
(ப—ர்): சுகுமாரன்
ரூ. 1790

சிவப்பு ரிக்ஷா
ரூ. 225

கச்சேரி
(தொகுக்கப்படாத கதைகள்)
(தொ—ர்.): சுகுமாரன்; ரூ. 330

சிலிர்ப்பு
தி. ஜானகிராமனின் தேர்ந்தெடுத்த
29 கதைகளின் தொகுப்பு
ரூ. 450

பாயசம்
ரூ. 375